# प्रचंड

दिलीपराज प्रकाशनाची सर्व पुस्तके आता आपण Online खरेदी करू शकता. आमच्या website ला कृपया अवश्य भेट द्या.
www.diliprajprakashan.in

# प्रचंड

(कादंबरी)

## ग. वा. बेहेरे

**दिलीपराज प्रकाशन प्रा. लि.**
२५१ क, शनिवार पेठ, पुणे - ४११ ०३०.

**प्रकाशक**

राजीव दत्तात्रय बर्वे,
मॅनेजिंग डायरेक्टर,
दिलीपराज प्रकाशन प्रा. लि.,
२५१ क, शनिवार पेठ, पुणे - ४११ ०३०

© **रवि बेहेरे**

श्रीनिकेतन, ४०/२१,
भोंडे कॉलनी, पुणे ४११ ००४
Email : ravirajprakashan@gmail.com

**प्रकाशन दिनांक :** १५ सप्टेंबर २०१३

**प्रकाशन क्रमांक :** २०८३

**ISBN :** 978-93 - 82988 - 24 - 3

**मुद्रक:**

रेप्रो इंडिया लिमिटेड, मुंबई


**टाइपसेटिंग**

मधुराज प्रिंटर्स ॲण्ड पब्लिकेशन्स प्रा. लि.
स. नं. २९/८-९, पारी कंपनीजवळ,
धायरी, पुणे - ४११ ०४१

**मुद्रितशोधन :** मिलिंद बोरकर, पुणे

**मुखपृष्ठ :** अनिल उपळेकर

**आतील सजावट :** रेषविश्व ॲड, सागर नेने

प्रचंड / Prachand

ज्यांच्या प्रेरणेमुळे आणि गप्पागोष्टींतून ही रचना झाली,
ते नामवंत प्रकाशक-संपादक आणि माझ्यावर प्रेम करणारे कै.
हरिभाऊ मोटे यांच्या स्मृतीला ही कलाकृती अर्पण.

**-ग. वा. बेहेरे**

## प्रस्तावना

ही कादंबरी तशी पारदर्शक आहे.

एका थोर पत्रकाराचा आधार या कादंबरीला घेतला असला, तरी त्याचे सर्व निश्चित चरित्र येथे येऊ शकलेले नाही किंवा कादंबरीतील सर्वच प्रसंग त्या पत्रकाराच्या आयुष्यात प्रत्यक्ष घडलेले नाहीत. काही कल्पनाशक्ती वापरून, काही दंतकथांचा आधार घेऊन, काही त्याच्या अन्य वर्तणुकीशी सुसंगत असे अनेक रचलेले येथे आपल्याला सापडेल; त्यामुळे शंभर टक्के साम्याची आपण अपेक्षा करू नये. जे प्रसंग आपल्याला आवडणार नाहीत, ते कल्पित असे मानले; म्हणजे झाले. कुणाचीही बदनामी होऊ नये, असा जाणीवपूर्वक प्रयत्न केला आहे. पण काही उल्लेख कुणाला वावगे वाटलेच, तर त्याने ते मुळीच स्वीकारू नयेत. अखेर ही कादंबरी आहे– चरित्र नव्हे, एवढे भान असावे.

- ग. वा. बेहेरे

महाराष्ट्र टाइम्स- दि. दहा एप्रिल एकोणीसशे चौऱ्याऐंशी (आमच्या बातमीदाराकडून) : काल एअर फ्रान्सच्या पॅरिस-न्यूयॉर्क फ्लाईट एट्-झीरो-सेव्हनच्या जंबो जेटला पहाटे पाच वाजता अपघात झाला. या विमानाचे अवशेष अजून सापडलेले नाहीत, परंतु विमानातील डाव्या इंजिनाने अचानक पेट घेतल्याने हा अपघात झाला असावा. हा अपघात प्रत्यक्ष कुणी पाहिलेला नाही किंवा त्यांपैकी कोणाही उताऱूचे प्रेत हाती लागलेले नाही; परंतु अपघात होण्यापूर्वी दहा मिनिटेच आधी विमानातून संदेश आला, त्याप्रमाणे या अपघातातून कोणीही वाचण्याची शक्यता नव्हती आणि तसे कुणी वाचले असेल, असे तज्ज्ञांना वाटतही नाही. विमानात एकूण २१२ उताऱू होते. त्यांतील तीन भारतीय वगळता बहुतेक सारे फ्रेंच, जर्मन आणि काही आफ्रिकन होते. जे भारतीय उताऱू या अपघाताचे बळी ठरले आहेत, त्यांत सुप्रसिद्ध गणिती व भारतीय गणित विज्ञान संस्थेचे डायरेक्टर डॉक्टर प्रफुल्लकुमार बॅनर्जी यांचा समावेश आहे. दुसरे बळी चित्रपटनिर्माते मोहसीन खान हे होते. हेही आंतरराष्ट्रीय चित्रपट प्रदर्शनातील एक परीक्षक म्हणून गेले होते, त्यांचेही दु:खद निधन झाले. महाराष्ट्रातील आणखी एक ख्यातनाम पत्रकार, साहित्यिक, कवी, वक्ते म्हणून विख्यात असलेले प्राचार्य नरहर विष्णू ऊर्फ बाबूराव कात्रे यांचाही या अपघातात दु:खद अंत झाला. आंतरराष्ट्रीय वृत्तसंस्थेने या अपघाताला दुजोरा दिला आहे. फ्रान्स आणि अमेरिका या दोन्ही देशांची टेहळणी विमाने अपघात झालेल्या ठिकाणी विमानाचे अवशेष किंवा कुणी उताऱू वाचला असल्यास तो शोधून काढण्याच्या कामात मग्न आहेत. पण काल संध्याकाळी सहापर्यंत तरी त्या विमानाचा कोणताही अवशेष किंवा अपघातस्थळ निरीक्षकांना शोधून काढता आलेले नाही. या विमानातून प्रवास करणाऱ्यांची संपूर्ण यादी एअर फ्रान्सने पत्रकारांना सादर केली. त्यात वरील तीन भारतीय नागरिकांचा उल्लेख आहे.

या अपघाताचे निश्चित कारण समजू शकलेले नाही. तथापि, तज्ज्ञांचा कयास असा आहे की, रात्री विमान सुटले

तेव्हा विमानात काही बिघाड झाला होता व त्याची दुरुस्ती करण्यासाठी विमान खोळंबून ठेवण्यात आले होते आणि उड्डाणाची वेळ सुमारे तीन तास लांबविण्यात आली होती. या अपघाताची चौकशी करण्यासाठी फ्रेंच सरकारने एक समिती ताबडतोब नियुक्त केली आहे.

अशा तऱ्हेने झालेल्या भीषण अपघाताचा गेल्या वर्षातील हा चौथा प्रकार आहे. साबोटाजचा संभव अधिकाऱ्यांनी नाकारला आहे. तरीपण आयत्या वेळेस आलेल्या दोन पॅलेस्टिनी उतारुंबाबत शंकेला जागा आहे. फ्रान्सने इस्त्रायलला मध्यंतरी जी लष्करी विमानांची आणि युद्धसाहित्याची मदत दिली, त्यामुळे हा अपघात घडवून आणला गेला, अशीही एक शंका फ्रेंच पत्रकारांनी व्यक्त केली आहे. अशा तऱ्हेच्या भीषण अपघातात फ्रान्स, अमेरिका आणि कॅनडा ह्या देशांतील राजकीय नेते त्यामुळे सापडले असावेत. कारण जागतिक शांततादिनाच्या निमित्ताने पॅरिसला झालेल्या शांतता परिषदेला हजर राहण्यासाठी आलेल्या अमेरिकन आणि कॅनेडियन शिष्टमंडळाचाही उतारूंच्या यादीत समावेश होता.

डॉ. बॅनर्जी यांच्या मृत्यूमुळे जगातील एका श्रेष्ठ गणितज्ञाला आपण मुकलो. ते न्यूयॉर्क येथे भरणाऱ्या जागतिक गणितविषयक अधिवेशनास हजर राहण्यासाठी चालले होते. त्यांच्या निधनाने भारतातील एक श्रेष्ठ गणितज्ञ आता काळाच्या पडद्याआड गेला आहे. त्याचप्रमाणे मोहसीन खान हे एक धडाडीचे चित्रपटनिर्माते म्हणून विख्यात होते. 'शांततेसाठी विज्ञान' या विषयावर त्यांनी निर्माण केलेला 'अवकाशयात्रा' हा लघुपट जगात मान्यता पावलेला होता. फ्रान्सच्या खास निमंत्रणावरून गेलेले प्राचार्य नरहर विष्णू ऊर्फ बाबूराव कात्रे यांचेही या अपघातात दुर्दैवी निधन झाले.

*

**लोकसत्ता - दि. १० एप्रिल :** प्राचार्य नरहर विष्णू ऊर्फ बाबूराव कात्रे यांचे एअर फ्रान्सच्या विमान अपघातात दु:खद निधन झाले, हे कळविण्यास आम्हाला अतिशय दु:ख होत आहे. महाराष्ट्रात पत्रकारिता, साहित्य आणि राजकारण यांत सदैव अग्रभागी असणाऱ्या या लाडक्या मराठी नेत्याला नियतीने अचानक गिळून टाकले, याबद्दल सर्वत्र हळहळ व्यक्त करण्यात येत आहे. एक नामवंत वक्ता, एक प्रतिभासंपन्न कवी, नाटककार म्हणून बाबूराव विख्यात होते. ते नाट्य संमेलनाचे व साहित्य संमेलनाचे अध्यक्षही झाले होते. मराठी

रंगभूमीला जेव्हा अवकळा प्राप्त झाली होती, तेव्हा आपल्या उपहासगर्भ आणि विनोदी नाटकांनी कात्रे यांनी रंगभूमीला संजीवनी दिली. पत्रकार म्हणून कात्रे यांची एवढी योग्यता होती की, मी-मी म्हणणारे राजकीय पुढारी त्यांना घाबरत असत. त्यांचे वृत्तपत्रीय अग्रलेख वाचण्यासाठीच त्यांचे 'महाराष्ट्र' हे वृत्तपत्र वाचले जाई. घणाघाती लेखनशैलीमुळे त्यांनी आपले नाव सतत अग्रभागीच ठेवले. त्यांनी टाकलेल्या बाँबगोळ्यांमुळे अनेक मंत्र्यांना आपली मंत्रिपदे सोडावी लागली आणि अनेक राजकीय पुढाऱ्यांचे आयुष्य संपुष्टात आले. त्यांची नाटके आजही गर्दी खेचत आहेत. विशेषत: वैवाहिक संस्थेवर आणि पुरुषाच्या भ्रमर वृत्तीवर त्यांनी लिहिलेल्या 'ब्रह्मघोटाळा' या विनोदी नाटकाचे आजपर्यंत तीन-चार हजार तरी प्रयोग झाले असतील. महाराष्ट्राच्या या लाडक्या पत्रकाराला आणि लेखकाला आप्तस्वकीय जवळ नसताना मातृभूमीपासून दूर एकाकी अवस्थेत मृत्यू यावा, याच्याइतके दु:ख दुसरे कोणतेच नाही. बाबूराव कात्रे यांनी मराठी भूमीवर आणि मराठी भाषेवर जे प्रेम केले, त्याला तुलनाच नाही. त्याचप्रमाणे एका मराठी लेखकावर आणि पत्रकारावर वाचकांनी जिवापाड प्रेम केले, असेही दुसरे उदाहरण मराठी साहित्यात झाले नाही. बेचाळीसच्या चळवळीत कॉलेजात शिकवीत असताना प्राचार्य कात्रे यांनी स्वातंत्र्ययुद्धात भाग घेतला होता आणि तेव्हा झालेल्या गोळीबारात ते जखमी झाले होते. हे शारीरिक पंगुत्व त्यांनी अभिमानाने मिरवले होते. रक्तबंबाळ होतील अशा शब्दांनी त्यांनी काँग्रेसची, गांधी नेहरूंच्या नेतृत्वाची चिरफाड फाळणीच्या वेळेस केली होती. त्या वेळी त्यांनी लिहिलेल्या लेखांनी वाचकांची हृदये विदीर्ण होऊन जात आणि फाळणीत झालेल्या अत्याचाराची करुण वर्णने वाचून वाचकांचे डोळे भरून येत. त्या वेळेस त्यांनी निर्माण केलेले साहित्य मराठी भाषेला सदैव भूषणास्पद वाटेल. महाराष्ट्रावर जेव्हा जेव्हा अन्याय झाला किंवा मराठी भाषेची उपेक्षा झाली, तेव्हा त्यांच्या लेखणीला खड्गाचे रूप येत असे. संयुक्त महाराष्ट्राच्या चळवळीत तर त्यांच्या लेखणीला आणि वाणीला विलक्षण चेव आलेला होता. त्या वेळची त्यांची भाषणे ऐकण्यासाठी पंधरा-वीस हजारांचा समूह केव्हाही गोळा होत असे. महाराष्ट्रविरोधी कारवाया करणाऱ्या आठ निमकहराम नेत्यांवर त्यांनी महाराष्ट्रातील 'आठ हरामखोर' नावाची एक लेखमालाच लिहिली होती. त्या लेखाची भाषा प्रतिष्ठित नव्हती; किंबहुना, शिवराळपणा व कुचाळकी याचाही त्यांनी संतापून त्यात अवलंब केला होता. पण कमकुवत मराठी नेत्यांना उघडे पाडण्यासाठी त्या लेखांचा उपयोग झाला. महाराष्ट्राचा मंगलकलश कुणी आणला,

या प्रश्नाला आमचे नि:संदिग्ध उत्तर आहे–ते म्हणजे, बाबूराव कात्रे यांच्या लेखणीने. अशी पत्रकारिता त्यापूर्वीही आणि त्यानंतरही महाराष्ट्रात निर्माण झाली नाही. गोवा-मुक्तीच्या वेळेसही त्यांच्या लेखणीने असेच तेजस्वी रूप धारण केले होते आणि महाराष्ट्रात गोवा- प्रश्नावर आग पेटवून दिली होती.

अगदी अलीकडे शरद जोशी यांनी निर्माण केलेल्या शेतमालाला भाव देण्याच्या चळवळीवर त्यांनी तितक्याच उत्कटपणे शेतकऱ्यांच्या बाजूने लिहिले. गोरगरिबांचा त्राता, गुंडांचा निर्दालक, साहित्यिकांचा रसिकमित्र, जनयुद्धातील तडफदार योद्धा असा हा पत्रकार केवळ स्वत:च्या लेखणीवर महनीय पदाला पोचला. जे त्यांचे शब्द प्रसंगी ठिणग्यासारखे वाटत, तेच त्यांचे शब्द महाराष्ट्रातल्या पूज्य पुरुषांविषयी लिहिताना अतिशय हळवे होत. बाबूराव कात्र्यांनी आपला मृत्युलेख लिहावा म्हणजे आपले नाव साहित्यात अजरामर होईल, असे महामहोपाध्याय दत्तो वामन पोतदारही म्हणाले होते. त्यांचे मृत्युलेख इतके हृदयस्पर्शी असत की, त्यामुळेच हा मनुष्य एका वेळेला प्रहार करण्यात जसा अग्रेसर असतो, तसाच हार घालण्यासही आसुसलेला असतो, हे चट्कन लक्षात येई. अस्सल, प्रौढ, डौलदार मराठी भाषा हे कात्र्यांच्या शैलीचे वैशिष्ट्य होते. तसे कात्रे सोवळे नव्हते. त्यांचे आयुष्य ते भन्नाटपणे जगले. कुणालाही लोभ पडावा असे रुबाबदार व्यक्तिमत्त्व त्यांच्या ठायी असल्यामुळे अनेक सुंदर स्त्रियांचा घोळका त्यांच्याभोवती असे. नवागत लेखकांना त्यांचे घर मुक्तद्वार असे आणि तेही अशा लेखकांचे अगत्यपूर्वक स्वागत करून त्यांच्या लेखनाचे कौतुक करीत. त्यांच्याबद्दल सर्व प्रकारच्या वदंता होत्या. पण त्यांनी कुणाचीही पर्वा केली नाही. सर्वसामान्य लोक ज्याला अनैतिक समजतात, अशा बहुतेक गोष्टी स्वत: करूनही अनीतीने वागणाऱ्यांना बाबूरावांचे भय वाटावे, याचे सर्वांना आश्चर्य वाटे. पण त्यात आश्चर्य करण्याजोगे काहीच नव्हते. कारण लोकांनी गुण-दोषांसकट बाबूरावांना स्वीकारलेले होते. सभा जिंकण्यासाठी कोणत्याही सार्वजनिक वादविवादात प्रसंगावधान दाखवून बाजू उलटविण्यातील आणि कुणाचाही हास्यविषय करण्यातील त्यांचे कसब लोकविलक्षण होते. त्यांनी नानाविध प्रकरणे उघडकीला आणली. अनेक लब्धप्रतिष्ठितांचे बुरखे फाडले आणि आपली एक उग्र-दैत्य प्रतिमा जनसामान्यांच्या मनात निर्माण केली. पण हा दैत्य केवळ विघ्नकर्ता नव्हता; विघ्नहर्ताही होता. त्यामुळे जनतेच्या आणि त्यांच्या मनाचा सांधा इतका जुळला होता की, यापुढे महाराष्ट्रातील त्यांची अनुपस्थिती सदैव जाणवेल. एखाद्या माणसाच्या मृत्यूनंतर आपण पोकळी

निर्माण झाली असे म्हणतो, तेव्हा त्यातला बराचसा भाग औपचारिक असतो. परंतु बाबूरावांच्या बाबतीत ही गोष्ट खरोखरच जाणवणार आहे. त्यांच्यासारखा उत्तुंग व्यक्तिमत्त्वाचा माणूस पुन्हा होणे नाही. महाराष्ट्राच्या कानाकोपऱ्यांत ज्याची लोकप्रियता पोचली आहे आणि ज्याच्याबद्दल भयमिश्रित आदर आहे, असा महाराष्ट्र शारदेचा मानकरी आता आपल्यात नाही. टाळ्या आणि हशा यांनी भरलेली त्यांची भाषणे आता आपल्यात ऐकायला मिळणार नाहीत. कारुण्याने ओथंबलेले त्यांच्यासारखे मृत्युलेख आता यापुढे कोण लिहिणार? मुंबई-पुण्यातील सांस्कृतिक जगात आपले अस्तित्व सतत जाणविणारी ही चळवळ आता संपुष्टात आली. ते एक श्रेष्ठ पत्रकार होते. अविस्मरणीय वक्ता, एक प्रतिभासंपन्न लेखक आणि महाराष्ट्राच्या प्रकृतीला शोभेल असा एक सांस्कृतिक नेता काळाने आपल्यातून हिरावून नेला आहे. शिक्षक म्हणून, प्राचार्य म्हणून, आधुनिक डौलदार अशा क्रमिक पुस्तकांचा लेखक म्हणून, हळवा कवी म्हणून, झुंजार पत्रकार म्हणून आणि महाराष्ट्राला हसायला शिकविणारा थोर नाटककार म्हणून बाबूरावांचे नाव अबाधित राहणार आहे. कोणी काहीही म्हणो एक दैवी शक्ती आपण गमावून बसलो आहोत. आमचे बाबूरावांना कृतज्ञतापूर्वक नम्र अभिवादन.

*

**मुंबई मराठी साहित्य संघ - १५-४-८४** काल संध्याकाळी रंगमंदिरात प्राचार्य बाबूराव कात्रे यांच्या दु:खद निधनानिमित्त अध्यक्ष न. र. फाटक यांच्या अध्यक्षतेखाली एक शोकसभा भरली होती. शोकसभेला प्रचंड गर्दी उसळलेली होती. इतकी की, रंगमंदिराबाहेरचे आवारही माणसांची फुलून गेले होते. या शोकसभेत नानाविध वक्त्यांची हृदयस्पर्शी भाषणे झाली. काही वक्ते खरोखरीच गहिवरले होते. प्राचार्यांच्या आठवणी सांगता-सांगता पुष्कळांना शोकावेग अनावर झाला होता. प्राचार्यांच्या सहवासात काम करणाऱ्या एका कवयित्रीला तर भाषण करणेच शक्य झाले नाही. प्राचार्यांची शब्दकळा, निर्भय पत्रकारिता, नाट्यकलेची सेवा, याबाबत लोक विशेष करून बोलले; पण प्राचार्यांच्या शैलीत एका तरुण प्राध्यापकाने त्यांनी साहित्य संमेलनात केलेल्या अश्लीलतेच्या संदर्भातील भाषण प्रत्यक्ष म्हणून दाखविले, तेव्हा शोकसभा असूनही टाळ्यांचा कडकडाट झाला. प्राचार्यांचे एक सहकारी व महाराष्ट्र दैनिकाचे सहसंपादक रघुवीर भावे यांनी प्राचार्य अग्रलेख कसे लिहीत असत, याबाबत मजेदार माहिती दिली. पानशेत

धरण फुटले, तेव्हा प्राचार्यांनी जे लेख लिहिले; ते लिहिताना त्यांनी अनेक तज्ज्ञांच्या मुलाखती घेतल्या. मातीची धरणे बांधण्याचे शास्त्र शिकून घेतले आणि त्यानंतर त्यांनी जे अग्रलेख लिहिले, त्यामुळे महाराष्ट्र सरकारची झोप उडाली. राजकीय कारणास्तव पुरेशी तयारी न करता धरण पुरे करण्याचा मंत्र्यांनी जो दुराग्रही निर्णय घेतला, त्यामुळेच ते धरण फुटून महाराष्ट्रात हाहाकार झाला, असे त्यांचे प्रतिपादन होते. त्यामुळे सरकारला धरणफुटीच्या कारणांची चौकशी करण्यासाठी चौकशी समिती ताबडतोब नेमावी लागली. त्या चौकशी समितीचे एक न्यायमूर्ती संशयास्पदरीत्या कसे मृत्यू पावले आणि सरकार आपल्या चुका वाटेल ते उपाय योजून कशा लपवीत आहे, यावर त्यांनी पानशेतवरील लेखमाला लिहिली आणि अभ्यासपूर्ण लिहिलेल्या त्या सहा-सात अग्रलेखांचे महाराष्ट्राने कसे कौतुक केले, हेही त्यांनी सांगितले. ते म्हणाले, "प्राचार्य जेव्हा अग्रलेख लिहित नसत, तेव्हा ते लिहिण्याचे काम माझ्याकडे असे. त्यांची भाषाशैली मी इतकी आत्मसात केली आहे की, माझा लेख कोणता आणि त्यांचा कोणता-हे जाणत्यांनाही ओळखता येणार नाही. एकदा त्यांनी अग्रलेख लिहिला नव्हता, म्हणून मी साहित्य संस्कृती मंडळावर एक अग्रलेख लिहिला. तेवढेच नव्हे, तर तो कंपोज होऊन महाराष्ट्राचा अंक मशीनवर चढण्याची वेळ झाली. एवढ्यात रात्री एक वाजता प्राचार्य महाराष्ट्राच्या कार्यालयात आले आणि त्यांनी विचारले, 'हेडलाईन काय आहे?' मी त्यांना अग्रलेखच वाचायला दिला. त्यांनी तो वाचला आणि म्हणाले, अरे, हा विषय केव्हाही लिहिता येईल. गोविंदराव वैराळ्यांचे डाकबंगल्याचे लफडे आले आहे ना आपल्याकडे? वाचकांना काही तरी चमचमीत द्यायला पाहिजे. तुझा अग्रलेख ठेव बाजूला. तो उद्याला होईल. आत्ता मी त्या वैराळेची उलटीसुलटी करतो.' वास्तविक, प्राचार्य त्या वेळेला एका पार्टीतून चांगले झिंगून आले होते. अशा परिस्थितीत इतक्या उशिरा ते दोन-तीन कॉलम मजकूर लिहिणार कसा आणि तो मी छापणार कसा-हा माझ्यापुढे प्रश्न होता. पण आपल्याला आश्चर्य वाटेल; संपादकाच्या खुर्चीत बसल्यानंतर प्राचार्यांचे रंग-रूपच बदलत गेले. 'डाकबंगल्यात काय घडले?' अशा शीर्षकाने त्यांनी लहान-लहान चिठोऱ्यांवर अग्रलेख लिहायला आरंभ केला आणि ते जसे लिहीत होते तसतशा त्या चिठ्ठ्या कंपोझिटर्सकडे जात होत्या. कंपोझिटर्सना प्राचार्यांचा अग्रलेख कंपोझ करण्यात मोठा हुरूप वाटे. तीस-चाळीस मिनिटांच्या अवधीत एक शब्दाचीही खाडाखोड न करता किंवा मागची कॉपी पाहायला न मागता त्यांचा तो गाजलेला लेख

माझ्यासमोर लिहिला गेला आहे.''

रघुवीर भावे यांचे भाषण संपल्यानंतर न. र. फाटक अध्यक्षीय समारोपासाठी उभे राहिले. त्यांच्या तोंडावर नेहमीचीच तुच्छता होती. ते म्हणाले, ''मघापासून दोन तास बाबूराव कात्र्यांच्या संबंधात काय वाटेल त्या कविकल्पना सांगून वक्त्यांनी आपले हसे करून घेतले आहे. कात्रे यांचे अपघाती निधन झाले, याबद्दल दु:ख होणं-हे मी समजू शकतो. परंतु त्यांच्यासारखा माणूस यापूर्वी महाराष्ट्रात झाला नाही आणि पुढे होणार नाही, असली बाष्कळ विधानं आपण का करावीत, हे मात्र मला समजत नाही. वास्तविक, पारतंत्र्याच्या काळात चारित्र्यवान पत्रकारांनी आपल्या लेखणीच्या बळावर समाजाला जागृत करून त्यासाठी किती देहदंड सोसले, याची फार मोठी परंपरा मराठी भाषेला आहे. टिळक, आगरकर, शिवरामपंत यांची तर गोष्टच सोडा; पण इतर लहान-मोठे पत्रकारही निर्भय होते, स्वाभिमानी होते आणि पत्रकारितेच्या कर्तव्यासाठी त्यांनी अतुल असा स्वार्थत्याग केला. त्यामानानं बाबूराव कात्रे यांनी पत्रकारितेसाठी काय केले? उलट, माजी मंत्री कन्नमवार यांनी त्यांना तुरुंगात घातले, तेव्हा एका दुसऱ्या मंत्र्याच्या पाया पडून त्यांनी आपली सुटका करून घेतली. तुरुंगवासाची कात्र्यांना सदैव भीती वाटायची. वृत्तपत्रकारितेचा पवित्र धंदा त्यांनी अत्यंत हलक्या पातळीवर आणून ठेवला. तीच गोष्ट त्यांच्या तथाकथित वक्तृत्वाची. शिवराळपणा, बीभत्सपणा आणि हलके-फुलके गलिच्छ विनोद सांगून ते लोकांकडून टाळ्या मिळवीत. 'टवाळा आवडे विनोद' हे लक्षात घेऊनच लोकप्रियतेसाठी त्यांनी लोकांची रुची बिघडवली. प्रत्येकाची उपयुक्तता असते, तशी प्राचार्यांची थोडी-फार उपयुक्तता होती. पण मला जर विचाराल, तर महाराष्ट्रात वृत्तपत्रांचा दर्जा किंवा वक्तृत्वाचा दर्जा कुणी खालती आणला असेल; तर तो प्राचार्यांनीच. न. का. घारपुरे, मा. का. देशपांडे, श्री. के. क्षीरसागर, आरती प्रभू, उद्धव शेळके, भाऊ पाध्ये यांसारख्या सामान्य गरीब माणसांना, त्यांच्याजवळ प्रतिकाराचं शस्त्र नाही म्हणून प्राचार्यांनी झोडपून काढले. पण झुंजार माणसापुढे हेच प्राचार्य कसे नम्र असत, हे आम्ही डोळ्यांनी पाहिलं आहे. स्वत: गलिच्छ, अमंगळ भाषा लिहिण्यासाठी प्रसिद्ध असणारे प्राचार्य कात्रे यांनी पुरुषोत्तम भास्कर भाव्यांवर, त्यांनी गलिच्छ लेखन लिहून आपली बदनामी केली, असा खटला भरला होता. तो खटला तडजोडीने मिटला, असं लोकांना वाटतं. पण खरी गोष्ट अशी नाही. प्राचार्य कात्र्यांचे किती स्त्रियांशी संबंध होते, किती तरुण मुलींना त्यांनी फसविले, किती पैशांचा

अपहार केला आणि त्यांची बायको त्यांच्याबरोबर का नांदत नाही, या गोष्टी जेव्हा पुरुषोत्तम भास्कर भावे यांनी कोर्टासमोर सादर केल्या; तेव्हा प्राचार्यांचेच धाबे दणाणले...!''

शोकसभेला विपरीत अशा तऱ्हेने न. र. फाटकांचे हे भाषण ऐकत असतानाच लोकांचा संताप जागा होऊ लागला होता. एवढ्यात कुणी तरी 'या फाटक्याला जोड्याने माराऽऽ' असे मोठ्याने उभे राहून सांगितले. त्याबरोबर अस्वस्थ झालेल्या समाजाने खरोखरीच व्यासपीठावर वहाणा-जोड्यांचा वर्षाव केला. त्यांतील चार-दोन जोडे फाटकांना लागले आणि त्याचबरोबर इतर वक्त्यांनाही लागले. त्या क्षणीच व्यासपीठावरील वक्ते आपापल्या खुर्च्या सोडून रंगपटाकडे पळत जाऊ लागले. साहित्य संघाच्या कार्यकर्त्यांनी प्रसंग ओळखून फाटकांना धरून नेऊन जबरदस्तीने एका बंद खोलीत डांबून टाकले. कुणी तरी तेवढ्यात पोलिसांनाही फोन केला असावा. जमावाचा गिल्ला वाढत होता. रंगपटात श्रोते घुसले होते आणि मोठाच अनवस्था प्रसंग येणार अशी, परिस्थिती निर्माण झाली होती. गिरगाव पोलीस स्टेशन जवळच आहे, म्हणून पोलिसांची कुमक काही अघटित घडण्यापूर्वीच येऊन पोचली आणि न. र. फाटक व रंगमंदिराची मालमता यांचा बचाव झाला; नाही तर काहीही भयंकर घडण्याची शक्यता होती. शोकप्रस्ताव मंजूर झाल्याशिवाय विसर्जित करावी लागली, अशी ही बहुतांशी महाराष्ट्रातील पहिलीच सभा असावी. पोलिसांनी अतिशय तत्परतेने परिस्थिती हाताळून रंगमंदिर खाली केले. एवढेच नव्हे, रंगमंदिराच्या बाहेरील लोकांचीही पांगापांग केली. तासा-दीड तासानंतर पोलिसांनी खास संरक्षणात न. र. फाटकांना घरी पोचविले आणि घराभोवतीही पोलीस बंदोबस्त ठेवला. झालं हे फार अनुचित झालं, असाच सर्व उपस्थितांचा अभिप्राय आहे. ही अनुचित व अशोभनीय घटना घडली याला कारण न. र. फाटक यांच्यावर प्राचार्यांनी पूर्वी अनेकदा असभ्य प्रकारे टीका केली होती. पण 'मरणांति वैराणि' या सूत्राचा अवलंब न केल्याने फाटक यांच्यावर हा अपमानास्पद प्रसंग ओढवला. त्यांचे बोलणे तर शिष्टाचाराला धरून नव्हतेच; पण त्यांच्या बोलण्यातील तुच्छता अधिक घातक ठरली. हयात असताना प्राचार्यांनी लोकमानसवर आपला प्रभाव ठेवलेलाच होता; पण आपल्या मृत्यूनंतरही त्यांची लोकप्रियता किती आहे, याचे दर्शन काल झाले. झाले ते एका परीने बरेच झाले. लोकमान्य पुरुषांना मानवंदना देण्याऐवजी दुष्ट बुद्धीने आणि कृपण वृत्तीने अनुचित भाषण केले म्हणजे काय होते, याचे दर्शन काल घडले. विद्वान माणसे शहाणी असतातच,

असे नाही.

*

गावोगावच्या नगरपालिकांनी, वृत्तपत्रांनी, सांस्कृतिक संस्थांनी प्राचार्यांना श्रद्धांजली देणारे ठराव पास केले; तर सचिवालयात मंत्र्यांच्या खोलीत एक निराळेच नाट्य घडत होते.

*

उपमंत्री बाबूराव गोरे यांच्या केबिनमध्ये त्यांचे सहकारी मित्र साहेबराव आणि बाळासाहेब बसले होते. ते तिघेही मुख्यमंत्र्यांच्या विरुद्ध गोटातले होते. महाराष्ट्र दैनिकाने या तिघांवर टीकेची तोफ सतत रोखलेली होती आणि त्यांना चेष्टेचा विषय करून सोडले होते. सचिवालय आता खाली झाले होते. क्वचित चार-दोन ठिकाणी कुणी असल्याची खूण म्हणून दिवे प्रकाशत होते. वर्दळ संपलेली होती. बरीच प्रवेशद्वारे बंदही करण्यात आली होती. साहित्य संघातील सभेचा वृत्तांत सचिवालयात पोचलेला होता आणि या खासगी संभाषणात तो विषय निघत होता. बाबूराव जाधव हा विश्वासू चपराशी मद्याचे पेले तिघांना भरून देत होता आणि तिघांच्या रसवंतीला अगदी पूर आला होता. विमान आकाशात गेलेलेच होते! तेवढ्यात साहेबराव म्हणाले, "बरं झालं, हा हलकट मेला ते! नाही तर माझ्यावर मोठी आफत येणार होती. आमच्या जिल्ह्याचा उत्तमराव कदम महाराष्ट्राच्या कचेरीत जाऊन खरी-खोटी माहिती सांगायचा आणि बाबूराव काहीबाही लिहायचे. आता वास्तविक सागाच्या चोरीचा आणि त्यात झालेल्या अफरातफरीचा माझा काही संबंध आहे काय? पण वन खात्याचा मी मंत्री ना! पाच लाख रुपये आणून द्या, नाही तर तुमच्यावर तोफा डागतो, असा त्यानं मला दहा दिवसांपूर्वीच फोन केला होता. आता ही गोष्ट खरी आहे की, पतंगराव आणि जंगल कॉंट्रॅक्टर बाबुमियाँ या दोघांनी चाळीस लाखांचा माल हडप केला. फोन आल्यामुळे मला हे प्रकरण कळलं, म्हणून या प्रकरणातले दहा लाख तरी मला वसूल करता आले. पण मुळात काही हे पैसे मी खाल्ले नव्हते. आता या दहा लाखांतले पाच लाख त्या हरामखोराला काय म्हणून द्यायचे? पण करणार काय? शेवटी तीन लाखांवर सौदा झाला, तेव्हा बाबूराव

थंड झाला. काही उद्योग न करता नुसता पैसा मिळविण्यात त्याचा हातखंडा आहे. आम्हाला पैसे लागतात, ते काय आमच्या संसारासाठी? जिल्ह्याचं राजकारण काय सोपं आहे? किती तरी माणसांना सांभाळावं लागतं. पुढच्या निवडणुकीची तयारी ठेवावी लागते. यांना वाटतं, आमच्या पोराबाळांची धन करण्यासाठी आम्ही पैसे घेतो–हलकट साले! कष्ट करून, रक्ताचं पाणी करून आम्ही माणसं सांभाळायची; सहकारी सोसायट्या चालवायच्या आणि कष्टानं चार पैसे कमवायचे आणि या हरामजाद्या पत्रकारांच्या बोडक्यावर घालायचे.''

"हे तर काहीच नाही, साहेबराव! तीन लाखांत भागलं, हे नशीब समजा! नाही तर तुम्हाला पदरचे चार-पाच लाख द्यावे लागले असते. माझ्यावर भलताच प्रसंग गुदरला. थोडंसं आलं म्हणा वृत्तपत्रात. पण आपण काही या बाबूरावला घाबरलो नाही. आता माणूस आहे, तेव्हा त्याला मोह व्हायचेच. आम्ही काही अगदी गांधी-नेहरू नाहीये! आणि कुणाला माहीत, ते तरी देशाचा कारभार पैसा दिल्या-घेतल्याशिवाय कसा चालवीत होते? त्यांच्यावर लिहायची या भडव्यांची हिंमत नाही. कन्नमवारांच्यावर लिहिलं, तेव्हा कशी हबेलंडी उडाली. कन्नमवारांनी उचलून तुरुंगातच टाकलं की हो! दारू नाही, बाई नाही; तेव्हा तुरुंगात राहणं काय जमतंय याला? मग बाळासाहेब देसाईंचा कासोटा धरून यानं सुटका करून घेतली. आता बाळासाहेब हे यांच्या बैठकीतले मित्र. तेही जागले नसते तर या कात्र्याचे अगदी तीन-तेरा होऊन गेले असते. गांडीत नाही जोर आणि लेकाचे निघतात वाघाच्या शिकारीला! कन्नमवार तसा भला माणूस होता. आता शिकलेला नव्हता आणि त्यामुळे लहान-मोठ्या चुका व्हायच्याच. त्याला या बाबूराव कात्र्यांनी इतके हास्यास्पद बनवून टाकलं; मग त्यानं तरी काय करावं? अहो, मांजरसुद्धा कोंडीत सापडलं की वाघासारखं गुरगुरतंच की! त्यानं दाखविला की नाही तुरुंग?''

"बाबूराव, तुमचं प्रकरण होतं तरी काय?''

"अहो, कसलं प्रकरण! माणूस आहे, तिथं मोह आहेच की हो! दारू-बिरू प्यायलं की, बाई हवीशी वाटते! आता आमच्या बायका अशिक्षित, गावंढळ, आणि पोरंबाळं होऊन अकाली म्हातार्‍या झालेल्या! जरा चुरचुरीत बोलणारी, थोडं कौतुक करणारी अशी तरुण शेलाटी बाई मिळाली; तर कुणाला नको आहे? पण असल्या बायका आमच्या वाट्याला कुठून येणार? आमचं काय त्या कात्र्यासारखं थोडंच आहे? नाटकातल्या सुंदर नट्या, नाटकात काम करायची संधी मिळावी म्हणून त्याच्या दाराशी कुत्र्याप्रमाणे बसलेल्या

असतात. तरुण आणि गोऱ्यागोमट्या लेखिका प्रसिद्धी मिळावी म्हणून आपखुशीनं याच्यापुढं अंग पसरायला तयार असतात. तसा रंगेलपणात म्हणाल, तर आम्ही आणि बाबूराव यात काय फरक आहे? पण बामण आहे, शिकलेला आहे. आपण खेड्यातली माणसं. तिकीट मिळालं, म्हणून आमदार झालो आणि दादांनी कृपा केली, म्हणून मंत्री झालो. दादांनी कृपा काही उगाच केली नाही. चौगुले हा दादाविरोधी गटातला माणूस. तो नको, म्हणून आमची वर्णी लागली... आणि उपमंत्री का होईना, म्हणून मंत्री व्हायला मिळालं. तसं आमच्या जिल्ह्यात आमचं चांगलं चाललंय; इथंच अवघडल्यासारखं वाटतं. पण आमच्या-सारख्याच्या वाट्याला येणार कोण? ग्रामसेविका, नर्सेस- फार तर मास्तरणी आणि त्याही फार गरजू असल्या तर! पण गरजेला काय, तसं कुणीही चालतं म्हणा! नाही तरी गोऱ्या-गोमट्या शहरी बायकात काही दम नसतो.''

''ते मात्र खरं आहे, बरं का! आमचा अनुभव तुमच्यासारखाच–यांचे नखरेच फार. अपेक्षाही मोठ्या. नवऱ्याला नोकरी लावून द्या, भावाला नोकरी लावून द्या, साऱ्या कुटुंबकबिल्याची सोय लावून द्या, आणि मग या आमची सोय पाहणार! त्यापेक्षा आपलं गावाकडं मिळतं, त्याच्यावर संतुष्ट असावं.''

''अहो, पण तुम्ही ती मूळ भानगड सांगतच नाही?''

''तुमचं ठीक आहे, साहेबराव. तुम्ही सचिवालयातल्याच चांगल्या तरुण ब्राह्मण कारकून पोरीला घर करून देऊन चांगली बायकोसारखी सांभाळलीत. साठीला पोचलात पण तुमची खाज काही कमी झाली नाही. आता तुमच्यावर चांगली कोकणस्थ ब्राह्मण, गोरीगोमटी पोरगी कशी काय फिदा झाली, कुणास ठाऊक?''

''हे पाहा, आपल्याला वस्तू नंबरी लागते आणि आपण जवानी शाबूत ठेवली आहे. अहो, कारकून ब्राह्मणाच्या पोरीशी तरी लग्न कारकून ब्राह्मणच करणार ना! मग काय पोरवडा आणि कचेरीत पाट्या टाकायच्या–यात जवानी कुजून जाते. आम्ही आपला खुल्ला व्यवहार करतो. म्हातारपणाला पुरेल अशी तरणी पोरगी होती. घरचं दारिद्र्य, तीन बहिणींची जबाबदारी अन् बापाची नोकरी गेलेली. आपण म्हटलं, बहिणींची लग्नं करून देऊ. बापालाही कुठं तरी सहकारी सोसायटीत चिकटवून टाकू. आपल्या पदरचं काहीच जात नाही. सरकारी खर्चानं सगळी सोय व्हायची. तिला चांगलं घर घेऊन दिलं. राणीच्या तोऱ्यानं गाडीतनं हिंडतेय. कधी पाहिली नाही अशा सुबत्तेत ठेवलीय तिला. तिचीही काही तक्रार नाही. ती म्हणाली, असं रखेलीसारखं मी राहणार नाही.

माझ्याशी लग्न करा. म्हटलं, करून टाकू. आमची बायको तरी काही तक्रार करणार नाही. ब्राह्मणाला बोलावले आणि चांगलं सशास्त्र लग्न करून घेतलं. वर्तमानपत्रांनी काव-काव केली. पण पत्रकार काय, त्यांना घरीच बोलावलं. दारूची-मटणाची फर्स्ट क्लास पार्टी दिली. आता आमची नवी बायको पार्टीत अशा ऐटीनं वावरली की, सगळे पत्रकार चाटच पडले. आहेच म्हणा तशी ती! तिनं सगळ्यांना सांगून टाकलं की, साहेबरावांच्याबरोबर एकदा मी दौऱ्यावर गेले, त्यांची लोकप्रियता आणि त्यांचं काम पाहून मी इतकी खूश झाले की, मी त्यांच्या प्रेमातच पडले. लोक काही का म्हणेनात; मीच त्यांना विचारलं, माझ्याशी लग्न करता काय? साहेबरावांनी माझा स्वीकार केला आणि मला मोठी धन्यता वाटली. तसं साहेबरावांच्यात काय कमी आहे? कुणा तरी कारकुनाशी लग्न करून, ओल असलेल्या जागेत संसार करण्यापेक्षा साहेबरावांसारख्या कर्तबगार पुरुषाची पत्नी म्हणवून घेण्यात मला धन्यता वाटते. पत्रकार चांगले झिंगलेले होते. त्यांनी उलट-सुलट प्रश्न विचारले; पण तिनं इतक्या धीटपणानं सर्वांना उत्तरं दिली की, जाताना सगळ्यांनी आमच्या नववैवाहिक आयुष्याला शुभेच्छा दिल्या. आता बघा आपणच थोडं निर्लज्जपणानं सगळं सांगितलं की, कोणी काय आपलं वाकडं करू शकत नाही. त्या काऱ्याला एकदा दारू प्यायला बोलावलं होतं. आमच्या नव्या बायकोनं तो आल्या आल्या त्याला अगदी ब्राह्मणी पद्धतीनं वाकून नमस्कार केला. तशी आमची बायको चतुर आहे. चांगलं नऊवारी पायघोळ लुगडं नेसून, भलामोठा कुंकवाचा टिळा लावून तिनं मोठ्या आदबीनं केलेला नमस्कार पाहून भटुरडा विरघळला आणि आशीर्वाद देऊन मोकळा झाला. हे असंच असतं बघा. घाबरायचं नाही. आपल्याला हवं ते चांगलं खुल्लेपणानं करायचं. आता तेवढ्यात काऱ्यांनी माझ्या बायकोच्या पाठीवर आशीर्वाद देताना हात फिरवून घेतला. हलकट लेकाचा! मनातनं अगदी चडफडला असेल. पण करतो काय? आमचं जाऊ द्या हो. तुमचं काही सांगितलंच नाहीत तुम्ही अजून?''

''काय सांगण्यासारखं विशेष नाही हा! आमचा भाग जरा मागासलेला आहे. तुमच्यासारखं आम्हाला असं खुल्लंखुल्ला करता येत नाही. एकदा थेरगावच्या वार्षिक समारंभला पाहुणा म्हणून मी गेलो. तिथं मी एका शिक्षिकेला पाहिलं. चुणचुणीत, हसतमुख, शेलाटी अशा त्या मास्तरणीला पाहून आमच्या तोंडाला पाणी सुटलं. आम्ही आपलं सहज म्हणालो रोजच्या बैठकीत की, ती मास्तरीण आपल्याला पसंत आहे. आमचा उजवा हात संपतराव माने यानं ते

एवढं मनावर घेतलं आणि दुसऱ्या दिवशी रात्री डाकबंगल्यावर मास्तरणीला धरूनच आणली. थोडी जबरदस्ती करावी लागली. ती तर करावी लागतेच म्हणा; पण आपलं तेवढ्यात साधून घेतलं. पुढचा-मागचा विचार कोण करतोय अशा वेळी? पोरगी मात्र होती छान! प्रतिकार केल्यामुळे तर विशेष मजा आली. आता आम्ही पैलवान गडी. दिल्या दोन मुस्कटात ठेवून! मग सगळं बिनबोभाट पार पडलं. तोपर्यंत त्या बाईची जातसुद्धा मला माहीत नव्हती. दुसरे दिवशी बोंब झाली. तेव्हा कळलं की, ती बी. सीतली आहे. म्हणजे मग प्रकरण महाग पडणार. अहो, निमित्तालाच टेकलेले असतात ते लोक. मग आम्हीही डाव लढवला. मी मुंबईहून कांबळेला बोलावून घेतलं. कांबळे आपल्या ऐकण्यातला माणूस. दरमहा आपणच त्याचा खर्च चालवतो ना? त्याला सगळं समजावून सांगितलं की–असं काही घडलंय, तेव्हा काय करायचं ते बघ. गुपचूप मिटलं पाहिजे हे सगळं प्रकरण. कांबळे तसा धडाडीचा आणि उपयोगी माणूस. त्यानं काय केलं, कुणास ठाऊक? पहिल्यांदा त्या बाईनंच बोंब ठोकली, त्यामुळे वर्तमानपत्रांनी गदारोळ केला होता. त्यामुळे जरा जड गेलं. तिचं तोंड तर त्यानं मिटविलंच; जातवाल्यांचंही समाधान केलं आणि तिनंच उलट वर्तमानपत्रांना बदनामी केल्याच्या नोटिसा दिल्या. मग मात्र वर्तमानपत्रवाले हादरले. त्यांनी जंग-जंग पछाडलं, पण तिनं एकच धोषा कायम ठेवला– साहेब माझ्या थोरल्या भावासारखे आहेत. त्यांना राजकारणातून उठविण्यासाठी वृत्तपत्रांनी हा कट केलाय. सगळ्या वृत्तपत्रांना मुकाट माफ्या मागाव्या लागल्या. बाबूरावांनी काही माफी मागितली नाही; पण मीही फार ओढून धरायचं नाही, असं ठरवलं. लोकसत्तेच्या संपादकाला फोन करून कात्र्याविरुद्ध लेख मात्र मी लिहायला लावला. अंगावर शेकत होतं, पण शेपटावर निभून गेलं. पाच-पंचवीस हजार रुपये खर्च झाला, त्याचं एवढंसं काही मोठं नाही. त्या बाईची हेडमास्तरीण म्हणून जरा दूरवर बदली केली. आता तिचं लग्नही झालंय, असं ऐकतोय. सुटलो एकदाचा!''

*

अनंतराव काणे यांच्या घरी आज साहित्य व्यवसायातील चार लोक जमले होते. अनंतराव काणे हे एक लोभस व्यक्तिमत्त्व होते. सर्वांना ते हवेहवेसे वाटायचे. सभा-संमेलनांत अध्यक्ष म्हणून त्यांना नेहमी बोलविले जाई आणि

तेही प्रसंगाला साजेल असे चुरचुरीत भाषण करून सभेला मोठी गंमत आणायचे. एका सामान्य दर्जाच्या कविता-संग्रहाचे प्रकाशन त्यांच्या हस्ते होते. त्या वेळेस ते म्हणाले होते, "लेखकाची दुर्दम्य हौस आणि प्रकाशकाजवळ असलेला पैसा यांच्या एकत्रीकरणातून ह्या कवितासंग्रहाची निर्मिती झाली आहे." ते दिसायला रुबाबदार होते आणि कुठेही आणि केव्हाही त्यांना बोलवा; त्यांचे प्रसन्न हास्य त्यांच्यासोबत असे. फार थोडे लिहून आपल्या लोकप्रियतेच्या बळावर आणि पुरोगामी समजल्या जाणाऱ्या मित्रांच्या पाठिंब्यावर ते साहित्य संमेलनाचे अध्यक्षसुद्धा होऊन गेले. अनंतराव हे प्राचार्य कात्रेंच्या नेहमीच्या बैठकीतलेच होते. ज्यांच्यावर प्राचार्यांनी लेखणीचा प्रहार केला नाही, असे जे थोडे लोक महाराष्ट्रात आहेत; त्यांत अनंतरावांचे नाव अग्रभागी होते. अनंतराव असे एक गृहस्थ होते की, जे आपल्या मिश्कील स्वभावाने बाबूराव ऊर्फ नरहर विष्णू कात्रे या बलदंड माणसाची खुशाल चेष्टा करीत. पण त्यात निर्व्याजपणा होता. बाबूरावांनाही काणे आवडायचे. याचे कारण एक तर अनंतराव हे अजातशत्रू होते आणि कोणत्याही विषयावर बाबूराव सांगतील तेव्हा लिहू शकणारे एक हरहुन्नरी लेखक होते. आठवड्यातून दोन-चार वेळा तरी बाबूरावांच्या महाराष्ट्र भवनात अनंतराव पायधूळ झाडीत. कधी बरोबर हरिभाऊ माटे असत. कधी कोणतीही विदेशी दारू केव्हाही आणून देणारा उंब्रजकर असे; अगदीच खास प्रसंग असला, तर बाबूरावांचे प्रिय पात्र वसुंधरा आणि एक मान्यवर समीक्षक माधवराव वैद्य असत. या सगळ्यांचीच योग्यता बाबूराव स्वत: जाणून होते. ही माणसे आपल्या व्यवसायाला उपयुक्त आहेत, हे तर त्यांनी अनुभवाने ओळखलेलेच होते; पण त्याहीपेक्षा संगतीला चांगली आहेत, म्हणून या सर्वांचा प्रवेश बाबूरावांच्या संध्यावंदनाच्या कार्यक्रमात होत असे. ह्या बैठकीत बहुधा बाबूराव एकटेच बोलायचे, अनंतराव अधूनमधून बोलायचे; पण गरज असल्याशिवाय माधवराव मात्र एक शब्दसुद्धा बोलायचे नाहीत. माधवरावांना लोक साहित्यातला फौजदार म्हणत. म्हणजे, साहित्यात जे काही चौर्यकर्म चालते, त्याच्यावर त्यांची देखरेख असे. बाबूरावांची आणि माधवरावांची मैत्री होण्याचे कारण म्हणजे दोघांचेही वाचनावरील अफाट प्रेम. बाबूरावांना वेळ असला आणि चांगली कंपनी हवी असली, की त्यांच्या खास मित्रांची बैठक व्हायची आणि प्रत्येकाला न्यायला-आणायला बाबूराव गाडी पाठवायचे. बाबूराव कुणावर हल्ला करतील, याचा काही नेम नसल्यामुळे एकंदरीतच साहित्य-वर्तुळात त्यांचा धाक होता. पण असे काही लिहिण्यापूर्वी त्या मद्याच्या मैफलीत

त्याची चर्चा होत असे. तुमची भूमिका चूक आहे, असे बाबूरावांच्या समोर बोलण्याची तर कुणाची ताकद नव्हती. अशा वेळेला माधवराव, अनंतराव, हरिभाऊ ह्यांसारखी साहित्यजगतात वावरणारी माणसे बाबूराव ज्याच्यावर लिहिण्याची भाषा बोलत असत, त्याला सूचना देत आणि तो सरळ बाबूरावांच्या घरी येऊन त्यांच्या पायावर डोके ठेवून चुकीची कबुली देई. अशा कित्येक लोकांची अब्रू या लोकांनी वाचविली होती. कारण शरणागताला बाबूरावांचे नेहमीच अभय असे. स्वजातीचा किंवा आपल्या तालुक्यातला कुणी लेखक असला म्हणजे, बाबूराव त्याच्या टुकार पुस्तकाचीसुद्धा एवढी स्तुती करीत की, तो सामान्य लेखकसुद्धा प्रसिद्धीच्या शिखरावर पोहोचे. त्याचप्रमाणे बाबूरावांची प्रस्तावना मागितली, सल्ला विचारला आणि बाबूरावांसारख्या सम्राटाला मुजरा केला; म्हणजेही बाबूरावांची कृपा होई. बाबूरावांची अवकृपा झाल्यामुळे पुष्कळ लेखक झोडपले गेले, तसेच कृपा केल्यामुळे पुष्कळ लेखकांचे नशीब फळफळले. बाबूरावांच्या शक्तीपुढे नमणाऱ्याला महाराष्ट्र वृत्तपत्रातून प्रसिद्धी तर लाभेच, त्याशिवाय बाबूरावांची लायब्ररी त्याला खुली असे. बाबूरावांची बहुतेक वेळेस ग्रंथ पुरस्कार देणाऱ्या समितीत वट असे. कृपेस पात्र झालेल्या लेखकांपैकी काहींना तरी ते बक्षिसे मिळवून देत.

हे सर्व राजकारण बाबूरावांच्या संध्याकाळच्या किंवा कधी कधी उत्तररात्रीच्या संध्यावंदनाच्या, म्हणजेच मद्याच्या मैफलीत चाले. बाबूराव गोष्टीवेल्हाळ होते. त्यांची स्मरणशक्ती तल्लख होती. लहान-मोठ्या ऐकलेल्या, वाचलेल्या विक्षिप्त हकिगती त्या आपल्याच म्हणून सभा-संमेलनांतून सांगत असत आणि सांगणाऱ्यालासुद्धा वाटे की बाबूरावांनीच आपल्याला ही गोष्ट आधी सांगितली असली पाहिजे. बाबूरावांच्या भाषणाचे यश मुख्यत्वेकरून त्यांनी स्मरणशक्तीत साठवून ठेवलेल्या या लहान-मोठ्या हकिगतींवरच अवलंबून असे. वादाच्या वेळेस भर सभेत किंवा संमेलनात ते भल्याभल्यांची अशी फजिती करून टाकीत, की, बरेच दिवस ती आठवण लोकांच्या मनात घर करून राही. संयुक्त महाराष्ट्राच्या वेळेस 'संयुक्त महाराष्ट्र झालाच पाहिजे', 'महाराष्ट्राला न्याय मिळालाच पाहिजे', अशा तऱ्हेचा एक आक्रमक आवेश त्यांच्या बोलण्यात असे. त्या आक्रमकतेची चेष्टा करण्यासाठी तत्कालीन मुख्यमंत्री यशवंतराव चव्हाण एका सभेत बाबूरावांना उद्देशून म्हणाले, ''बाबूराव आमचे मित्र आहेत. पण ते फार एकांतिक बोलतात. झालाच पाहिजे, केलाच पाहिजे, ठोकलेच पाहिजे–असे त्यांच्या बोलण्यात सारखे चकार येतात. त्यांना चकाराचे इतकं वेड का आहे,

कुणास ठाऊक?'' यावर बाबूराव उठून म्हणाले, ''यशवंतरावाजींना चकाराचे महत्त्व माहीत नाही; आश्चर्यच आहे! त्यांच्या चव्हाण या नावातून च काढून टाकला, म्हणजे काय उरते?'' त्यांच्या या उद्गाराबरोबर ती सभाच त्यांच्या ताब्यात आली. या कोटीबाज आणि प्रसंगावधानी बोलण्यामुळे त्यांनी सभेचे रूपच बदलून टाकलेले असे.

एकदा बेळगावात महाराष्ट्र एकीकरण समितीच्या बैठकीसाठी बाबूराव कात्रे गेले होते. तेव्हा निजलिंगप्पा हे त्या वेळचे कर्नाटकचे मुख्यमंत्री होते. बेळगाववर आपला हक्क आहे, हे सांगताना ते म्हणाले, ''बेळगाव म्हणजे बेलग्राम आणि या बेलाचे कानडी रूप 'बेळ' असे आहे. ज्याच्या नावात कानडी शब्द आहे, त्याच्यावर कर्नाटकाचा हक्क सांगणे, यात काय चूक आहे?'' त्यावर उत्तर देताना बाबूराव मिस्किलपणे म्हणाले, ''याच पद्धतीने निजलिंगप्पा लंडनवरसुद्धा हक्क सांगू शकतील. कारण त्या दोघांच्याही नावात भलतेच साम्य आहे.'' या त्यांच्या प्रत्युत्तरामुळे कानडी लोक फार संतापले आणि सार्वजनिक सभेत असभ्य उल्लेख केला म्हणून बाबूरावांच्याविरुद्ध त्यांनी गदारोळ केला. त्यावर बाबूराव म्हणाले, ''एखाद्या स्त्रीवर बलात्कार झाला आणि त्या स्त्रीचं वकीलपत्र घेऊन मी कोर्टात उभा राहिलो; तर असभ्यपणा टाळण्यासाठी मी असं म्हणायचं का की, आरोपीनं हातावर आणि पायावर बलात्कार केला? तेव्हा बलात्कार ज्या ठिकाणी होतो, त्याचा उल्लेख केल्याशिवाय मी केस मांडणारच कशी? स्त्रीच्या एखाद्या गुप्त अवयवाचा उल्लेख करू नये, हा शिष्टाचार आहे. पण आरोपीने बलात्कार कसा केला, हे कोर्टाला सांगताना मी असं म्हणायचं का की, आरोपीनं नको त्या ठिकाणी स्पर्श केला? सभेची सभ्यता मला शिकवू नका. मी तुम्हा सर्वांचा बाप आहे आणि मराठी भाषेचा शिवाजी आहे. 'खटासी असावे खट आणि उद्धटासी उद्धट' हे आम्हाला रामदासांनीच शिकविले आहे. तुम्ही आमच्याशी सभ्यपणाने वागा आम्ही तुमच्याशी सभ्यपणे वागू. तुम्ही मराठी माणसांची डोकी फोडू नका, म्हणजे आम्ही कानडी माणसाचं मस्तक कुरवाळू. पण तुमची शिष्टाचाराची कल्पना मोठी अजब दिसते. महाराष्ट्र स्त्रीचं तुम्ही वस्त्रहरण करायचं आणि शिष्टाचाराचा भंग होतो म्हणून आम्ही काय डोळे मिटून घ्यायचे? खड्ड्यात गेला तो तुमचा शिष्टाचार!''

एकदा काका गाडगीळांचे सुपुत्र विठ्ठल गाडगीळ हे बाबूराव अध्यक्ष असलेल्या सभेत म्हणाले, ''बाबूराव फार अतिशयोक्ती करतात.'' आपले अध्यक्षीय भाषण करताना बाबूराव उभे राहिले आणि म्हणाले, ''आमचे मित्र

विठ्ठल नरहर गाडगीळ म्हणाले, मी अतिशयोक्ती करतो. काय हो, विठ्ठल नरहर गाडगीळ असा आता मी जो तुमचा उल्लेख करतोय, त्यात अतिशयोक्ती नाही ना? असेल, तर सांगा; म्हणजे चूक दुरुस्त करतो. बोलता-बोलता तुमच्या वडिलांचे नाव मी अतिशयोक्तीनं तर सांगितलं नाही ना? अतिशयोक्ती झाली असेल, तर आमची चूक आत्ताच्या आता दुरुस्त करतो. नाही तरी कुणाचा बाप कोण, हे आपण तरी नक्की कसे काय सांगणार?'' त्या वाक्याचा अर्थ लक्षात येऊन हास्याचा स्फोट झाला.

बाबूरावांच्या मृत्यूमुळे व्यथित झालेले हे त्यांच्या मित्रांचे टोळके आज खिन्न मनाने अनंतरावांच्या घरी एकत्र आले होते. बाबूरावांच्या अनेक आठवणी इथे निघत होत्या–चांगल्या आणि वाईट. हरिभाऊ आणि बाबूराव तर चित्रपटव्यवसायात भागीदार होते. चित्रपटाचा मोठा संसार त्यांनी उभा केला होता. युद्धामुळे सगळे अंदाज चुकले आणि चित्रपटव्यवसाय तोट्यात गेला. बाबूराव आणि हरिभाऊ–दोघेही खंक झाले. रॉ फिल्म दुर्मिळ असल्यामुळे ज्यांच्या नावाने चित्रपटनिर्मिती होत होती, त्यांनाच फक्त सरकारने लायसन्स दिली. ही लायसन्से विकून चांगले पैसे कमावण्याची संधी आली आणि बाबूरावांनी तिचा लाभ उठविला. हरिभाऊंना काही कल्पना न देता त्यांच्या खोट्या सह्या करून बाबूरावांनी ते पैसे खिशात घातले. हरिभाऊंच्या एका हितचिंतकाने ही गोष्ट हरिभाऊंच्या कानावर घातली. हरिभाऊंनी सरळ सॉलिसिटरमार्फत 'बाबूरावांनी फोर्जरी केली आहे', अशी नोटीस बाबूरावांना दिली. त्याबरोबर बाबूरावांचे धाबे दणाणले. जणू काही घडलेच नाही, असे दाखवीत बाबूराव हरिभाऊंच्या घरी गेले आणि म्हणाले, ''हरिभाऊ, तुमचा माझा किती वर्षांचा जवळिकीचा स्नेह! तुम्ही मला नोटीस देऊन, खटला भरून काय तुरुंगात घालणार? तुमचे पैसे मी देणारच होतो. व्यवहाराची जरा घाई झाली, ताबडतोब निर्णय घेणं भाग होतं; म्हणून मित्रत्वाच्या भरवशावर मी व्यवहार पुरा करून टाकला. थोडं थांबला असतात, तर पैसे मी देणारच होतो. हे काय आणलेलेच आहेत–''

हरिभाऊ काहीच बोलले नव्हते. कारण त्यांना माहीत होते की, बाबूरावांना असल्या कडक्या अवस्थेत चाप लावला, म्हणूनच हे पैसे मिळत आहेत; एरवी बाबूरावांनी आपल्याला सहज बनवलं असतं. पाच-पंचवीस हजार कमी मिळाले, पण लाख दीड-लाख रुपयांची रक्कमही काही कमी नव्हती. हरिभाऊंनाही पुष्कळ देणेकरी होतेच. तेवढा ताण कमी होणार होता. पण एवढे घडूनसुद्धा

हरिभाऊ आणि बाबूराव यांची आधी अडखळत, पण नंतर पूर्वीप्रमाणेच मैत्री चालू राहिली.

आज गप्पांच्या ओघात याही आठवणी निघाल्या. तेव्हा हरिभाऊ म्हणाले, "बाबूरावांना शब्दांत पकडणे महाकठीण आहे. कधी कधी ते दैत्य होत. तर कधी कधी लहान मुलापेक्षाही ते भाबडे होत. एकदा आम्ही दोघे अडचणीत होतो, तेव्हाची गोष्ट आहे. आमच्या दोघांच्याहीवर दोनशे रुपयांची डिक्री झाली. आम्ही त्या वेळेला रुपया-दोन रुपयांनादेखील महाग होतो. पण हे दोनशे रुपये भागविले नसते, तर आम्हाला सिव्हिल कोर्टात अडकवून ठेवले असते आणि आमची बेअब्रू झाली असती. मी मोठ्या मुश्किलीने सव्वाशे रुपये गोळा केले. उरलेले बाबूराव जमा करतील, अशी आशा होती. बाबूराव हात हलवीत आले, तेव्हा मी त्यांना सांगितलं, 'आता काही तुरुंगवास टळत नाही हो. मी मोठ्या मुश्किलीनं सव्वाशे गोळा केले. पंचाहत्तर रुपयेदेखील तुम्ही गोळा करू शकला नाहीत? काय बाजारात तुमची पत राहिलीय बघा.' बाबूराव म्हणजे जबर छातीचा माणूस. त्याला उद्याची मुळी चिंताच नसे. ते म्हणाले, "पैशाचं जाऊ द्या हो, मिळतील. आपण जोपर्यंत खालच्या मानेनं वागत नाही तोपर्यंत आपली पत मजबूत आहे. काही घाबरू नका. चला, आपण बाहेर जाऊ, आम्ही खाली आलो. तो बाबूरावांनी टॅक्सीला हात केला. मी त्यांचा हात दाबून म्हणालो, 'अहो, टॅक्सीवर कशाला पैसे खर्च करता?' तेव्हा बाबूराव विक्राळपणे हसून म्हणाले, 'आपल्यासारख्यांनी पायी चालणं बरं दिसतं का? तुम्हीच सांगा, अशानं आपली पत कशी राहील? चला, बसा गाडीत.' आम्ही गाडीत बसलो आणि टॅक्सी ड्रायव्हरला ग्रँड हॉटेलमध्ये गाडी न्यायला त्यांनी सांगितले. मला वाटलं, हॉटेलमध्ये त्यांचा कुणी मित्र उतरला असेल. त्याच्याकडून बहुतांशी बाबूराव पैसे घेणार असतील. पैसे कसे मिळतील, या चिंतेत मी होतो. पण बाबूरावांना चिंता म्हणजे काय, ही गोष्ट माहीतच नव्हती. ते आपली नवी स्वप्ने करण्याच्या नादात मश्गुल होते. नव्या नाटकाची कथानकं ऐकवत होते आणि आम्ही ग्रँड हॉटेलमध्ये पोचलो. टॅक्सीचे पैसे अर्थात मीच दिले. बाबूराव तडक आपले बाररूममध्ये पोचले. तेव्हा मी आश्चर्यचकित होऊन म्हणालो, 'बाबूराव, आपण कोणत्या अडचणीत आहोत, याची कल्पना आहे ना?'

"ते म्हणाले, आहे ना– चांगली कल्पना आहे. पण दोनशे रुपयांची गरज काही सव्वाशे रुपयानी भागत नाही; तेव्हा आजचा दिवस कशाला खराब करायचा? आज तरी आपण दारू पिऊ, मस्त जेवण करू. आणि जमलं तर

दोनशे रुपये कसे मिळवायचे, याची चिंता करू. दारूशिवाय आपले विचारचक्र कामच करीत नाही. काय, कशी आयडिया आहे?''

"मी वैतागाने म्हणालो, 'कसली आयडिया?' ही खड्ड्यात जाण्याची आयडिया आहे.'

"तेव्हा बाबूराव हसून म्हणाले, 'तुम्ही चिंता फार करता बुवा! तुम्ही थोडी दारू घ्या, म्हणजे तुमचा आत्मविश्वास तुम्हाला परत येईल.' ओळखीच्या वेटरनं तोपर्यंत व्हिस्कीचे ग्लास आणून समोर ठेवले होते. मी प्रयत्नपूर्वक जमविलेल्या पैशांची ही विल्हेवाट अशी लागत आहे, हे पाहून खरं तर मला राग आला होता. पण समोर आलेली दारू पाहिल्यानंतर माझा राग निवला. दारूचा तो पेग पोटात गेल्यावर बाबूराव म्हणाले, 'हरिभाऊ, तुमच्यामुळे मला श्रीमंत कसं व्हायचं, याचा अगदी सोपा मार्ग सापडलाय. वाटेल तेव्हा हुंडी काढायची ती हुंडी भरण्याची वेळ येईपर्यंत पुन्हा दुसरी हुंडी काढायची आणि हे चक्र असंच चालू ठेवायचं. कष्ट करून, पै-पैसा साचवून कुणी श्रीमंत झाल्याचं तरी ऐकलंयत? लोक अजून आपल्याला पैसे द्यायला उत्सुक आहेत, कारण आपण फिल्म स्टुडिओचे मालक आहोत. आपण मस्तपणे दारू पिऊ. सगळ्या जगाला विसरून जाऊ. मस्त जेवण घेऊ आणि तुमच्या त्या रूपचंद मुलतान्याकडे जाऊन चांगली पाच हजार रुपयांची हुंडी घेऊ. अडीच हजार तुम्ही घ्या, अडीच हजार मी घेतो. महिन्या-दोन महिन्याचा प्रश्न सुटला. हुंडीची वेळ येईल, तेव्हा बघू काय करायचं ते. आकाशच फाटलंय, त्याला ठिगळं कुठं कुठं लावणार? तेव्हा माझं हे अर्थशास्त्र जरा समजून घ्या, आपण जर असे पैशासाठी चिंता करायला लागलो, म्हणजे संपलंच की हो! आपण आपलं असंच मस्तीनं वागायचं. देव काढतो काही तरी रस्ता. तुम्ही निदान मूळचे श्रीमंत तरी होता. मी तर जन्मदरिद्री. एक मास्तरडा. सव्वाशे रुपये मोजून घेणारा एक हेडमास्तर. प्रिन्सिपॉल म्हणवून घेतलं, म्हणून मास्तरकीची कळा कशी जाणार हो? तुमच्यामुळे आलो मी मुंबईत! आपलं काय वाईट झालं? तेव्हा सुधाकर, तुम्ही आता चिंता करायचं सोडा. चिंता करून कुणाचे प्रश्न सुटलेत काय? उलट, चिंतेनं आपली खोपडी खलास होईल. अहो, तुम्ही-मी मनात आलं तर काय करू शकणार नाही? तुम्ही आजपर्यंत सांभाळलेत, तसे आर्थिक व्यवहार सांभाळा. महाराष्ट्राचा हा ख्यातनाम नाटककार, वक्ता आणि सदोदित प्रसन्न असलेला हा लेखक लाथ मारील तिथं पाणी काढील. आता थोडे दिवस वाईट आहेत म्हणून; नाही तर पाहाच तुम्ही, सारा महाराष्ट्र

आपण गाजवून टाकू.' दोघांचेही विमान चांगले उंच गेले होते. बोलणारा बाबूरावांसारखा माणूस. खरंच की हो, मी सारा वर्तमान विसरलो. या माणसाचा आत्मविश्वास जबरा. तो बोलायला लागला की, सगळं खरं वाटायचं. मोठा मनुष्य.''

''अहो, त्यांच्या मोठेपणाचं मला काय सांगता, हरिभाऊ तुम्ही?'' अनंतराव मद्याचा घोट घेत म्हणाले, ''खरं म्हणजे आपल्या सगळ्यांनाच बाबूराव पुरेपूर माहिती आहेत. पण एका गोष्टीचा मी साक्षी आहे. तेव्हाचे त्यांचे शब्दलाघव पाहून मी अगदी थक्क झालो. प्रसंग असा होता की, बाई त्या वेळेस त्यांना सोडून गेलेल्या होत्या. त्यांची भांडणे तर आपण पाहिलेलीच आहेत. दारू पोटात गेल्यावर बाबूराव तिला पांढरी पाल म्हणायचे. म्हणजे हिच्यामुळे जसे भाग्य आले तसे हिच्यामुळे भाग्य गेले म्हणायचे. मी हिला चित्रपटात आणली, नायिका केली, राष्ट्रपती पुरस्कार मिळवून दिला. खरं म्हणजे, हिनं माझ्याशी बेईमान होण्यांच काही कारणच नव्हतं; पण घर सोडलेली बाई एका झऱ्याच्या पाण्यावर संतुष्ट होत नाही. आता विनायक इनामदार माझा मित्र–थिऑसॉफिस्ट. मोठ्या विश्वासानं मी त्याला डायरेक्शनचं काम दिलं, पण यानं तारिणीशी सूत जमवलं. रेडहँडेड पकडलं, तेव्हा लाथ मारून घरातून हाकलून दिली. बरं, हा विनायक इनामदार तिला सांभाळणार होता थोडाच? मग मला भलभलत्या ठिकाणी गाठून ती दम द्यायला लागली. तुम्ही मला लुटलंत, सिनेमात मी एवढे पैसे मिळविले ते सारे तुम्ही दारू-रांडांत उधळलेत, असं जेव्हा ती म्हणाली, तेव्हा मात्र बाबूरावांचं डोकं फिरलं. त्यांनी तिला बेदम पिटून काढली. बरेच दिवस तारिणी मुंबईबाहेर होती. कुणी म्हणतात, ती देवासला होती, कुणी म्हणतात ती मथुरेला होती, कुणी म्हणतात ती माहेरी जाऊन राहिली. बाबूरावांना तिची आठवण यायची. तशी ती दहा-पंधरा वर्षे त्यांच्याबरोबर राहत होती. कधी कधी रात्री ते रडायचे. एके काळी तारिणी त्यांच्यावर फिदा झाली होती आणि तेही तिच्यावर फिदा झाले होते. पुढे दिवस फिरले. पैसा संपून गेला. दोन वेळ जेवायची भ्रांत निर्माण झाली. बाबूराव आपली सोय बाहेर करीत आणि दिवस निभावून नेत, पण तारिणीची मात्र खरोखर पंचाईत झाली. त्या काळातच तिचं दुसऱ्याशी नाव जोडलं जाऊ लागलं. तारिणी ही जशी अ‍ॅसेट होती तशी लाएबिलिटीही होती. किती झालं तरी ती प्रथितयश नटी होती. आता वय झालं म्हणून तिचा भाव ओसरला असेल, पण लौकिकानुसार तिला वागणं भागच होतं. बाबूरावांनी तर तिला अन्न-वस्त्राला महाग करून ठेवली होती. फारच झालं, तेव्हा तारिणीबाई निघून

गेली. मध्यंतरीच्या काळात तिच्या नावावर जे दोन प्लॉट होते, ते बाबूरावांनी त्यांच्याजवळ असलेल्या पॉवर ऑफ अॅटर्नीच्या जोरावर विकून टाकले. खरं तर तिचा तो शेवटचा आधार होता; तोही बाबूरावांनी काढून घेतला. तिनं खूप पत्रं लिहिली, रजिस्टर नोटिसा दिल्या; परंतु बाबूरावांनी कशाला दाद दिली नाही. आम्ही दोघेही दिल्लीला साहित्य अॅकॅडमीच्या मीटिंगसाठी गेलो होतो. रात्रीच्या गाडीनं आम्ही परतायला निघालो. बाबूरावांचं काम नेहमी चोख असे. दारू, बर्फ, सोडा हे जसं व्यवस्थित आणलेलं होतं; तसंच उत्तम जेवणही त्यांनी बांधून घेतलं होतं. हास्यविनोदांत रात्र चांगली जाणार होती, या विचारानं मी खूश होतो. बाबूरावांनी कुपे रिझर्व्ह केला होता, त्यामुळे कसलाही व्यत्यय नव्हता. खिशात पैसे असले की, बाबूराव कद्रूपणा कधी करायचे नाहीत. गाडी अजून सुटायची होती; पण आम्ही मद्याची जमवाजमव करीत मद्य घेणार, तोच दरवाज्यावर टक्‌टक्‌ झाली आणि मी दरवाजा उघडला, तर एक छोटी बॅग घेऊन तारिणी बाहेर उभी. मी चकित झालो, म्हणजे, मी तारिणीबाईंच्याबरोबर कधी प्रवास केला नव्हता, असं नाही. पण तारिणीचे आणि बाबूरावांचे आजकालचे संबंध लक्षात घेता, ही गाठ-भेट काही सुखाची नाही, हे माझ्या लक्षात आलं. ती आत आली आणि बाबूरावांना म्हणाली, 'येऊ का मी?'

बाबूराव हसत म्हणाले, 'यापूर्वी तरी परवानगी घेऊन तुम्ही कधी आलात, तेव्हा आता परवानगीची गरज लागावी? बसा. अनंतराव, दार लावून घ्या आणि बाईंच्यासाठी एक पेला भरा.'

"ती म्हणाली, 'नको, मला नको.'

"बाबूराव म्हणाले, 'का हो? दारू वगैरे सोडलीत की काय? जोगीण वगैरे बनायचा विचार आहे की काय?'

"त्यावर तारिणी म्हणाली, 'तसा विचार नव्हता, पण तुम्ही माझ्यापुढे दुसरा पर्याय काय ठेवलात? मला अगदी तुम्ही भिकारी करून टाकलंयत. बापाचं घर जिद्दीनं सोडलं. त्याच्या घरी जाऊन तुकडे मोडतेय. तुम्हाला असं वाटत नाही का बाबूराव की, तुम्हाला काही ना काही सुख मी दिलं असेल? त्याची कृतज्ञता म्हणून तरी माझ्या मालकीचे प्लॉट तुम्ही न सांगता विकायला नको होते! निदान तेवढे लाखभर रुपये तरी मला द्या; म्हणजे कुणाचं मिंधेपण न स्वीकारता मला उरलेलं आयुष्य काढता येईल.'

"बाबूराव त्यावर उत्तरले, 'अरे, पण कारणच काय त्याचं? या माझ्या हातांनी मी तुला सिनेमाक्षेत्रात आणलं, मोठी नावा-रूपाची नटी बनवली. आता

मी महात्मा फुल्यांच्यावर चित्रपट काढतोय. अनंतरावच गाणी लिहितायत. काय, खरं आहे की नाही, अनंतराव?'

"मला हो म्हणण्यावाचून गत्यंतरच नव्हतं. वास्तविक, या चित्रपटाबद्दल आमचं बोलणंसुद्धा झालं नव्हतं, पण मला बाबूरावांची बाजू सांभाळायला पाहिजे होतीच. मी म्हणालो, 'माझी गाणी तयार आहेत बुवा. तुम्ही केव्हाही सेटवर जाऊ शकता.'

"बाबूराव म्हणाले, 'कमाल आहे अनंतराव, तुमची. अहो, पुढच्या बुधवारी आपल्या चित्रपटाचा मुहूर्त आहे! आणि बरं का तारिणी, तुला शोधायला मी माणसं पाठविलीच आहेत. बरं झालं, तू भेटलीस. तुला या चित्रपटात महत्त्वाचा–सावित्रीबाई फुले यांचा रोल करावयाचा आहे. तू गेलीस त्या क्षणापासून सारखी तुझी आठवण येतेय. झालं-गेलं आपण विसरून जाऊ. चुका दोघांच्याही हातून झाल्या. अखेर तुझ्यावाचून मला गत नाही आणि माझ्यावाचून तुला गत नाही. आणि हे बघ, आता दिवस फिरलेत. परवा म्हापणकर भेटले होते. आपणहून त्यांनी मला थांबवलं आणि म्हणाले, तुमचा गुरू आता उच्चीचा आहे. हात लावाल त्याचं सोनं. तू बघच आता. पुन्हा पूर्वीचे वैभवाचे दिवस येतील. तुला दागिन्यांनी-साड्यांनी मढवून टाकतो. काय म्हणशील, ते तुला देतो. आपल्याला आता काय कमी नाही. कुठं तरी लाख-पन्नास हजार रुपयांच्या व्याजावर अंधारात जगण्यासाठी तुझा जन्म झालेला नाही. लोक तुला बाबूरावांची म्हणून ओळखतात, हे विसरू नकोस. काही चुका झाल्या, त्या विसरून जा.'

"माझ्याकडे बघून बाबूरावांनी पुन्हा ग्लास भरण्याचा हुकूम केला आणि मी तो पाळला. बाबूरावांनी आपला ग्लास तारिणीच्या अंगावर हात टाकून तिला जवळ ओढीत तिच्या ओठांजवळ नेला आणि तारिणीला मद्य घेण्यावाचून इलाजच राहिला नाही. तिच्या पाठीवर त्यांचा हात फिरत होताच. एखाद्या भारलेल्या झाडाप्रमाणे तिनं तो ग्लास एकदम रिकामा केला.

"बाबूराव खूश होत म्हणाले, 'दॅट्स लाइक अ गुड गर्ल! अगं, हे पाहा–आपण महाराष्ट्रातली मोठी माणसं आहोत. लोकांचं आपल्याकडे लक्ष असतं. मत्सरी लोकांना आपल्यात बेबनाव झाला, तर आनंद वाटतो– पण अनंतरावांसारखे माझे जे दिलदार मित्र आहेत, त्यांनी मात्र मला वेळोवेळी सांगितलं की–बाबूराव, तारिणी म्हणजे भाग्यलक्ष्मी आहे. त्या तुमच्या आयुष्यात पुन्हा आल्याशिवाय तुम्हाला पुन्हा यश लाभणार नाही आणि काय योग आहे पाहा–एखाद्या देवकन्येसारखी तू आता येऊन समोर उभी राहिलीस! आता सारे

प्रश्न संपल्यातच जमा आहेत. पैसे-पैसे काय माझी–लेखणी, तुझं रूप आणि अभिनय यांच्या जोरावर आपण पैशाचा पाऊस पाडू. घे, आपल्या पुनर्मीलनासाठी आणखीन मद्य घे. त्या नारिंगी-किरमिजी रस्त्यावरच आपण आजवर चालत आलो. एकमेकाला साथ दिली. सुख-दु:खं एकत्र भोगली. म्हणून तर मराठीतल्या पहिल्या चित्रपटाला राष्ट्रपतींचं पारितोषिक मिळालं. तू असलीस, तर छपन्न पारितोषिकं मिळवू.'

''हळूहळू मद्याचे पेले रिते होत होते. तारिणीचे डोळेही लकाकू लागले. तीही बाबूरावांच्या स्वप्नातील पायावाटांवरून चालायला लागली. एका खानदानी मराठा सरदार कुटुंबात जन्म पावलेली ही देखणी स्त्री एक संसार मोडून होरपळलेल्या अवस्थेत बाबूरावांच्या आश्रयाला आली होती. तिचं राजसपण, बुद्धीनं श्रीमंत असलेले डोळे, लवलवतं तारुण्य–यामुळे हेडमास्तर असलेला हा भावुक कवी एकदम विरघळला होता. बायको-मुलांना सोडून नवरा-बायकोसारखेच हे दोघे राहिले होते. त्या काळातल्या बाबूरावांच्या उमदेपणावर, कवित्वशक्तीवर ती तरुण स्त्री अगदी भाळली होती. त्या वेळेस बाबूराव नुकतेच कुठे नाटककार म्हणून गाजू लागले होते. आपल्या शाळेत शिक्षिका म्हणून त्यांनी तिला नेमून घेतली आणि त्यांच्या डाव्या हाताचा संसार सुरू झाला. पुण्यात त्यांच्या वागण्याची, राहण्याची फारच चर्चा व्हायला लागली. सगळ्यांच्या नाकावर टिच्चून बाबूराव तिला सभांना बरोबर घेऊन जात. नाही तरी बाबूरावांना थ्रिल हवेच होते. अनायासे त्यांच्या हातात आलेले हे पाखरू, ते थ्रिल त्यांना देत होते. तारिणीचा नवरा अगदीच बावळट होता. नाही तर त्याने मनात आणले असते; तर अनैतिक आणि बेकायदेशीर वर्तणुकीसाठी, डिबॉचेरीसाठी बाबूरावांना शिक्षाच व्हायची. बाबूरावांचे आणि तारिणीचे संबंध अगदी खुल्ले होते. हॉटेलात-डाक बंगल्यात बाबूराव आणि तारिणी खुशाल नवरा-बायको म्हणून राहायची. लोकांच्या नाकावर टिच्चून आपण हवं ते करतो, यात बाबूरावांना अभिमान वाटायचा. पण असे हे पुण्यासारख्या गावात फार दिवस चालण्यासारखे नव्हते. शाळेतल्या त्यांच्या वागण्याचा गवगवाही फार झाला होता. 'हेडमास्तरच्या खोलीत छपरी पलंग!' या नावाचा अग्रलेखही पुण्याच्या दैनिकात आला होता. बाबूरावांच्या वाटेला जायचं म्हणजे लोकांना भीती वाटायची, म्हणून त्यांच्याविरुद्ध एवढा गदारोळ होऊनसुद्धा त्यांची नोकरी शाबूत होती. त्याच सुमारास मुंबईत येण्याचे हरिभाऊंचे निमंत्रण आले आणि बाबूरावांनी संस्थेचा राजीनामा दिला आणि मुंबईत तारिणीला घेऊन आपले बिऱ्हाड केले.'

“विलायतेला जाण्यापूर्वीच बाबूरावांचे लग्न झाले होते. पण ती बायको विलायतेतून परत येण्यापूर्वीच वारली. मग बाबूरावांनी हिंदुस्थानात परतल्यानंतर सरकारी नोकरीत असणाऱ्या एका सुविद्य स्त्रीशी लग्न केले. बाबूरावसारख्या भ्रमरवृत्तीच्या माणसाला सपक आणि आळणी जोडीदार बांधून ठेवू शकत नव्हता. तेही लग्न त्या काळात गाजले. 'मुंगळा आणि मुंगी' अशा तऱ्हेचा लेख तेव्हाही वृत्तपत्रांतून प्रसिद्ध झाला. बाबूरावांचा एकूण स्वभाव लक्षात घेऊन बाबूरावांच्या पत्नीनं त्यांचा नाद सोडून दिला आणि ती मुलींना घेऊन बदली झालेल्या गावी जाऊन व्यवस्थित राहू लागली. मग बाबूरावांना रानच मोकळं झालं आणि त्याच सुमारास तारिणी त्यांच्या आयुष्यात आली. संभाषणचतुर, देखणी, सुविद्य, खानदानी अशी ही स्त्री बाबूरावांच्या मनात भरली आणि बाबूरावांनीही बदनामीची पर्वा न करता तिच्याशी घरठाव मांडला.

“मुंबईला आल्यानंतर आणि सिनेमाच्या जगात बाबूरावांच्या भ्रमरवृत्तीला अनेक फाटे फुटत गेले. बाबूरावांच्या सैल वर्तणुकीचा बोभाटा सर्वत्र होत असतानासुद्धा मानसन्मान, लौकिक, यश आणि संपत्ती यांचा ओघ चोहोकडून चालू असल्यामुळे तारिणीने त्यांच्या वागण्याबाबत फारशी कुरकुर केली नाही. एकदा दुसऱ्याच्या शिवारात जाऊन चरायची चटक लागलेल्या बैलाला रोज नवी नवी हिरवीगार शिवारे निमंत्रणे धाडणारच आणि तोही मस्तवाल बैल, त्या नव्या गवताच्या लोभाने तिथे कडमडणारच. बाबूरावांचे स्त्रियांचे विश्व वाढत चालले. कुरबुरी होत, पण आपल्या शब्दलाघवावर बाबूराव त्या कुरबुरी संपवून टाकीत. खरे म्हणजे, आता सर्वस्व गमावलेल्या या प्रतिभासंपन्न पुरुषाजवळ शब्दाशिवाय काही उरलेले नव्हते. त्याला जाब विचारायला म्हणून आलेली तारिणीसुद्धा हळूहळू विरघळली. इतकी वर्षं बाबूरावांच्या सहवासात मी काढली आणि एक गोष्ट माझ्या लक्षात आली. ती म्हणजे, बाबूरावांशी वाद करायचा असेल, तर दुसरी कोणतीही गोष्ट त्यांना वादात आणून देता कामा नये. पण एकदा का आपण बाबूरावांना बोलू दिले आणि त्यांनी शब्दांचे मायाजाल उभे केले की, मात्र तुमची सुटका नाही. जाब विचारायला आलेली तारिणी–माझं जे लुटलंत, त्यातले काही तरी परत द्या–अशी केविलवाणेपणाने विनंती करायला आलेली तारिणी– बघता-बघता बदलली. माझे दुर्लक्ष आहे, असे दाखवत होतो. पण मी असून नसल्यासारखाच होतो. बरे, माझ्या बाबतीत हा पहिलाच प्रसंग होता, असेही नाही. बाबूराव तारिणीला आंजारत होते, गोंजारत होते, बिलगत होते. एवढेच नव्हे, तर तिचे मुकेही घेत होते. किती झाले तरी एक

परपुरुष बसलेला आहे, याची लाज दोघांनाही उरलेली नव्हती. महात्मा फुले यांच्या चित्रपटाचा रौप्यमहोत्सव कसा होईल, त्यात पाच-पन्नास लाख रुपये कसे मिळतील आणि त्यात सर्वांचेच दारिद्र्य कसे धुऊन जाईल, या बाबूरावांच्या स्वप्नात तारिणीही सामील झाली होती. हे माझ्या डोळ्यांसमोर घडत होते. यातले काहीही खरे नव्हते; पण खरे वाटावे इतके सुंदर होते. शब्दांनी वाकून मुजरा करावा; असा शब्दांचा एक राजा एका मानवी देहावर रोमांचाची फुले निर्माण करीत होता. आपल्याला गजाननमहाराजांनी कसा आशीर्वाद दिला आणि सांगितले की, सिद्धीचा क्षण जवळ आला आहे, हे सांगताना तर बाबूरावांच्या डोळ्यांत पाणी आले. मग तारिणीच बाबूरावांची समजूत घालू लागली. त्यांच्या गळ्यात गळे घालून आपल्या चुकांबद्दल क्षमा मागू लागली. बाबूरावांशिवाय दुसऱ्या पुरुषाचा विचार आपल्या मनात आल्याबरोबर देवाने आपल्याला शिक्षा केली, असे म्हणता बाबूरावांचे डोके आपल्या मांडीवर घेऊन ती रडत-रडत त्यांना थोपटू लागली. मी गुपचूप केबिनच्या बाहेर आलो आणि दार लावून घेतले. दुसऱ्या कुठल्या केबिनमध्ये जागा आहे किंवा काय, हे पाहिले. पण बोगी सर्व फुल होती. कंडक्टरच्या सीटवर बसून सारी रात्र मी पेंगत-पेंगत काढली. उघड्या डोळ्यांनी त्या अक्राळविक्राळ पुरुषाचा आणि तारिणीसारख्या कोवळ्या फुलाचा संग पाहणे निदान मला तरी अशक्य होते. वरच्या बर्थवर मी गुपचूप झोपलो असतो; तर बाबूरावांनाच काय, पण तारिणीलाही अवघड वाटले नसते. कारण ती तशी दोघेही लाज कोळून प्यायलेली होती. बाबूरावांनी त्या रात्री हरवलेली शय्या परत प्राप्त करून घेतली होती, यात शंकाच नाही. पुन्हा एक पायाची दासी त्यांच्या सेवेसाठी त्यांच्या जनानखान्यात सामील झाली होती.''

\*

महाराष्ट्र टाइम्सच्या कार्यालयात सुप्रसिद्ध समीक्षक अनंतराव कुलकर्णी, सुप्रसिद्ध कथा-कादंबरीकार पुरुषोत्तम सावे, संपादक गोविंद चळवळकर यांची गप्पाष्टके सुरू होती. आणखीही एक-दोन उपसंपादक त्या गप्पांत सामील झाले होते. अनंतराव कुलकर्णी म्हणाले, ''या बाबूराव कात्र्याचं स्तोम लोकांनी फार वाढवून ठेवलंय. त्याची तथाकथित सगळी नाटकं जशीच्या तशी इंग्रजीतून चोरली आहेत, हे मागे अण्णासाहेबांच्या 'झंकार'मधून मी सप्रमाण सिद्ध केलं

आहे. आजही यांचे महाराष्ट्रातले साहित्यिक अग्रलेख वाचताना हा कोणत्या जुन्या साहित्यिकाच्या साहित्यावर डल्ला मारतो, इकडे माझं लक्ष असतं आणि कुणाचं ना कुणाचं साहित्य वापरल्याशिवाय याला मुळी अग्रलेखच लिहिता येत नाहीत. आता एवढी गोष्ट खरी की, वेळच्या वेळी इकडून-तिकडून गोळा केलेलं साहित्य वापरून तो उत्तम प्रकारे वेळ निभावून नेऊ शकतो. अहो, एकदा तर त्यानं गंमत केली. कवी चंद्रशेखर यांच्या पुण्यतिथीच्या निमित्तानं त्यानं एक अग्रलेख लिहिला. तो वाचून मी चकित झालो. कारण त्यातला दोन-तृतीयांश मजकूर माझाच होता. मी चंद्रशेखर कवींच्यावर एक लेख लिहिला आहे, हे विसरूनसुद्धा गेलो होतो. कारण भटांच्या आग्रहावरून ग्रंथसंग्रहालयात बसून मी तो लेख लिहून दिला आणि कुणी वाचत नाही, अशा 'वागेश्वरी' मासिकात तो प्रसिद्ध झाला होता.

बाबूरावांची शहामत अशी की, माझाच मजकूर वापरून त्यांनी चंद्रशेखर कवीवर लेख लिहिला खरा; पण तो आपलाच आहे असं वाटावं, म्हणून त्यांनी चंद्रशेखरांची आणि आपली गाठ कशी पडली, आपल्या काव्याचं वैशिष्ट्य काय, हे त्यांच्या तोंडून ऐकल्याचं आपल्याला भाग्य कसं लाभलं, हे त्यांनी अगदी गदगदून लिहिलं. अहो, लोकांना वयाचा हिशोब कुठं करता येतो? चंद्रशेखर वारले, तेव्हा बाबूराव पाच वर्षांचा होता आणि खेडेगाव सोडून अजून त्यानं पुणंसुद्धा पाहिलेलं नव्हतं. पण थापा मारण्यात याच्यासारखा वाकबगार मनुष्य नाही. खोलात जाऊन कोण कशाला चौकशी करतं? लोक आपले विश्वास ठेवतात की, ही समकालीन मंडळी असली पाहिजेत आणि ज्या अर्थी खुद्द कविश्रेष्ठ चंद्रशेखरांनीच आपल्या कवितांचं विश्लेषण याला सांगितलंय, तेव्हा हा लेख याचाच असला पाहिजे.''

चळवळकर म्हणाले, ''तुम्ही लोकांनीच या बदमाशाचं स्तोम माजवलंयत. तुम्ही आपला लेख छापून या बाबूरावांची उलट-सुलटी का केली नाहीत? पण तुम्ही भित्रट. बाबूरावांच्या नादी लागलं, तर तो आपली दुसरी अंडी-पिल्ली बाहेर काढेल, म्हणून तुम्ही सगळे जण गप्प बसता; म्हणून हा मनुष्य माजलाय. त्यामुळे हा कुणाचीही छेड काढू शकतो. आता विनोबांच्यावर लिहिण्याची या माणसाची लायकी तरी आहे काय? 'विनोबा की वानरोबा' या लेखात त्यानं किती गलिच्छपणे विनोबांचा उद्धार केला आहे? पण त्याचा साधा निषेधसुद्धा करण्याची हिंमत अख्ख्या महाराष्ट्रात उरलेली नाही. तुम्ही त्यांच्या संयुक्त महाराष्ट्रातील कार्याचं कौतुक करता– मोरारजी देसाई कसेही असोत–नाही

म्हणजे, त्यांचे व माझेही जमलेले नाही; पण म्हणून काय नेहरूंच्या सांगण्यावरून त्यांनी महाराष्ट्रात गोळीबार केला, तसा गुजरातमध्येही केला? हा मनुष्य शिस्तप्रिय आहे, अहंकारी आहे. थोडा हडेलहप्पी करणारा पण आहे. इंग्रजांचा सनदी नोकर होता ना! त्यानं माणसं मारली म्हणून त्याला नराधम म्हणणं काय, नरराक्षस म्हणणं काय किंवा त्याला रक्तपिती होवो, त्याचा निर्वंश होवो–अशा तऱ्हेच्या अगतिक झालेल्या एखाद्या विधवेच्या तळतळाटासारखे गलिच्छ लिहिणं काय– या सर्वांचं तुम्ही कौतुक केलंत तेव्हा! ही काय पत्रकारिता आहे? आता तो माजला आणि आड येणाऱ्या प्रत्येकाला ढुशा देऊ लागला, म्हणून तुम्ही दु:ख व्यक्त करताय. अहो, हा गलिच्छ मनुष्य... आमच्या पुरुषोत्तम साव्यांनी 'वरळीच्या गटारातील डुक्कर' अशी जी त्याची संभावना केली, ती अगदी बरोबर होती.''

''अहो, पण गोविंदराव, हा लेख छापायचं तुम्ही नाकारलं होतंत! शेवटी फारसं कुणी वाचत नसलेल्या एका दैनिकात मला तो छापावा लागला. शौर्याच्या गप्पा तुम्ही सांगू नका. एक मी काय तो या बाबूरावांना पुरून उरलो. कारण त्याच्याच भाषेत त्याला उत्तरं देणं, हे फक्त मलाच शक्य होतं आणि तेवढीच भाषा त्याला समजते.''

''अहो, तुमचा आणि बाबूरावांचा कोर्टात खटला झाला. त्यात अखेर तुम्ही तडजोड केलीतच ना?''

''अरे छट्! असल्या तडजोडी-बिडजोडी मी करीत नाही. मी त्यांची बदनामी केली, म्हणून बाबूरावांनी माझ्यावर खटला भरला. पण मी काही कच्च्या गुरूचा चेला नाही. नागपुरी खाक्या आहे आपला! मी एवढी माहिती जमविली होती की, ती जर कोर्टात आली असती तर बाबूराव आयुष्यातनं उठला असता... अहो, पुण्यात त्यानं तारिणीच्या केलेल्या पहिल्या गर्भपाताची माहिती मी सज्जड पुराव्यानिशी जमा केली. ज्या डॉक्टरांनी हा गर्भपात केला आणि बाबूरावांना सोडविलं; तो जसा बाबूरावांचा मित्र, तसा आमच्याही बैठकीतला होता ना! एके दिवशी दारूच्या बैठकीत त्यानं सगळी हकिगत सांगितली. त्याच्याच आवाजात आम्ही हे सर्व टेप करून घेतलं. शिवाय, त्या मद्याच्या बैठकीत मी एक ऑनररी एक्झिक्युटिव्ह मॅजिस्ट्रेट हजर ठेवला होता. आपल्यासमोर ही हकिगत डॉ. देवांनी समक्ष सांगितली, असा त्यांचा शेराही मी घेऊन ठेवला. अहो, काय काय पुरावे जमविले म्हणून सांगू! मला ती एक नशाच चढली होती. वास्तविक, माझं या हलकट माणसानं काही वाकडं केलं नव्हतं. म्हणजे, त्याची करायची हिंमतही नव्हती. पण स्वा. सावरकर यांच्यावर यानं एक

गलिच्छ लेख लिहिला, तेव्हा मात्र आपलं डोकं खवळलं. कुठं तो हिमालय आणि कुठं ही वरळीची टेकडी! बरं, काही काळ हाच मनुष्य सावरकरांबरोबर लोचटासारखा मागे हिंडायचा. पुढं काँग्रेसमध्ये गेला आणि पुढं आपल्या बापाचंच धोतर फेडायला लागला. एका मागोमाग एक चार लेख असे लिहिले, की, बाबूराव गोंधळून गेले. त्यांना वऱ्हाडी हिसका माहीत नव्हता. आम्हालाही बाई-बाटली काही तशी परिचित नाही, असं नाही. पण आम्ही काही त्याला भूषणं मानली नाहीत. यांनी सगळी पापं करायची, ती करायची. लोकांचे पैसे बुडवायचे आणि स्वतःच्या कर्तबगारीची फुशारकी मारायची. पोरी नासवायच्या आणि प्रतिभासंपन्न माणसांना स्त्रियांची गरज का लागते, याचं तत्त्वज्ञान निर्माण करायची– ही हरामी! जेव्हा का मी पुराव्याचे भारेच्या भारे कोर्टात आणतो आहे असं पाहिलं, तेव्हा बाबूराव हादरले. त्यांनी आमच्या वकिलालाच काही पैसे दिले, असं म्हणतात. आणि मी गैरहजर असलेल्या दिवशी आम्हाला खटला पुढं चालवायचा नाही, असा कोर्टापुढे अर्ज दिला आणि आमच्या वकिलांनी संमती दिली. पण मी काय त्याला तसा स्वस्थ बसू देणार? मी त्या खटल्याची साद्यंत हकिगत पुस्तकरूपानेच प्रसिद्ध केली. तेव्हापासून बाबूराव चुकूनसुद्धा माझ्या वाटेला कधी गेला नाही.''

''हे मात्र खरं आहे बुवा. मराठीतले सगळे लहान-मोठे भुरटे समीक्षक– लेखक यांची फजिती करून हा आपली लोकप्रियता वाढवतो, तरी ही सारी मंडळी बाबूरावांच्या भोवती आरत्या घेऊन उभी असतात; एवढं या बाबूरावाजवळ आहे तरी काय?''

गोल्डफ्लेकचा खोलवर झुरका घेत पुरुषोत्तम सावे म्हणाले, ''त्याच्याजवळ नक्की काही तरी आहेच. इतके शुद्ध प्रासादिक मराठी लिहिणारे तरी कोण आहेत? आमचे गोविंदराव, हेही इंग्रजी वळणाची भाषा लिहितात. बाबूरावच्या इतकी सोपी, सोज्वळ मराठी भाषा लिहिणारे लेखक फार थोडे. त्यांत बाबूरावाचा क्रम फार वरचा आहे, हे लक्षात ठेवा. केवळ गलिच्छ लिहिणाऱ्या माणसाला लोक डोक्यावर घेऊन नाचत नाहीत. पोतदारांच्यावरचा, बापूसाहेब माटेंच्यावरचा– खरं म्हणजे लेख पुष्कळच आहेत– त्या ठिकाणी खरा बाबूराव जाणवतो. फुलांच्यावर, मुलांच्यावर, संतांच्यावर, योग्यांच्यावर लिहिताना बाबूरावांच्या लेखणीला केवड्याचा सुगंध येतो; तेव्हा त्यांना अंडरएस्टिमेट करू नका. मला तो माणूस अजिबात आवडत नाही, पण त्याची ताकद मला माहीत आहे. फडके–खांडेकरांपेक्षा मोठा लेखक होता तो. त्याच्या लोकप्रियतेचं रहस्य तुम्हाला

समजलेलं नाही. अहो, लोकांना जे बोलता येत नाही आणि बोलावंसं वाटतं, ते हा मनुष्य बघता-बघता लिहायचा. मोरारजीबद्दलचं त्याचं लिखाण अभद्र आहे, अशिष्ट आहे, कबूल. पण त्या वेळेस मोरारजीबद्दल लोकांच्या मनात काय भावना होती, याचा विचार करा. म्हणजे ते अभद्र लेखनसुद्धा त्या काळात लोकप्रिय का झाले, याचं रहस्य तुम्हाला कळेल. ज्या माणसानं 'आठ निमकहराम' ही महाराष्ट्रातील मान्यवर लेखकांच्या विरुद्ध लेखमाला लिहिली, ती कोणत्या परिस्थितीत त्यानं लिहिली? संयुक्त महाराष्ट्राच्या चळवळीचा घात करणाऱ्या त्या निमकहरामांच्या विरुद्ध लोकांच्या मनात राग होता आणि तो त्यानं वेळच्या वेळी व्यक्त केला. हीच पत्रकारितेतील गंमत आहे. आपल्याला काय माहिती आहे किंवा लोकांनी काय करायला हवं, असला उपदेश करणाऱ्या पत्रकारांपेक्षा; लोकांच्या मनात काय खदखदतंय, त्याला शब्दरूप देऊ शकणाऱ्या पत्रकारालाच बाबूरावांसारखी लोकप्रियता लाभते. अशी लोकप्रियता उगाच लाभत नाही. आता आपल्या गोविंदरावांचं लेखन उत्तम असतं, पांडित्यपूर्ण असतं, त्यांचे सहकारीही चांगले आहेत; म्हणून वृत्तपत्राला एक दर्जा आहे. उच्चभ्रू समाजात महाराष्ट्राला टाइम्सला प्रतिष्ठा आहे. पण तळागाळातल्या लोकांना ही भाषा समजतच नाही. त्यांना उपदेश नको असतो. त्यांना हवा असतो कडवा आवेश, न आवडणाऱ्या गोष्टींचा निषेध अन् आपल्या आवाक्याबाहेर असणाऱ्या बड्या लोकांचे वस्त्रहरण. अहो, ही तर आपली पत्रकारांची परंपराच आहे. निबंधमालेत दुसरं काय आहे? अच्युतराव कोल्हटकरांनी दुसरं काय केलं? भालाकार भोपटकरांनी दुसरं काय केलं? मीही पत्रकार होतो आणि माझी पत्रं तशी लोकप्रिय होती. मीही अगदी जळजळीत लिहिलं की, जे बाबूरावाच्या बापालाही जमणार नाही. पण माझा वाचक कोण? तर, काँग्रेस-विरोधातला हिंदू. फाळणीच्या पार्श्वभूमीवर मलाही वाचक मिळाला. लोकांनीही माझ्यावर खूप प्रेम केलं. पण फाळणीचं दुःख जसं लोक विसरायला लागले तसतसा आमचा वाचकही कमी व्हायला लागला. बाबूराव हलकट असेल, चोरटा असेल; पण त्यानं आपला वाचक मात्र घट्ट धरून ठेवला. ही किमया सोपी नाही.''

खरे म्हणजे, गोंविदराव हे पुरुषोत्तम साव्यांच्या या बाबूराव प्रशस्तीमुळे जरा गोंधळून गेले होते. खरे म्हणजे, गोविंदरावांनी जी बाबूरावविरोधी आघाडी निर्माण करायचा प्रयत्न केला, तो मुख्यत्वे करून पुरुषोत्तम साव्यांच्या आधारावर. कोणाचीही अकारण प्रशंसा न करणारा पुरुषोत्तम साव्यांसारखा माणूस आज बाबूरावांची प्रशंसा करतोय, हे पाहून गोविंदरावांचा गोंधळ होणे स्वाभाविक

होते. त्यांच्या चेहऱ्यावरचे भाव वाचत पुरुषोत्तम सावे सिगारेटचा मोठा झुरका घेत म्हणाले, "मनुष्य मेला की कटुता विसरावी, हे मोठेपण तुमच्याजवळ नाही. पण मी अस्सल हिंदू आहे आणि हिंदू तत्त्वज्ञानाप्रमाणे जिवंतपणी माणसांची वैरं असतात; कारण ती विकारांची वैरं असतात. मनुष्य मेला की, विकारांचा विनाश होतो. मग वैर कुणाशी करणार? हे तुमच्या त्या नराधम फाटकाला कळले नाही. गाढव मनुष्य! कारण नसताना त्यानं साहित्य संघात आपली फजिती करून घेतली. प्रसंग कोणता याचंसुद्धा त्याला स्मरण राहू नये, याचंसुद्धा मला आश्चर्य वाटतं. नाही तरी फाटक हा अधम मनुष्य आहेच. मनुष्य मोठा विद्वान. स्मरणशक्ती तल्लख. संशोधनाची जाणही चांगली. पण उपयोग काय? तात्यासाहेब केळकरांशी आणि म्हणून केसरी-कंपूशी त्याचं वाकडं झालं. लोकमान्यांसारख्या प्रत्यक्ष सूर्यनारायणावरसुद्धा थुंकायला या माणसानं कमी केलं नाही. इंग्रजांविरुद्ध या देशात पहिला उठाव झाला; त्या उठावाला यानं शिपायांची भाऊगर्दी असं म्हटलं. वतनं सांभाळणाऱ्या संस्थानिकांनी केलेला एक अयशस्वी प्रयत्न अशी त्यांनी संभावना केली. इंग्रजांच्या विरुद्ध उठाव झाला, अर्धामुर्धा का होईना, प्रयत्न झाला आणि आपापसातली भांडणं विसरून ती माणसं एकत्र येऊन मरायला तयार झाली, यातले हौतात्म्य या माणसाला समजू नये? दुर्दैवी मनुष्य. रामदास हा इतर संतांपेक्षा इहवादी संत होता, हे सांण्यासाठी कसल्याही संशोधनाची गरज नाही. तरी पण रामदासाला इतर टाळकुट्या संतांप्रमाणे केवळ अध्यात्ममार्गी संत करण्यात यानं आपली सारी विद्वता वापरली. बरं झालं, लोकांनीच याला धडा शिकविला."

"सावेअण्णा, तुमची फाटकांच्याबद्दलची सारी मतं अतिरेकी आहेत." अनंतराव कुलकर्णी म्हणाले, "तुम्हीसुद्धा आता बाबूरावांचं कौतुक करायला लागलात, म्हणजे आता धन्य झाली."

"अहो, निदान मी आज ते मृत्यू पावल्यावर कौतुक करतोय; पण तुम्ही तर ते हयात असताना त्यांच्या प्रशंसेचे लेख छापलेत, त्यांचं काय? त्यांच्या षष्ठ्यब्दीपूर्ती समारंभाचे तुम्ही तर निमंत्रक होतात! आता याचं स्पष्टीकरण तुम्ही कसं काय लिहिणार?"

"जाऊ दे सावेअण्णा, उगाच आपापसात वाद करण्यात काही अर्थ नाही. त्यापेक्षा आपण सगळे माझ्या घरी जाऊ. थोडं थोडं आचमन करू आणि बाबूरावाच्या नावानं आंघोळ करू."

*

बाबूरावांच्या मृत्यूपासून कांता जवळपास सारखी रडत होती. बाबूरावांशी तिचे घनिष्ठ संबंध होते, ही गोष्ट जगजाहीर होती. सभेत जाण्याची तिची इच्छा नसताना तिला भिडेखातर शोकसभेला जावं लागलं. पण तिथं तिला बोलताच आलं नाही, कारण बाबूरावांच्या आठवणीने तिचा गळा पुन: पुन्हा दाटून येत होता. बाबूरावांनी जर आपल्याला हात दिला नसता तर आपण आता कुठे असतो, या विचाराने तिचे डोळे पुन: पुन्हा भरून येत होते. बाबूरावांच्या कचेरीत नोकरी लागण्यापूर्वी तिचा जो प्रवास झाला, तो भरकटलेला होता. खालच्या जातीत जन्म पावलेली मुलगी. शिकत-शिकत एम.ए. झाली आणि त्या समाजापासूनच तुटून गेली. बालपणीच तिचे लग्न झाले होते. पण त्या गावंढळ माणसाबरोबर संसार करणे तिला अशक्य झाले होते. प्रासादिक कविता हा तिचा स्थायिभाव होता. प्रसन्न प्रासादिक अशी कविता तिला अगदी सहज सुचे. साहित्याच्या आणि साहित्यिकांच्या ओढीने तिने कष्ट करून शिक्षण पुरे केले. त्या काळात तिच्या वर्गात असलेल्या एका ब्राह्मण मुलाबरोबर तिचे स्नेहसंबंध जुळले. तिच्या आयुष्यात सुसंस्कृत असलेला हा पहिलाच परिचय. जातरिवाजाप्रमाणे तिने काडीमोड घेतलेला होता. त्यामुळे जर या मुलाने आपल्याला मागणी घातली तर आपले आयुष्य मार्गी लागेल, या आशेवर ती वाट पाहत होती. पण नुसते गुलूगुलू बोलण्यापलीकडे या माणसाने कसलेच धारिष्ट्य दाखविले नाही. जुन्या कर्मठ ब्राह्मण घराण्यात जन्मलेला हा बुजरा कवी आंतरजातीय विवाह करण्याचे धारिष्ट्य दाखविणार कसा? खरे तर ह्या मुलात तिचा जीव अडकला होता. त्या वेळेला तिच्या अपेक्षाही फार मोठ्या नव्हत्या. आपले लग्न व्हावे, हळवा जोडीदार मिळावा आणि साहित्य-संगीताच्या वातावरणात एक छोटा संसार करावा–एवढी भाबडी कल्पना उराशी बाळगून ती स्वप्ने रंगवीत होती. पण एक दिवस त्या मुलाचे लग्न झाले, हे तिला कळलं आणि ती हादरून गेली. तेव्हापासून तिचा उतरणीचा प्रवास सुरू झाला. रोज गावे बदलणाऱ्या, गेल्या पिढीतील एका बहुप्रसवी कादंबरीकाराची तिची ओळख झाली आणि मिळाला तो पहिला आधार घट्ट धरून ठेवायचे तिने मनाशी ठरवले. तसा तो मनुष्य लुच्चा होता. बायको-मुलांना तो दुसऱ्या गावी ठेवून तो पुण्यात राहत होता. चांगले आणि शुद्ध हस्ताक्षर असणारी एक फुकटची लेखनिका मिळावी, शिवाय अधून-मधून गंमत करायला मिळावी, यापेक्षा

त्याच्या अपेक्षा जास्त नव्हत्या. त्याचीही गंमत होती. अनेक दंतकथा असलेल्या या माणसाला आणखी एक दंतकथा आपल्या आयुष्यात आली, याचे भूषण वाटत होते. कांता त्याची सर्व प्रकारे सेवा करी. कसा का असेना; आपल्याला एक चिरंतन आधार मिळाला, तोही एक साहित्यिक आधार मिळाला, यावर ती संतुष्ट होती. पण एक दिवस अचानक या कादंबरीकाराने तिला न सांगता आपला पुण्यातला गाशा गुंडाळला आणि तो नाशिकला चालता झाला. नंतर एका महाबलदंड आणि स्त्रियांची शिकार करण्यात प्रवीण असलेल्या प्राध्यापकाच्या ती तावडीत सापडली. आपल्या अधीन असलेल्या स्त्रियांचे प्रदर्शन करण्याची त्याला फार खोड होती. तो होता ऐटबाज. पुन्हा बायकोला सोडून एकटाच राहणारा. त्यामुळे त्याच्या वागण्याला कसला निर्बंधच नव्हता. सकाळ, दुपार, संध्याकाळ त्याची लहर असेल तेव्हा घरात राहणारे, एक वासना पुरविणारे यंत्र– एवढीच कांताला कळा आली. अधूनमधून तो मारहाणही करी. मारहाण करायला काही कारण लागत असे, असेही नाही. ती एक पुरुषत्वाची खूण- म्हणून तो कांताला अधून-मधून चक्क वहाणेने मारायचा. मग कुरवाळायचा, तिचे लाड करायला तिला घेऊन कँपात हॉटेलमध्ये जेवायला जायचा. कदाचित हे प्रकरण असेच संपलेही असते. तिची काव्यवाचनाची, साहित्यचर्चेची भूक या प्राध्यापकाकडे चांगली भागत होती. तसा हा प्राध्यापक रंगेल व रसिक होता. पण त्याचा अधून-मधून जो जंगलीपणा वाट्याला येई, त्याने मात्र कांता अस्वस्थ व्हायची.

याच सुमारास एक बंगाली शिक्षक अकस्मात वारले. त्यांची देखणी, वयात आलेली तरुण मुलगी तशी निराधार होती. कारण आई पूर्वीच वारली होती; शिवाय तोही एक मिश्र विवाह होता. एका काश्मिरी बाईपासून झालेली ही मुलगी आईचे सारे सौंदर्य घेऊन जन्माला आली. पण तिचे लग्न होणार कसे? त्यातून पुण्यासारख्या गावात बंगाली समाज तो केवढा? त्यातून मुलगा शोधून मुलीचे लग्न जमवून द्यायला गांगुलींना उसंतसुद्धा मिळाली नाही. हे गांगुली आणि प्राध्यापक देशमाने हे एकाच कॉलेजात पूर्वी असल्यामुळे त्यांचा जवळचा संबंध होता. गांगुलींचा अचानक मृत्यू झाला आणि पाडाला आलेली त्यांची मुलगी देशमान्यांच्या हातात अनायासे येऊन पडली. कांताच्या समोरच त्यांचे प्रणय रंगू लागले. आता प्राध्यापकांना कांताची अडचण होऊ लागली. तेव्हा प्राध्यापकांनी एक दिवस कांताला चक्क हाकलून दिले. पुण्यातले सगळे आधार तुटल्यामुळे कांता सरळ मुंबईला आली आणि देशमान्यांकडे झालेल्या जुजबी ओळखीवर ‘महाराष्ट्र’च्या कचेरीत बाबूराव कात्र्यांना भेटली. बाबूरावांनी

तिच्याबद्दल खूप ऐकले असले पाहिजे आणि तिच्याबद्दलचे त्यांचे कुतूहलही चाळवले गेले असले पाहिजे. त्यांनी तिला कामावर ठेवून घेतली. एवढेच नव्हे, तर एलफिन्स्टन ब्रिजच्या खाली असणाऱ्या चाळीतली एक खोली मिळवून दिली.

त्यानंतर बाबूराव विदर्भाच्या दौऱ्यावर गेले. त्यामुळे प्रत्यक्ष बाबूरावांची तिची फारशी गाठभेट झालेली नव्हती. तिने नेमके काम काय करायचे, हेही तिला सांगितले नव्हते. तिला साहित्याची उपजत आवड होतीच आणि इथे तर दैनिकाच्या धबडगा चालू. तिने पहिल्या दिवशी अंदाज घेऊन एक कॉलमभर मजकूर भीत-भीत रघुनंदन भावेजवळ दिला. बाबूरावांच्या गैरहजेरीत तोच तिथे कर्तुमकर्तुम असे. त्याने नुसते कॉपीकडे निरखून पाहिले. एखादी ओळ वाचली असेल-नसेल आणि लगेच त्याने तो कंपोजखात्याकडे पाठवून दिला. रघुनंदनने सांगितले, 'रविवाराच्या पुरवणीचे' काम तूर्त बघा. बाबूराव आल्यावर मग तुमचे बघतील.' तोपर्यंत कांताला वृत्तपत्रातली कामे कोणती, हेही माहीत नव्हते. तिने 'महाराष्ट्र'च्या जुन्या अंकांच्या फायली काढल्या. पण तिच्या लक्षात आले की, रविवारची आवृत्ती म्हणजे काही विशेष असते, असे नाही. चार पानांच्या पुरवणीत मजकूर दोन-अडीच पानेच असतो. ती हुरुपाने कामाला लागली आणि रविवारच्या पुरवणीला लागेल तेवढा एकटाकी मजकूर तिने रघुनंदनच्या हवाली केला. जशी कांताला साहित्याची हौस होती तशी चित्रपटांचीही होती. फिल्म स्टोरीच्या एका अंकावरून तिने चुरचरीत भाषेत 'प्रिझनर ऑफ झेंडा' ची गोष्ट लिहून काढली. कविता गुणगुणताना तिला कवितेतील नादब्रह्माचा फार मोह पडे. एम. ए. ला तिला बालकवी अभ्यासावे लागले होते. तिने दोन-तीन कॉलम 'बालकवींची नादलुब्धता' असा मजकूर लिहून टाकला. 'निनॉचका' या चित्रपटात एरवी अत्यंत गंभीर भूमिका करणारी ग्रेटा गार्बो प्रथमच दिलखुलास हसली होती. गार्बोवरचे एक नवे पुस्तक बाबूरावांच्या टेबलावर पडलेले होते. 'गार्बो पहिल्यांदा हसली' अशा शीर्षकाखाली तिने तोही दोन-तीन कॉलम मजकूर लिहून टाकला. नेहमीप्रमाणे अनंतराव काण्यांचा राजकीय लेख आलेलाच होता. दोन-तीन पुस्तकांची परीक्षणेही आलेली होती. रविवारची पुरवणी तयार झाली. बाबूराव जेव्हा दौऱ्यावरून आले, तेव्हा महाराष्ट्रचा रविवारचा अंक पाहून चकित झाले. कोणत्याच मजकुरावर कांताचे नाव नव्हते. त्यामुळे बहुधा रघुनंदन भावेची ही करामत असावी, असे वाटून त्यांनी घंटा वाजवून भाव्याला बोलवायला सांगितले. ते येताक्षणीच गडगडाट करीत बाबूराव म्हणाले, ''रघू, या वेळेची पुरवणी चांगली काढलीस हं! एरवी आपली रविवारची पुरवणी एक

भरताड असते; नाही?''

रघुनंदन भावे हलक्या आवाजात म्हणाला, ''साहेब, माझा काही संबंध नाही हं! तुम्ही नेमून दिलेल्या बाई आहेत, त्यांनीच पुरवणीचे सर्व काम केलंय.''

''काय सांगतोस काय, रघू! अरे, तिला वृत्तपत्राचा काही अनुभव आहे काय?''

''ते काही मला माहीत नाही साहेब, पण ते सगळे लेख बाईंच्या हस्ताक्षरातील आहेत. शिवाय कॉपी अगदी स्वच्छ, शुद्ध होती. मी लेआऊट पाहिले, पण मजकुराशी माझा काही संबंध नाही.''

''कमाल आहे!'' बाबूराव स्वत:शीच म्हणाले. वास्तविक त्यांना म्हणायचे होते, 'एक शौक म्हणून या मुलीला कामावर ठेवली, तर भलतीच उपयोगाची निघाली!' पण ते काही बोलले नाहीत. ते रघुनंदनला म्हणाले, ''आता मी घरी जातो. प्रवासानं आज अंग अगदी आंबून गेलंय. आता मी काही ऑफिसला येणार नाही. संध्याकाळी पाच वाजता अग्रलेख न्यायला कुणाला तरी पाठव.''

बाबूराव प्रेसच्या बाहेर पडले. बाबू ड्रायव्हर त्यांची वाट पाहत होता. गाडीत येऊन बसताच त्यानं गाडी चालू केली आणि समुद्रकाठच्या त्यांच्या निवासस्थानापाशी येताच गाडी थांबली. बाबूराव घरात नसले, म्हणजे घरात कुणीच नसे. प्रेसचाच मनुष्य येऊन घरदार स्वच्छ करून जाई, पाणी भरून जाई. दौऱ्यात बाबूही नेहमी बाबूरावांच्याबरोबर असे. तो त्यांचा केवळ ड्रायव्हर नव्हता; त्यांचा कुक होता, खानसामा होता, निरोप्या होता. किंबहुना, बाबूरावांच्या सर्व बऱ्या-वाईट आयुष्याचा साक्षीदार होता. बाबूरावांनी त्याला लहानपणापासून सांभाळले होते आणि त्यानेही बाबूरावांना पूर्ण निष्ठा वाहिलेल्या होत्या. बाबूराव फ्लॅटमध्ये आले, तेव्हा फ्लॅट लखलखीत स्वच्छ करून ठेवला होता, हे पाहून बाबूरावांना जरा बरे वाटले. बाबूने बॅगा वगैरे वर आणल्या. तेव्हा बाबूरावांनी परटाकडे टाकून द्यावयाचे सर्व कपडे काढून त्याला लाँड्रीत टाकायला सांगितले आणि ते म्हणाले, ''येताना त्या कांताबाईंना घेऊन ये. तूच पोचवलं होतंस ना त्यांना?'' तो जाताच बाबूराव बाथरूममध्ये शिरले आणि शॉवरखाली उभे राहिले. थंड पाण्याच्या सुखद स्पर्शाने त्यांचा पुष्कळसा शीण हलका झाला होता. घोट-दोन घोट व्हिस्की पोटात गेली की, आणखी थोडा शीण कमी झाला असता आणि त्यानंतर कांता जेव्हा येईल, तेव्हा मग उरलेला सारा शीणभार नष्ट होईल, या सुखस्वप्नात ते दंग होते. खसाखसा अंग चोळून त्यांनी मोरीबाहेर पाऊल ठेवले. परीटघडीचे एक धोतर काढले आणि ते नेसून त्यांच्या

नेहमीच्या लाडक्या खुर्चीवर ते विराजमान झाले. ही त्यांची नेहमीची मद्य पिण्याची आणि रंग-ढंग करण्याची खास जागा होती. कारण खुल्या समुद्राकडे असणारी ही दर्शनी बाल्कनी होती. बाहेरून कुणी पाहील, ही भीती नव्हती. समुद्राचे थंडगार वारे उघड्या अंगावरून वाहू देण्यात आणि त्याच वेळेस मद्याचा एकेक घोट घेण्याच्या सुखाचा आनंद त्यांनी अनेकदा भोगलेला होता. त्यात अधून-मधून कांतासारखी एखादी निमंत्रिता असली, म्हणजे मग सोन्याहून पिवळे!

अर्ध्या-एक तासाच्या अवधीत लॅचचा दरवाजा उघडल्याचा नाद त्यांना ऐकू आला आणि त्या मागोमाग बायकी चपलांचाही आवाज ऐकू आला. त्यांच्यासमोर चार-दोन वेळा पाहिलेली कांता उभी होती. तिला त्यांनी समोर बसायची खूण केली आणि बाबूला बोलावून सांगितले, "बाईंसाठी कॉफी घेऊन ये. जेवण दीड-दोन तासांनी झालं तरी चालेल." बाबू पाच-दहा मिनिटात कॉफी घेऊन आला. तोपर्यंत औपचारिक संभाषण सुरू झाले होते. बाबू जाताक्षणीच बाबूराव उठले आणि त्यांनी दरवाजा लावून घेतला, पण हे सर्व गृहीत धरल्याप्रमाणेच कांताने कॉफीचा अर्धवट कप तसाच खाली ठेवला आणि बाबूरावांनी तिच्याकडे येण्याऐवजी तीच बाबूरावांच्याकडे गेली आणि तिने त्यांना मिठी मारली.

औपचारिक विनवणी नाही, अनुनय नाही, वाट पाहणे नाही किंवा उगाच चेंगटपणा नाही–असा कांताचा हा पवित्रा पाहून बाबूरावसुद्धा चकित झाले. आपल्याकडे नोकरीला येताना या मुलीने आपल्याविषयी काय काय अपेक्षा बाळगल्या असतील, या नुसत्या कल्पनेनेसुद्धा बाबूरावांना गंमत वाटली. खरे म्हणजे, आजपर्यंत भेटलेल्या सर्व स्त्रियांत कांता ही सर्वांत सुमार मुलगी. काळी-सावळी, शेलाटी, ठेंगणी. म्हणजे तिच्यात आकर्षक असे काहीच नव्हते. असलेच तर तिचे केस व भावुक डोळे. पण आता अचानक तिने घेतलेल्या पावित्र्यामुळे एक आगळी धग त्यांना जाणवली. त्यांच्या लक्षात आले की, लोक काहीही म्हणोत; आपल्या रासवटपणाला अशीच मुलगी हवी होती. पुढे आयुष्यभर त्यांना त्याविषयी कधी पश्चात्ताप करावा लागला नाही.

कांताला तो पहिल्या भेटीतला सारा प्रसंग आठवला आणि तिचे डोळे पाण्यानं डबडबून गेले. बाबूराव हे एक प्रचंड व्यक्तिमत्त्व होते. या प्रचंड व्यक्तिमत्त्वाला इतर कोणाहीपेक्षा आपण अधिक संतुष्ट करू शकतो, याचा तिला सार्थ अभिमान होता. बाबूरावांनी तिला लेखनक्रियेतली प्रत्येक गोष्ट शिकवलेली होती आणि मुळात तिची जाण चांगली असल्यामुळे तीही झपाट्यानं शिकली. वास्तविक, बाबूरावांच्या 'महाराष्ट्र'मध्ये ती कायम राहू शकली असती,

पण अंधेरीला एक कॉलेज निघत होते आणि तेथे मराठीच्या प्राध्यापकाची जाहिरात आली होती. तिने गंमत म्हणून अर्ज केला आणि मुलाखतीला निमंत्रण आले. 'महाराष्ट्र'च्या रविवारच्या पुरवणीचे संपादन ती आता अधिकृतपणे करू लागली होती आणि नित्य-नियमाने स्वतःच्या नावावर वेगवेगळी सदरे लिहू लागली होती. लेखक म्हणून तिचे नाव हळूहळू स्थिर होऊ लागले होते. तिचे आणि बाबूरावांचे संबंध हे स्टेशनवर जेवावे, अशा स्वरूपाचेच राहिले. बाबूरावांना लहर आली की रात्र असो, सकाळ असो; बाबू जाऊन कांताला घेऊन येई आणि कांतेचे यज्ञकुंड तर सतत पेटलेले होते. तेवढ्यापुरती तास-दोन तासांची सोबत हासुद्धा कांतेच्या दृष्टीने फार मोठा रोमांचकारी अनुभव असे. कारण या उत्तुंग व्यक्तिमत्त्वाच्या खोलवर, अंतर्यामात शिरण्याचा शरीर हाच एक जवळचा रस्ता होता. तिथेच दोन प्रतिभांची गाठ-भेट पडे. तिथेच नाजूक शब्दांची आणि बुलंद शब्दांची गाठ पडे. तिथेच महाकाय शरीराची आणि पेटलेल्या सुकुमार कायेची गाठ पडत असे. बाबूराव आपले अंतर्यामीचे किती तरी विचार या एकांतात तिच्याशी बोलत की, जे एरवी कुणालाही ऐकायला मिळत नसत. राजकारणातील पुरुष, त्यांच्या भानगडी, लेखनाचे मनसुबे; एवढेच नव्हे, तर आपल्या आयुष्यात येऊन गेलेल्या आणि येत असलेल्या अनेक स्त्रियांच्या हकिगती ते बिनधास्तपणे तिला सांगत. कारण त्यांना माहीत होते की, ही मुलगी एखाद वेळेस सोडून जाईल; पण बेईमान होणार नाही.

तिने त्या अंधेरीच्या कॉलेजमधील प्राध्यापकची नोकरी पत्करली, तरीही महाराष्ट्राच्या रविवारच्या पुरवणीचे काम करीत राहिली. एवढेच नव्हे, तर बोलावणे येईल तेव्हा ती बाबूरावांची शय्या सजवीत असे. या व्यवहारात काही अनैतिक अमंगल आहे असे तिला तरी कधी वाटले नाही. खरे सांगायचे, तर काम-व्यवहार हा तिला केव्हाही अमंगल वाटला नाही. मराठीतील कित्येक प्रतिभासंपन्न कवी- लेखक यांच्याशीही तिचा परिचय होता आणि तिला एखादा पुरुष आवडला, तर तो प्राप्त करून घेण्याचे तिचे मार्ग अगदी सोपे होते. तिची स्मरणशक्ती विलक्षण तल्लख होती. ती त्या लेखकाचे साहित्य सर्व मुखोद्गत करून टाकी आणि तेवढ्या काळापुरते तरी एखाद्या भक्ताने देवापुढे नैवेद्य ठेवावा, तसा ती त्या पुरुषापुढे आपल्या शरीराचा नैवेद्य ठेवी. हा मोसम महिना-दोन महिन्यापेक्षा जास्ती काळ टिकत नसे. पण तिला पुरुषांचीही कमतरता पडली नाही, किंवा तृप्तीची साधने दुर्लभ झाली नाहीत. भ्रमराच्या साधेपणाने, सहजपणाने या फुलावरून त्या फुलावर बघता-बघता ती जाई आणि त्या फुलातील मध चोखून

टाके. त्या फुलालाही कळत नसे की, एका स्त्रीच्या कामनेचे आपण निमित्त होत आहोत. पण या प्रदीर्घ कालखंडात तिने बाबूरावांचे जास्वंदी फूल मात्र कधीच सोडलेले नव्हते. कारण बाबूरावांच्या संगतीत युद्धाची खुमखुमी असे. एका शरीर-प्रकृतीची दोन माणसे बेफिकिरीने आपले भोग लुटत असतात; तेव्हाच आपल्यालाही लुटू द्यावे लागते, हे दोघांनाही माहीत होते.

कांताच्या आयुष्यात बाबूरावांचे एक विशिष्ट स्थान होते. आपल्या मागे आपल्याबद्दल लोक काय बोलताहेत, हे कांताला समजत नव्हते, असे नाही. आपल्या निमंत्रणावर लट्टू होऊन वखवखलेल्या नजरेने आपल्यावर तुटून पडणारे हे पुरुष, सुख देणाऱ्या त्या क्षणाशी कृतज्ञता बाळगत नाहीत–या विचाराने क्षणभर तिला दुःख होई. पण पुन्हा चार-दोन दिवसांचा उन्हाळा गेला की, तिला नवी शिकार लागे. बाबूरावांनाही या तिच्याबद्दलच्या वदंता हस्ते-परहस्ते कळत असत. पण त्यांनीही त्याला फारसे महत्त्व दिले नाही किंवा त्यांनी तिला त्याबद्दल विचारलेही नाही. सर्व भोग घेऊनसुद्धा तिच्या चेहऱ्यातील भाबडेपणा, तिच्या वागण्यातील साधेपणा तिला कसा काय टिकविता येतो, याचेच त्यांना आश्चर्य वाटे. पण खरे म्हणजे, यात बाबूरावांसारख्या प्रतिभासंपन्न माणसाला आश्चर्य वाटण्यासारखे काहीच नव्हते. तहान लागली की आपण पाणी पितो, भूक लागली की आपण भूक भागवतो; मग शरीराची ओढ वाटायला लागली की ती, इच्छा तरी का मारायची? अखेरीस हाही एक खेळ आहे. खेळातले नियम सर्व खेळाडूंनी पाळायला हवेत. काही जण पाळत नाहीत. पण त्याला काय करणार?

बाबूरावांची पहिली भेट जशी अगदी सरळ एक शरीरधर्माचे निमंत्रण म्हणून झाली, तशीच त्यांची शेवटची भेटही घाईगर्दीत झाली. पहाटे चार वाजता एअर इंडियाचे विमान निघणार होते. त्यातून त्यांच्या या अखेरच्या सफरीला बाबूराव जाणार होते. त्यांचे सामान वगैरे सर्व घेऊन रघुनंदन भावे केव्हाच रवाना झाला होता. रात्री बाराच्या सुमाराला बाबूराव कांताच्या खोलीवर आले. ते येतील, अशी कांताची अपेक्षा नव्हती आणि सहसा येतही नसत. तरी बरे, आज नेमके कुणी रात्री मुक्कामाला कांताच्या खोलीवर नव्हते. बाबूराव आले आणि त्यांनी पाठच्यापाठी दार लावून घेतले आणि ते म्हणाले, "प्रवासाला निघालोय–शिदोरी बांधून घ्यायला हवी!" बाबूरावांच्या डोळ्यांत एक विलक्षण कामतृष्णा होती. इतकी की, ती अति मद्यपान केल्यानंतरसुद्धा त्यांच्या डोळ्यांत कांताला कधी दिसली नव्हती. त्या काळ्याकभिन्न प्रचंड नग्न देहाला विळखा

घालीत ती म्हणाली, ''आज तुम्ही वेगळे का दिसताय, बाबूराव?'' बाबूराव हलक्या आवाजात म्हणाले, ''दूरच्या प्रवासाला चाललोय. परत येणं होईल; न होईल. तेव्हा प्रत्येकाचा निरोप घ्यावा. निदान तुझा तरी घ्यावा, म्हणून मुद्दाम आलो.''

''असलं अभद्र काय बोलता आहात? तुम्ही पहिल्यांदाच का परदेशाला चालला आहात?''

''का कुणाला ठाऊक; पण गजाननमहाराजांनी मी मागितला तो आशीर्वाद दिला नाही, तेव्हापासून मन जरा धास्तावलंय.''

''खुळे की काय, बाबूराव? या मूडी महाराजांच्याकडून तुम्ही काही अपेक्षाच करणं बरोबर नाही–काही नाही. पंधरा दिवसांत तुम्ही परत याल. उगीच भलतं-सलतं काही मनात आणू नका.'' असे म्हणत बाबूरावांचा हात तिने आपल्या स्तनावर घेतला.

बाबूरावांनी अगदी परदेशी जाता-जाता तिच्यापाशी ठेवलेली ही आठवण कांताची उशी अश्रुंनी भिजवीत होती. या क्षणाला सारे जग तिला तुच्छ होते. तिला तिचे आडदांड साहेब आता हवे होते. ती हमसून-हमसून रडत होती. प्रचंड वादळात घरट्याचा रस्ता चुकलेले एखादे पाखरू आडोशाला बसावे तशी ती आता खोलीचे दार बंद करून खोलीत निपचित पडून राहिली होती. सगळ्या जगावरून ओवाळून टाकावा, असा तिचा दिलवर ती हरपून बसली होती.

*

कडेगाव या बाबूरावांच्या जन्मगावी ह्या अपघाती मृत्यूमुळे अगदी अवकळा पसरली होती. बाबूरावांना कडेगावचा आणि कडेगावच्या नागरिकांना बाबूरावांचा विलक्षण अभिमान होता. दर वर्षी गावच्या कुलदैवतेच्या रथोत्सवासाठी बाबूराव अगत्याने येत. एवढेच नव्हे, तर अगदी पारंपरिक पद्धतीने तिथे कीर्तनही करीत. हा बराचसा कौतुकाचा भाग होता. बाबूराव एक लोकप्रिय वक्ते असले, तरी त्यांचे कीर्तन काही फार रंगत नसे. एक तर संगीताचा आणि त्यांचा उभा दावा होता. म्हणजे त्यांना संगीत आवडत नव्हते, अशातला भाग नाही. पण एखादी साधी आर्या किंवा दिंडी सुरेलपणाने म्हणणे त्यांना शक्य नव्हते. आवाज मूळचा घोगराच होता. दिवसेंदिवस राजकीय आक्रस्ताळी भाषणे करून तो त्यांनी अधिकच रखरखीत करून घेतला होता. आपली गाण्याची उणीव भरून काढण्यासाठी ते एका हुरहुन्नरी गायक-नटाला बरोबर घेऊन येत आणि

कीर्तनात रंग भरत.

अजूनही कडेगावात त्यांच्या चुलत्याकडे घर होते. तेथेच ते मुक्काम करीत. मूळचे कात्र्यांचे घराणे अतिशय धार्मिक आणि परंपरावादी होते. बाबूरावांचे वडील एक योगी म्हणून ओळखले जात. गावात पाऊल टाकल्यापासून मद्य आणि स्त्री या दोन्ही गोष्टींचा उल्लेखसुद्धा बाबूरावांच्या तोंडून होत नसे. बाबूरावांची जी काही प्रतिमा ऐकून-वाचून निर्माण होण्यासारखी होती, ती मुळी गावकऱ्यांना खरीच वाटत नसे. बाबूराव हिंदू महासभेपासून ते कम्युनिस्ट पक्षापर्यंत सर्व पक्षांत प्रवास करून आले होते. बुवाबाजी, अंधश्रद्धा, मांत्रिक यांच्यावर एके काळी त्यांनी घणाघाती हल्ले चढविले असले; तरी अलीकडे ते थोडे हळवे झाले होते. आयुष्यात त्यांनी स्वत: कधी पूजा-अर्चा केली नाही, पण कडेगावात आल्यावर मात्र ते सशास्त्र पूजा स्वत: करीत असत. तुकाराम, ज्ञानेश्वर, एकनाथ हे संत त्यांना मुखोद्गत होतेच. त्यामुळे कीर्तन करताना त्यांना अडचणी येत नसत. पांढरेशुभ्र धोतर, त्यावर झब्बा असा त्यांचा साधा वेश या कालखंडात असे आणि आपल्यापेक्षा वडीलधारा मनुष्य पाहिला की, त्याला ते खुशाल वाकून नमस्कार करीत. गावची मंडळी कधी मुंबईला गेली, तर कितीही कामात असोत; गावकऱ्यांसाठी बाबूराव वेळ काढत, त्यांना खाऊ-पिऊ घालत. सरकारीदरबारी काही कामे असतील, तर एकदम मिनिस्टरशी बोलून काम मार्गी लावत. त्यामुळे गावकऱ्यांची त्यांच्यावर श्रद्धा होती.

आज गावच्या राममंदिरात गावकरी जमले होते, ते औपचारिक शोकसभा घेण्यासाठी. गाव म्हणण्यापेक्षा कडेगावला वस्ती म्हणणे योग्य ठरले असते. कऱ्हा नदीच्या काठी असलेली ही वस्ती तशी आडवळणी, म्हणजे मुख्य रस्त्यापासून दहा-बारा मैल आत होती. बाबूरावांच्या कृपेमुळेच सासवड-कडेगाव हा पक्का रस्ता झाला आणि त्यामुळे कडेगावच्या सुपीक शिवारात पिकणारा भाजीपाला व दूध पुण्याच्या बाजारात पोचू लागले आणि गावकऱ्यांना चार पैसे मिळू लागले. या गावात जन्मलेला आणि महाराष्ट्रात मान्यता पावलेला हा असा एकमेव पुरुष होता. गावच्या शाळेला गावकऱ्यांनी कृतज्ञतेने 'नरहरी विद्यालय' असे नाव देऊन बाबूरावांच्या ऋणातून मुक्त होण्याचा प्रयत्न केला होता.

आज बाजाराचा दिवस होता. त्यामुळे आसपासच्या वाड्यांतली आणि वस्त्यांतील मंडळी आजच्या सभेला उपस्थित राहिली होती. ह्या एवढ्याशा छोट्याशा गावात पाच-सातशे लोकांची सभा म्हणजे एक अपूर्व दृश्य होते. सभेचे अध्यक्षस्थान परंपरेने सरपंच बापूसाहेब थिटे यांच्याकडे होते आणि

बोलण्याचे मुख्य काम कशाळकरगुरुजी आणि त्या विभागाचे आमदार बापूसाहेब चोरगे यांच्याकडे होते. कशाळकरगुरुजींनी बाबूरावांची जन्मकहाणी सांगितली. कोणकोणत्या क्षेत्रात त्यांनी काम केले, याचे विस्तृत विवेचन करून बाबूराव महाराष्ट्रात अशा स्थानावर जाऊन पोचले आहेत आणि त्यांनी आपल्या गावाचे नाव महाराष्ट्रात कसे दुमदुमत ठेवले आहे, याविषयी मोठ्या सद्‌गदित भाषेत त्यांनी भाषण केले. बाबूरावांची भाविकता, गावाबद्दलचे प्रेम, गावकऱ्यांपैकी प्रत्येकाची त्यांना असणारी नाव-निशीवार माहिती, अशा त्यांच्या अनेक गुणांचे वर्णन करून शेवटी ते म्हणाले, "बाबूरावांनी आमच्या गावाचं नाव मोठं केलं. गावाला ते विसरले नाहीत. अगदी गेल्या रामनवमीलाच त्यांनी जे प्रासादिक कीर्तन केलं, त्याचे शब्द माझ्याप्रमाणेच अनेकांच्या कानात अजून घुमतच आहेत. आता कडेगावला त्राता उरला नाही. माझी अशी सूचना आहे, बाबूरावांचं खरं स्मारक आपण कडेगावचं नाव बदलून नरहरीवाडी असं ठेवण्यातच आहे."

आमदारांनीही बाबूरावांच्या वक्तृत्वाची, सरकारदरबारी असणाऱ्या वचकाची आपल्या पल्लेदार भाषणात स्तुती केली. ते म्हणाले, "बाबूरावांच्या मृत्यूमुळे केवळ कडेगावकरांनाच शोक झालाय असं मानण्याचं कारण नाही. महाराष्ट्रातली सर्व श्रमिक जनता आणि साधे-भोळे लोक यांना त्यांचा पाठीराखा गेला याचं अनिवार्य दुःख झालं आहे. त्यांच्याबद्दल यांच्या हितशत्रूंनी अनेक आवया उठविल्या. दारू, बाई याबद्दल त्यांचा खोटा गवगवा करण्यात आला. मी स्वत: बाबूरावांना कधी दारू पिताना पाहिलेले नाही आणि एक तारिणीबाई सोडल्या तर दुसऱ्या कुठल्या बाईशी त्यांचा संबंध आला असेल, असं मला वाटत नाही. तशी दोन लग्नं करणं ही कात्रे कुटुंबाची परंपराच आहे. एवढा जबरदस्त ताकदीचा माणूस–त्याला एक भाकरी पुरणारच कशी? त्यांनी तारिणीबाईंशी उघड-उघड दुसरं लग्नच केलं आणि लग्नाच्या बायकोसारखं इतमामानं तिला सांभाळलं. मी अनेकदा बाबूरावांच्या घरी गेलो आहे आणि बाबूरावांनी मला मुलासारखं वागवलंय. त्यांच्याकडे कधीही मी दारूचा अड्डा पाहिला नाही किंवा दुसऱ्या बाईचा वावरही मी कधी पाहिला नाही. अतिशय पापभीरू, देवभोळे असे बाबूराव माझ्या मनात ठसले आहेत. लोक काहीही म्हणोत; पण माझ्या मनात त्यांची प्रतिमा एका विद्याप्रेमी आणि परंपराप्रेमी, सदाचारी ब्राह्मणाचीच आहे. त्यांच्याबरोबर बोलताना अमुक एका विषयातलं बाबूरावांना कळत नाही, असं कधी वाटायचंच नाही. प्रश्न कोणताही असो; बाबूरावांच्या मुखातून धबधब्याप्रमाणे माहितीचा ओघ चालू राही. माझ्यासारख्या माणसाला त्यांनी

हात दिला. माझ्यावर मुलासारखी माया केली म्हणून मी आमदार झालेला तुम्हाला दिसतो आहे. माझ्यावर त्यांनी केलेल्या उपकारांतून माझी कधी मुक्तता होणार नाही. त्यांच्यासाठी जे काही करायचं गाव ठरवील, त्यासाठी माझ्या शक्तीनुसार मी प्रयत्न करीन. आपल्या गावातला एक महापुरुष आपल्याला सोडून गेला आणि त्याचा इतका चमत्कारिक अपघाती मृत्यू ओढवला की, साधा त्याचा शेवटचा संस्कार कऱ्हेच्या काठावर करण्याचं भाग्यसुद्धा आम्हाला लाभलं नाही. एखादा दयाळू यक्ष काही काळ तळपून जावा आणि एक दिवस अचानक अदृश्य व्हावा, असं काही तरी विचित्र घडलं आहे. त्यांच्या इतक्या आठवणी माझ्या डोळ्यांसमोर येताहेत की, काय बोलू आणि काय नको, हेसुद्धा मला सुचत नाही.''

आमदारांचं भाषण चांगलं तास-दीड तास चाललं होतं आणि त्यांनी बाबूरावांची एक सत्पुरुष म्हणून जी आरती गायली, त्यामुळे बापूसाहेब थिट्यांची मोठी पंचाईत झाली. बापूसाहेब थिटे हे बाबूरावांच्या बैठकीतले. एका ग्लासातून दारू पिणारे. एका तमासगीर बाईकडे बरोबर जाणारे. बापूसाहेब मुंबईला जात तेव्हा बाबूरावांकडेच उतरत. पंचक्रोशीत काही आवक झाली आहे काय, हा बाबूरावांचा ठरलेला प्रश्न असे. त्यांचा अर्थ बापूसाहेबांना चांगलाच माहीत होता. बाबूराव एक दिवसापेक्षा कधीही कडेगावात जास्त दिवस राहत नसत. कारण एक दिवसापेक्षा जास्त काळ व्रतस्थ राहणं त्यांना शक्यच नव्हतं. रामजन्म झाला, कीर्तन आटोपलं की, बहुतांशी त्याच रात्री बापूसाहेब आणि बाबूराव बापूसाहेबांच्या मळ्यावर मुक्कामाला जात. तिथं तमाशातली एखादी बाजिंदी पोर आणलेली असे. रात्री गाण्या-नाचण्याची बैठक होई आणि मग पहाटेच्या थंड वेळी बाबूराव त्या नव्या तरण्याताठ्या बाजिंद्या पोरीच्या मिठीत रामनवमीचा उपास सोडत. हे वर्षानुवर्षं चालत आलेलं होतं. गेल्या वर्षीपर्यंत तरी कुठं खंडही पडलेला नव्हता. यंदाच प्रथम खंड पडला. बापूसाहेबांनी तर यंदा खास बेत आखलेला होता. बीडची चंद्रावळ नावाची एक नवी पोर यायचं नक्की ठरलं होतं. पण बाबूरावांचं ऐनवेळी परदेशी जाण्याचं ठरलं आणि सगळा बेत विस्कटून गेला. बाबूराव प्रत्यक्ष हजर असले म्हणजे बापूसाहेबांच्या सर्व गोष्टीला अभय असे. पण यंदा बाबूरावच येणार नाहीत, म्हणजे या मैफलीला काही अर्थच नाही, असं समजून त्यांनी सारा बेत मोडून टाकला होता. यंदा रामनवमीचा त्यांना खरोखरीच उपवास झाला होता. त्यामुळे बाबूरावांच्या आठवणीनं ते खरोखरीच सद्‌गदित झाले. त्यांचं भाषण म्हणजे नाट्याचा एक

उत्तम नमुना होता. पैलवानी पेशाचा हा माणूस– त्याच्या डोळ्यांत अश्रू पाहून समोरच्या श्रोत्यांनासुद्धा अश्रू आवरणं कठीण झालं.

बापूसाहेब अखेरीस म्हणाले, "बाबूराव म्हणजे माझे एक दिलदार दोस्त होते. ते नाहीत, म्हणजे आयुष्यात काही रंग नाही. आमच्यासारख्यांनी त्यांना किती त्रास द्यावा, याला काही मर्यादाच नव्हती. आमच्यासारख्यांनी चुका करायच्या आणि बाबूरावांनी त्या निस्तरायच्या, यात आमची हयात गेली. महाराष्ट्रात एकच मनुष्य सरपंचपदी पंचवीस वर्षे असलेलं एखादंच उदाहरण असेल. बाबूरावांच्या कृपेमुळेच माझ्या नशिबी हे भाग्य आलं. त्यांच्यामुळेच गावाला रस्ता आला, नदीला बंधारा घातला गेला आणि गावचा पाण्याचा प्रश्न सुटला. शेतकऱ्यांनी कष्टानं पिकविलेला भाजीपाला, धान्य, दूधदुभतं हे पूर्वी रस्ता नसल्यामुळे पडत्या भावात विकायला लागायचं. बाबूरावांनी घराघरात लक्ष्मी आणली. या पाच-पंचवीस मैलांच्या टापूत कडेगावसारखं शिवार आता राहिलं नाही, एवढी सुबत्ता आता गावाला आली. आपल्या गावाची एवढी निष्ठेनं कोण आठवण ठेवील? माझ्या घरी बाबूराव आले म्हणजे घरच्यासारखे वागायचे. आमची चटणी-भाकरी गोड करून घ्यायचे. एरवी मोठमोठ्या आलिशान हॉटेलमध्ये रोज जेवणारा माणूस मनानं इतका साधा होता की, सांगता सोय नाही. माझ्या मुलाबाळांचे त्यांनी इतके लाड केले की, माझ्या मुलाबाळांना ही बातमी कळली, तेव्हापासून त्यांच्या डोळ्यांतलं पाणी अजूनही खळलेलं नाही. आपल्या लाडक्या बाबुकाकाच्या आठवणी चिमुरड्या मुलांनीसुद्धा काढाव्यात, असा लहानांत लहान व मोठ्यांत मोठा असा बाबूराव होता. बाबूरावांची लेखणी म्हणजे तलवारीचे घाव. बरं, तीच लेखणी जेव्हा संतांच्या किंवा विभूतीच्या वर्णनासाठी लाभे; तेव्हा आपल्या कऱ्हामाईच्या झुळझुळत्या प्रवाहाची आठवण यायची. मी विद्वान नाही किंवा मला राजकारणातलं फारसं कळत नाही. आमची शाळा प्राथमिक शाळेतच संपली. बाबूरावांसारखा त्रिखंड हिंडून आलेला, मराठी भाषेवर एवढं प्रभुत्व असणारा जगन्मान्य विद्वान माझ्यासारख्या खेडवळ माणसाशी दोस्ती कसा काय ठेवू शकतो, असा मला नेहमी प्रश्न पडायचा. बाबूराव एकदा हसत हसत म्हणाले, 'बापू, अरे, लहानपणापासूनची दोस्ती ही काही जगात कुठं विकत मिळत नाही. या इथल्या पत्र्याच्या शाळेतच ना मी धुळाक्षरं गिरविली? अरे, बाकी सगळ्या गोष्टी प्रयत्नानं मिळविता येतात. संपत्ती, विद्वत्ता, लोकप्रियता या सगळ्या गोष्टी कष्टसाध्य आहेत. एकदा त्या मिळवायच्याच म्हटलं की, रस्ता साफ असतो. पण आपल्या ओळखीचं शिवार...

ज्याच्याबरोबर आपण धुळीत गोट्या खेळलो, पोहलो, मारामाऱ्या केल्या... हे आपले बालमित्र काही त्रिखंड शोधलं तरी मिळत नाहीत. त्यासाठी वाकडी वाट करून कऱ्हेच्या काठावर यावं लागतं. इथल्या मातीचा वास एकदा नाकात गेला की, सारं जग मग तुच्छ वाटतं, आणि खरोखरीच बाबूरावला कडेगावचा लोभ फार. मुंबईला कधी गेलो, तर गावातल्या प्रत्येक माणसाची आठवण काढून-काढून ते मला विचारायचे, झुंबरलालच्या मुलीचं लग्न झालं का? रामू लव्हारला मूल झालं का? कुलकर्णीमास्तर अजून पोहायला जातात का? सगळ्या गोष्टी क्रमाक्रमानं तो विचारायचा. वास्तविक, गावचा सरपंच मी. पण माझ्यापेक्षा गावाची बित्तंबातमी त्याला असायची. असा माणूस आम्ही आता आणायचा कुठून? त्याचं स्मारक उभं करायचं ठरवलंय खरं, पण एवढ्या महाकाय प्रचंड माणसाचं एक हाडसुद्धा आम्हाला मिळू शकणार नाही. आम्ही गावकऱ्यांनी आता करावं तरी काय? त्यांच्या नावानं वाचनालय काढावं का एखादं उद्योगमंदिर उभारावं; काही समजत नाही. देवाजवळसुद्धा काही न्याय आहे, असं नाही. बाबूरावाला जर मृत्यूच यायचा होता; तर तो या कऱ्हेच्या काठी आला असता, तर काय देवाचं बिघडलं असतं? पण बाबूरावाचं आयुष्यच मुळी चमत्कारांनी भरलेलं आहे; तसा त्याचा मृत्यूही एक चमत्कारच म्हटला पाहिजे. घरादारापासून, आप्तेष्टांपासून दूर; कुठं तरी अज्ञात ठिकाणी माझा जिवाभावाचा बालमित्र बाबूराव मृत्यू पावावा, हे दु:ख मला कसं विसरता येईल?''

सभा संपली आणि लोक खालच्या मानेनं हळूहळू परतू लागले. त्यातच बाबूरावांचा चुलत भाऊ हणमंता आणि त्याचे दोन मित्र–जगन्नाथ कुसाळकर आणि यशवंता काळे हेही होते. त्यांची नेहमीची बैठकीची जागा म्हणजे कऱ्हा नदीत बेटासारखा मधेच असलेला एक फत्तर. गुडघाभर पाणी असलेल्या नदीतून वाट काढीत ते त्या फत्तरावर चढून जाऊन बसले. या फत्तरावर कऱ्हा नदीच्या पुरात एक मनुष्य कसा अडकला आणि डोळ्यांदेखत कसा वाहून गेला, याचं अत्यंत हृदयस्पर्शी वर्णन बाबूरावांनीच एक लेखात केलं होतं. फत्तरावर दहा-पंधरा चौरस फूट जागा होती. त्याच्यावर जाऊन हे तिघे बसले. बसल्या-बसल्या हणमंतानं बिडीचं बंडल काढलं. निवडून एक बिडी स्वत:साठी घेतली आणि बंडल जगन्नाथपुढे ठेवलं. भन्नाट वाऱ्याला हाताचा आडोसा करीत त्यानं जशी बिडी पेटविली, तशीच त्या दोघांनीही आपापली बिडी पेटविली. चांगला तोंडभरून दमदार झुरका मारून हणमंता म्हणाला, ''काय मादरचोद लोक आहेत साले! काय बाबूचं गुणगान करीत होते एकेक! बाबू काय देवभोळा

होता होय? बाबूसारखा पाताळयंत्री माणूस अख्ख्या दुनियेत झाला नाही! आता माझा चुलत भाऊच आहे तो, त्यामुळे त्याचं असली रूप माझ्याशिवाय कुणाला माहीत असणार? नंबर एकचा दारूड्या. आपली आणि दुसऱ्याची–असा बाईच्या बाबतीत फरक नाही करायचा. नंबर एकचा रंडीबाज! कुणाचा गळा कसा कापेल, हे गळा कापणाऱ्यालासुद्धा कळणार नाही–असा नालायक माणूस! त्यानं पैसा मिळविला पण कसा, ते मला विचारा ना! अहो, त्याच्या पेपरचा खप काही फार नव्हता. ब्लॅकमेल करून, दमदाटी करून, कुणाच्या भानगडी उघड्या करतो असा धाक दाखवून यानं पैसा केला. कुणाच्या कापल्या करंगळीवरसुद्धा मुतणार नाही, आणि हा म्हणे उदार! एकेकाच्या नशिबाचा योग असतो, हेच खरं. एरवी शंभर जोडे मारून एक मोजावा, अशा योग्यतेचा हा माणूस. आता पाहा. जगाला त्यानं खूप बुडविलं, त्याबद्दल आपलं काही म्हणणं नाही. पण आमची वडिलोपार्जित सामायिक जमीन होती. अहो, जमीन म्हणजे काय होती महाराज–सोन्याचा तुकडा होता! पण आमच्या बापाला त्यानं असं हातोहात बनविलं आणि सारी जमीन त्या बापूसाहेब थिट्याच्या बोडक्यावर नेऊन घातली. बापूसाहेब हा त्याचा बाई-बाटलीतला भागीदार. बाबूरावांच्या नावानं रडायला त्याचं काय जातंय? आता जो नवलाईचा मळा म्हणून ओळखला जातो, ती सारी जमीन आमची. आता आम्ही बोंबलभिके भीक मागत गावभर हिंडतोय. गावकऱ्यांची कामं करण्याबद्दल मघाशी तो आमदार काहीच्या बाही बोलत होता; पण बाब्याच्या स्वत:च्या आतेभावाला त्यानं सासवडच्या म्युनिसिपालटीतसुद्धा नोकरी लावून दिली नाही. मघाशी रामू लव्हाराचा उल्लेख या बापू थिट्यानं केला. पण रामू लव्हाराच्या बायकोला या बाप्यानंच पळवून या बाबूच्या खाली घातली ना! दोघेही सिद्ध साधक! रामू तेव्हा फरशी घेऊन खून करायला निघाला होता. बाबू गांडीला पाय लावून पळाला. हा बापूसुद्धा काही यात्रेचं निमित्त करून निघून गेला. पुढे रामूची समजूत कशी घातली, कुणास ठाऊक? कुणी म्हणतात– या बाप्यानं दोन एकर जमिनीचा एक तुकडा दिला आणि रामूचं तोंड गप्प केलं. कुणी म्हणतात–रामू लव्हाराच्या बायकोनं काडीमोड घेण्याची धमकी दिली. करून-सवरून दोघंही नामानिराळे!''

जगन्नाथ म्हणाला, ''काहीही म्हण हणम्या तुझा भाऊ कर्तबगार–यात शंकाच नाही. अरे, ब्राह्मण असून ब्राह्मणेतरात याची वट किती आहे–इतर एखाद्या ब्राह्मणाला संधी मिळूनसुद्धा जे जमणार नाही, ते यानं हातोहात केलं की नाही? तुमची आपली भाऊबंदकी आहे म्हणून तुझा राग आहे. पण गावाचं नाव काढलं

ते बाबूरावांनी, यात काही शंकाच नाही. इथून कडेगावाहून सासवडला अनवाणी जाणारा बाबूराव गेल्या वर्षी इंपालामधून आला राजासारखा. तेव्हा गावातल्या सुवासिनींनी तर त्याला ओवाळलं, त्यात रामू लोहाराची बायकोसुद्धा होतीच आणि माझी आठवण चुकत नसेल, तर तुझीसुद्धा बायको होती–हे कसं काय?''

"तीच तर गंमत आहे! बाबूरावची आणि आमची उघड-उघड दुश्मनी नाही. बाबूराव मोठा नाटक्या मनुष्य. तो गावात आल्या-आल्या पहिल्यांदा आमच्या घरी येतो. माझ्या बापाच्या पायावर डोकं ठेवतो. पोराबाळांच्या हातावर दहा-दहा रुपये ठेवतो. देवळात गेला, तर पुजाऱ्याला चांगली भरघोस दक्षिणा देतो. म्हणून त्याच्याशी उघड भांडताच येत नाही. ते ब्राह्मणाचं कार्ट आहे, हे खरंसुद्धा वाटणार नाही. दारूत तर सदा बुडालेलाच असतो. बायका तर याच्या अवती-भोवती सारख्याच असतात. उनाड आणि ओवाळून टाकलेल्या बायका त्याच्यामागे गेल्या, तर मी समजू शकतो; पण चांगल्या घरच्या सभ्य बायका याच्यासाठी मरताना मी पाहिलेल्या आहेत. दारू प्यायला म्हणजे याच्या तोंडाला हाड नाही. काय वाटेल त्या गलिच्छ शिव्या देतो. ब्राह्मणाच्या कुळात जन्माला आला आहे, याची त्याला कधी शुद्ध नसते. पण त्याचे दिवस आहेत. हाच सकाळी उठून नदीवर अघोळ करायला जातो. ओलेत्यानं देवळात जातो. जाताना चांगली परंपरागत स्तोत्रं शुद्ध स्वरात म्हणतो आणि तास-दीड तास सशास्त्र ग्रामदैवताची पूजा करतो. इथल्या ब्रह्मवृदांना वाटतं की, किती भाविक आणि श्रद्धाळू माणूस आहे! पण हे त्याचं नाटक आहे, हे फार थोड्यांना माहीत आहे. कारण पूजा संपली, ब्रह्मवृद्धांचे आशीर्वाद घेतले की, याचा मुक्काम बापू थिट्याच्या मळ्यावर. तिथं तर काय, सारा रंगमहाल खुलाच असतो. काही म्हणा, हा माणूस बाहेरच्या माणसांना कळणारच नाही. त्याची सारी नाटकं कुटुंबातला असल्यानं आम्हाला माहिती आहेत. बाहेरच्यांना ती कशी काय कळणार?''

"नाही, मी म्हणतो की, असं बाबूरावानं काय वाईट केलं–सांग. तो काही दुसऱ्याच्या पैशानं दारू पीत नाही किंवा दुसऱ्याच्या दारातून बाया ओढून तर नेत नाही? त्याच्या ××× वरचा तीळ सगळं काही घरी आणून देतो. आपण बोटं मोडून काय उपयोग? आपल्याला त्याच्यासारखं भाग्य मिळालं, तर काय नको आहे का? अरे, केवढं गावाचं नाव त्यानं केलं! बडे-बडे मिनिस्टर त्याला प्रसन्न करण्यासाठी लाचार होतात, ते काय उगाच? आपलं गाव तसं आडबाजूचं. पण गावाला वीज आली, नळाचं पाणी आलं. एस.टी. आली, पक्का रस्ता झाला. शाळेची पक्की इमारत बांधून झाली. सगळं जे झालं, ते त्याच्यामुळे

झालं; हे तर खरं का नाही?''

''असंच काही म्हणता येत नाही. बापूसाहेब थिट्यांचासुद्धा त्यात पुष्कळ हात आहे.''

''अरे, बापूसाहेबाचं जाऊ दे रे! तो किस झाड की पत्ती! बाबूरावाला गावोगाव असले हुजरे लागतात, त्यांतला तो एक! बाबूरावाच्या कृपेनंच तो जिल्हा बोर्डाचा अध्यक्ष झाला आणि जिल्हा मध्यवर्ती बँकेवर डायरेक्टर म्हणून गेला. पण काहीही म्हण–बाबूरावाबद्दल तुझ्या मनात आकस आहे, म्हणून तुला बाबूरावाचं सगळं वाईट दिसतं. आता बाबूरावामुळेच तुला सासवडच्या शाळेत नोकरी मिळाली, हे तरी खरं की नाही? नाही तर तुला कोण देणार होतं रे, नोकरी?''

हणमंता एकदम गप्प बसला. शिवाय, ही गोष्ट खरीच होती. हणमंता तसा एकदम कंडम माणूस. एस.एस.सी.ला दोन वर्षं नापास झाला. शेवटी बाबूरावानं त्याला मुंबईला नेलं आणि त्यानं काय केलं, कुणास ठाऊक? पण एस.एस.सी.तून सुटला. मग त्यानं टीचर्स डिप्लोमा मिळवला. तोसुद्धा बाबूरावाच्या कृपेनंच आणि पुन्हा गावच्या पंचक्रोशीत मास्तरकीची नोकरीही त्याला मिळाली. हे बाबूरावचे ऋण नाकारायची हणमंताची ताकद नव्हती. मग तो गप्प बसला. आणि इतर दोघांनी बाबूरावांची जी प्रशंसा केली, ती ऐकण्यावाचून त्याला गत्यंतरच उरलं नाही.

*

बाबुरावांनी महाराष्ट्र भुवन या नावाची प्रचंड वास्तू आपल्या वृत्तपत्रासाठी बांधली होती. तिथल्या चौथ्या मजल्यावरच्या ब्लॉकमध्ये त्यांचे वास्तव्य असे. आता निवृत्त होऊन मुलाबाळांसकट त्यांची बायको त्यांच्याच सांगण्यावरून मुंबईत राहायला आली होती. ती त्यांच्या जुन्या शिवाजी पार्कच्या जागेत राहत होती. थोरल्या मुलीचं लग्न झालेलं होतं आणि धाकटीचं ठरलेलं होतं. थोरलीनं ठरविलेलं लग्न बाबूरावांना मुळीच पसंत नव्हतं. पण ती हळवी, भाबडी, स्वप्नाळू मुलगी एका मुलाच्या प्रेमात पडली आणि तिनं लग्नाचा हट्टच धरला. मग बाबूरावांचा अगदी नाइलाज झाला. हा मुलगा आडदांड आहे, आपल्या मुलीला सुख देणार नाही, हे कळून-सवरूनसुद्धा बाबूराव काही या लग्नाला विरोध करू शकले नाहीत. तो दिसायला गोरागोमटा आणि कुणाही मुलीला भुरळ घालील, असा होता. वास्तविक, त्यानं वकिलीची परीक्षा दिली होती

आणि बाबूरावांच्या साह्याय्यानं बऱ्यापैकी वकील म्हणून तो कदाचित नावारूपाला आला असता. पण वारसाहक्कानं बाबूरावांची सगळी मालमत्ता– महाराष्ट्र दैनिक हे शेवटी दोघी मुलींनाच मिळणार होते. मग या एवढ्या प्रचंड व्यापाची आत्तापासूनच माहिती झालेली बरी, म्हणून बाबूरावांच्या थोरल्या मुलीनं– शरदिनीनं– बापाच्या गळ्यात पडून महाराष्ट्र दैनिकाच्या व्यवस्थापकपदी नवऱ्याची नेमणूक करून घेतली आणि बाबूरावही मुलीच्या मागणीला विरघळले. इथंच त्यांची मोठी चूक झाली. आपला जावई मंगेश नाबर हा कसा आहे, हे त्यांना चार-दोन महिन्यांतच कळलं. त्याच्याजवळ भयंकर गुर्मी होती. सासऱ्याला लाजवेल एवढ्या प्रमाणात तो दारू प्यायला ताबडतोब शिकला. सासऱ्याच्या दाराशीच ताटकळत असणाऱ्या अनेक बायका त्याचे रूप व तारुण्य पाहून त्याच्याशीही लघळपणा करायला लागल्याच होत्या. सासऱ्याचे साहित्यविषयक गुण किंवा लोकांना भुलविणारं वक्तृत्व आणि व्यक्तिमत्त्व सोडून सासऱ्याचे सारे दुर्गुण त्यानं बघता-बघता आत्मसात केले. एजंटांकडून वा जाहिरातदारांकडून परस्पर पैसे हडप कसे करावेत, यातही तो लवकरच प्रवीण झाला.

त्याला बायकोबद्दल प्रेम नव्हतं, असं नाही. ते होतं. पण मुळातच पुरुषी अहंकार त्याच्या प्रेमाला जंगली करून टाकत असे. त्यांचं प्रेमही उग्र आणि रागही उग्र. लहान-सहान कारणावरून तो शरदिनीला झोडपूनही काढायला कमी करायचा नाही. पण लगेच पश्चात्तापाचं नाटक करून तिला परत जिंकतही असे. त्या हळव्या आणि भाबड्या मुलीला प्रथम दांडगेपणा, जंगलीपणा याची भीती वाटायची; पण तिला पुढं त्याची गोडी वाटायला लागली. शरदिनी तशी हुशार होती. बापाचे साहित्यगुण तिच्यात आले होते, पण प्रवृत्तीनंच ती परावलंबी होती आणि म्हणून नवऱ्याविरुद्ध बंड करावं, याच्या आडदांडपणाला प्रत्युत्तर द्यावं, असा विचारसुद्धा तिच्या मनात आला नाही. सासरा-जावयांचे नेहमीच कलह व्हायचे, पण शेवटी डोळे भरलेल्या मुलीला पाहिलं की, अगतिक होऊन बाबूराव माघार घ्यायचे.

साठी उलटली, तेव्हा बाबूरावांनी महाराष्ट्र दैनिकाचा ट्रस्ट करण्याचे ठरविलं आणि गुपचुपपणे ट्रस्टचा मसुदाही तयार केला. आपल्या जावयाच्या हातात ते वृत्तपत्र जाऊ नये म्हणून त्यांनी त्यांचे मित्र हरिभाऊ, अनंतराव आणि ॲडव्होकेट मेहेंदळे यांना ट्रस्टी करायचं ठरविलं होतं. या बातमीचा सुगावा लागताच विश्रांतीसाठी लोणावळ्याच्या आपल्या बंगल्यात मुक्काम करून राहिलेल्या बाबूरावांकडे मंगेश नाबर गेला. वेळ रात्रीची होती. बाबूराव पिऊन टेर झाले

होते. आता जेवावं आणि झोपावं, असा ते विचार करीत होते; एवढ्यात दैत्यासारखा मंगेश त्यांच्यासमोर उभा राहिला. त्याच्या हातात पिस्तुल होतं. बाबूराव तर थरथर कापायला लागले. पिस्तुलाचा धाक दाखवून बाबूरावांच्या मृत्युपत्राचा मसुदा त्यानं त्यांना फाडायला लावला आणि बरोबर नेलेल्या करारपत्रावर न वाचताच सही करायला लावली. आपला जावई चांगला बदमाश आहे, हे बाबूरावांना माहीत होतं. पण तो या स्तराला जाईल, अशी मात्र त्यांना कल्पना नव्हती. त्यांचा हात तर त्यांच्या मुलीमध्ये अडकलेला होता. बाबूराव जगाशी कसेही असले तरी त्यांच्या दोन्ही मुलींवर – त्यातही विशेषत: शरदिनीवर– त्यांचं फार प्रेम होतं. आपण शरदिनीच्या बालपणी बापाचं प्रेम तिला देऊ शकलो नाही, कारण त्या वेळेला मुली आईकडेच असत; हे एक शल्य त्यांच्या मनाला सदैव जाळत असे. शिवाय ती आपल्या कर्तृत्वानं सुशिक्षित झाली, एम. ए. झाली, कवयित्री म्हणून गाजू लागली, याचा त्यांना अभिमानही होता. पण अशा हळुवार वृत्तीच्या मुलीला आपणच स्वत: जर निवड करून मुलगा पाहून दिला असता, तर तिच्या आयुष्याची ही परवड झाली नसती. त्यातल्या त्यात एकच गोष्ट सुखाची झाली. ती म्हणजे, शरदिनीला झालेली मुलं. ही मुलं अतिशय हसतमुख आणि देखणी होती. या नातवंडांमुळे घर ही संस्था–जी बाबूरावांना मुकली होती ती त्यांना परत मिळाली. दगडाखाली आपला हात अडकलेला आहे, हे बाबूरावांना कळत असल्यामुळे बाबूराव अगदी अगतिक झाले होते. जगाला अगदी कर्दनकाळासारखे वाटणारे बाबूराव, जावई आपल्या मुलीचा कधी छळ करील आणि तिला आयुष्य नकोसं करील, या भीतीमुळे त्याचं सगळं काही सहन करीत. वास्तविक, पिस्तुलाचा धाक दाखवून जावयानं आपलं मृत्युपत्र नष्ट करावं, या घटनेमुळे ते हादरले. आपला जावई कोणत्या स्तराला जाऊ शकेल, हे कळल्यामुळे तर होईल ते पाहण्यावाचून त्यांच्यापुढे काही इलाज राहिला नाही. इतक्या आडदांड, बेमुर्वतखोर आणि जंगली माणसाबरोबर आपली मुलगी संसार कसा करते, याचंच त्यांना आश्चर्य वाटे. बाबूरावांनी सुचवून पाहिलं; पण शरदिनीनं मंगेशला सोडायचं नाकारलं. नाही तर पोलीस कमिशनरच्या मदतीनं मंगेशचा बंदोबस्त करणं बाबूरावांना मुळीच कठीण नव्हतं. पण ते हतबल होते. कारण त्यांच्या आयुष्याचा नाजूक धागा मंगेशनं घट्ट पकडून ठेवला होता.

*

विमानाला आग लागल्याचं वृत्त जेव्हा वैमानिकांनी सर्व उतारूंना सांगितलं, तेव्हा बाबूरावांना एकाच गोष्टीचं स्मरण झालं. जन्म, मृत्यू, अपघात या सगळ्यांचे वेदान्ती स्पष्टीकरण बाबूरावांना माहीत होतं. मृत्यूचं भय त्यांना जरूर होतं. पण या यातनारहित मृत्यूमुळे त्यांचा मूळचा जो वेदान्ती पिंड होता, तो खडबडून जागा झाला. "ये मृत्यू, ये" म्हणून त्यांनीच मागं अतिशय करुण आणि चिंतनशील निबंध लिहिला होता. मृत्यूशी शेकहँड करण्याच्या तयारीत ते जरी असले, तरी त्यांच्या डोळ्यांतून आसवं गळत होती; ती भीतीची आसवं नव्हती, ती चिंतेची होती. तसे ते अतिशय भित्रे होते, पण या क्षणी त्यांना अचानक एक बळ निर्माण झालं. शरदिनीची आठवण त्यांना होताक्षणीच तिचं काय होईल, एवढीच एक चिंता त्यांना या परिस्थितीत टोचत होती. लहानपणी एकदा ते शरदिनी आणि कुसुम या आपल्या मुलींना घेऊन सिंहगडावर गेले होते. उत्साहाच्या भरात तानाजी ज्या कड्यावरून सिंहगड चढला, तो दाखवताना भन्नाट वाऱ्यामुळे शरदिनीचा तोल जाण्याची वेळ आली आणि तिनं ज्या मुद्रेने बापाकडे पाहिलं, त्याबरोबर बाबूरावांच्या हातापायात हत्तीचं बळ आलं. स्वत:चा तोल कसाबसा सांभाळीत, धोका पत्करीत तोल जाऊ पाहणाऱ्या आपल्या मुलीला एकदम जोरात त्यांनी ओढून घेतलं. तो प्रसंग टळला, पण शरदिनीच्या डोळ्यांतील तो भाव बाबूरावांना आजही पुन्हा दिसत होता. कड्याच्या टोकावर तोल गेलेल्या स्थितीत धडपडणारी शरदिनी बापाकडे मदतीची याचना करीत होती. आपल्याशिवाय या मुलीला दुसरा कुणाचाही आधार नाही हे त्या वेळेस समजलेलं सत्य आजही तितकंच खरं होतं. आपण या जगात नसू, तेव्हा आपल्या मुलींचं कसं होईल? आपण परिश्रमानं उभी केलेली महाराष्ट्र दैनिकाची शक्ती– तिचं मागं काय होईल? का असं समजायचं की, जन्म पावलेल्या प्रत्येक गोष्टीला मृत्यू आहे. कर्तृत्वावर त्याचा अधिकार नाही. दैवगती साऱ्या गोष्टींचे निर्णय घेते; आपल्या हातात काही नसतं. नियंत्यानं हा एक खेळ मांडलेला आहे आणि त्या खेळात त्याच्या इच्छेनुसार आपण भाग घेतो. कीर्ती, कर्तृत्व, संपत्ती, प्रतिष्ठा या साऱ्या फसव्या गोष्टी आहेत. आपण मृत्यू पावलो की, या सगळ्याला काहीच अर्थ नसतो. एका मातीच्या गोळ्यात तो जगन्नियंता काही क्षणांची चेतना आणतो आणि त्या खेळाचा कंटाळा आला की, सारी चेतना शोषून घेतो. या मातीशी जोडलेली माझी सारी नाती क्षणभरात तुटतील. मग हळूहळू लोक मला विसरून जातील. म्हणतील की, कुणी तरी नरहर विष्णू कात्रे नावाचा एक माणूस काही दिवस आडदांडपणे वागला होता. लोकांनी

त्याच्यावर प्रेम केलं आणि त्यानंही लोकांच्यावर प्रेम केलं. लोक माझं मोजमाप नेमकं कसं करतील? एक मद्यपी, बायकांचा शौकिन असा रंगेल माणूस म्हणून; की या मातीवर, मराठी मायमाऊलीवर जिवापाड प्रेम करणारा एक शाहीर म्हणून? माझं बाकी काही उरलं नाही तरी चालेल; पण केव्हा तरी, कुठं तरी साहित्यिक मेळाव्यात माझा उल्लेख झाला तरी मी संतुष्ट आहे. ये, मृत्यू ये!

*

ज्यांना महाराष्ट्राच्या इतिहासाची थोडीफार माहिती आहे, त्यांना कात्र्यांनी किती साहित्यिक वाद ओढवून घेतले, हे चांगलं माहिती आहे. बरं, त्या वादांना विशेष अर्थ असे, असंही नाही. पण भांडणाची सुरसुरी असलेल्या बाबूरावांना कुठंही भांडण काढता येत असे. बाबूराव जसे शिक्षक तसेच बापूसाहेब साठे हेही शिक्षक. दोघांच्या स्वभावांत वैचित्र्य असूनही दोघांची चांगली मैत्री होती. घर नसलेल्या बाबूरावांना खाण्या-पिण्याची चांगली आवड होती. पण नशिबी आले ते बाजारी खाणं. त्यामुळे न कळविता बाबूराव एक दिवस बापूसाहेबांच्या घरी गेले आणि 'जेवणासाठी ब्राह्मण आलाय' असा त्यांनी चक्क पुकारा केला. बापूसाहेबांची बायको सुग्रण होती आणि बापूसाहेबांनाही आग्रहानं खाऊ-पिऊ घालण्याचा शौक होता. त्यामुळे बापूसाहेबांचं घर म्हणजे बाबूरावांचा एक विसावा होता. शिवाय बापूसाहेब हे एक विद्यार्थीप्रिय शिक्षक. तेजस्वी वक्तृत्व, दलितांबद्दल असणारा सक्रिय कळवळा, रुबाबदार व्यक्तिमत्त्व, शुद्ध चारित्र्य यामुळे बापूसाहेब ही एक पुण्यातील संस्था होती. बापूसाहेब विद्यार्थ्यांना तर दटावतच आणि ताब्यात ठेवत; पण अनावर झालेल्या श्रोत्यांना ताब्यात ठेवण्याची युगतही त्यांना सापडली होते. तसं पाहिलं, तर बापूसाहेब आणि बाबूराव यांचा स्नेह थोडा विपरीत वाटण्यासारखा होता; कारण बाबूराव हा एक कर्तबगार माणूस आहे आणि अशा माणसाच्या हातून काही तरी घडतं, यावर बापूसाहेबांची श्रद्धा होती. शिवाय बाबूराव हे एका प्रकारे असामान्य वक्ते होतेच, विशेषत: पूर्व भागात–म्हणजे ब्राह्मणेतर विभागात–बाबूरावांचा चाहता वर्ग फार मोठा होता. अधून-मधून बापूसाहेब बाबूरावांना रागावून बोलत, परंतु त्यांचा स्नेह काही उणा झाला नाही. मात्र, एक प्रसंग असा निर्माण झाला की, ज्यामुळे दोघांचं प्रकट युद्ध सुरू झालं.

बाबूरावांनी एक चित्रपट तयार केला होता आणि त्यामध्ये एका स्वप्नदृश्यात

देवादिकांची टवाळी करणारा संवाद होता. बापूसाहेबांनी या संवादाची चित्रपटात आवश्यकता नाही आणि तो गलिच्छ संवाद देवादिकांची अवज्ञा करणारा आहे म्हणून काढून टाकावा, असा आग्रह धरला. तो भाग अवघा एकशेचाळीस फुटांचा होता. तो काढल्यानं चित्रपटाचं काहीही नुकसान होण्यासारखं नव्हतं. तसं बाबूराव काय कमी धार्मिक होते काय? त्यांनाही अनेक महाराज भक्तीसाठी लागतच असत. पण एखादा विनोद करण्यासाठी ते आपल्या सख्ख्या आईचाही उपयोग करायला कमी करणार नाहीत, इतके निर्लज्ज होते. वादविवाद अटीतटीला गेला. वेगवेगळ्या ठिकाणी सभा होऊ लागल्या. बाबूरावांचे जे मुख्य हत्यार शिवराळपणा– तो ऐकण्यासाठी लोक गर्दी करू लागले. परंतु बापूसाहेब काही कमी लोकप्रिय नव्हते. विशेषत: विद्यार्थ्यांवर त्यांचा फार लोभ होता. एकदा बापूसाहेब सभेत म्हणाले, "हा बाबू आपल्याला फार शूर समजतो, पण हा एक नंबरचा भेकड आहे. देवाचा अपमान केल्याबद्दल यानंच लघुरुद्र घातला असेल. त्याला कसलाही विधिनिषेध नाही. तसं पाहिलं, तर आम्हा दोघांची कुस्ती लावली, तर क्षणा-दोन क्षणांत मी त्याला चित करीन. मी सातारी माणूस आहे, कृष्णेच्या पाण्यावर जगलो आहे. शौर्याच्या वल्गना बाबूराव करतो. लोकांना खिदळवण्यासाठी वाटेल त्या चावट गोष्टी बाबूराव सांगतो. मी मनात आणलं तर बाबूराव जे जे करतील-ते ते करून दाखवीन."

वास्तविक, बापूसाहेबांनी हे जे उद्‌गार काढले, त्याला अर्थ होता. नाना व्यसनांनी पोखरलेला बाबूराव आणि मिताहारी, नियमित व्यायाम करणारे, सार्वजनिक कार्याचा दांडगा पसारा मांडणारा बापूसाहेब यांची तशा अर्थाने बरोबरी शक्यच नव्हती. एक चारित्र्यसंपन्न विद्वान शिक्षक, सामाजिक सुधारणा प्रत्यक्षात राबविणारा एक समाजसुधारक, दलित समाजाचा आणि विद्यार्थिसमाजाचा एक आदरणीय मित्र–अशी बापूसाहेबांची प्रतिमा होती. शिक्षक म्हणून बाबूरावही आदर्श होते. इंग्लंडहून आल्यापासून हसत-खेळत शिकवण्याची त्यांनी जी एक नवी पद्धत आचरणात आणली होती, त्यामुळे शिक्षक म्हणून त्यांचाही दर्जा उंचावला होता. परंतु ढिले चारित्र्य, मद्यपानाची हौस, बाष्कळ मित्र जमवून रात्रन् रात्र रमण्याचा नाद–हे सारे करीत असल्यामुळे शिक्षकवर्गात बाबूरावांना प्रतिष्ठा नव्हती, पण कुतूहल मात्र होतं. त्यांच्या वक्तृत्वात हास्यविनोदाचा सुकाळ होता. चावट कोट्यांचा वापर आणि भल्याभल्यांची टिंगल करण्याची किमया होती. दोघेही उत्तम वक्ते. पण बापूसाहेबांचे वक्तृत्व कसदार, आत्मविश्वासानं भरलेलं, त्यांची मांडणी व्यवस्थित, विषय स्फोटक. याउलट, बाबूरावांच्या

भाषणाला विषयच लागत नसे. तास-दोन तास मजा, असे त्यांचं स्वरूप होत चाललं होतं. वास्तविक, बाबूराव हेसुद्धा काव्यात्म व युक्तिवादानं भरलेली प्रसंगावधानी भाषणं करण्यात तत्पर होते; परंतु पुण्यासारख्या गावात बापूसाहेबांना वक्ता म्हणून जी मान्यता होती, ती काही बाबूरावांना नव्हती.

बापूसाहेबांनी आपल्या भाषणात बाबूरावांच्या चित्रपटाच्या निमित्तानं जो हल्ला केला, तो खरं म्हणजे करण्याची गरज नव्हती. एक तर दोघे परस्परांच्या घरी जाण्या-येण्याइतपत त्यांचे चांगले संबंध होते आणि ज्या चित्रपटातील देवादिकांच्या हीन उद्‌गारांबद्दल बापूसाहेब संतापले होते. तशा तऱ्हेचे कृष्णाबद्दलचे उद्‌गार तमाशातही कित्येक वेळा अनेकांनी काढलेले होते. शिवाय मुळात हे भांडण त्यांच्यातलं नव्हतंच. कुणी तरी त्यांच्या गळ्यात हे प्रकरण अडकविलं होतं आणि दोघेही इरेला पडले. एकाच्या सभा टिळक स्मारक मंदिरात, तर दुसऱ्याच्या शिवाजी मैदानात. दोन्ही सभांना गर्दी खूप होई. अर्थात बाबूरावांच्या सभांना ब्राह्मणांची टिंगल होते आहे, म्हणून बहुजन समाजातला श्रोता जास्त असे. त्यांना विषयात गम्य काहीच नव्हतं. पण तास-दोन तास निव्वळ करमणूक होते आहे, म्हणून माणसं गर्दी करत आणि गर्दी पाहिली की बाबूरावांना चेव येई. बापूसाहेबांच्या त्या भाषणानंतर बाबूरावांनी जे भाषण केलं, त्याचा थाट बापूसाहेबांची चेष्टा उडविण्याचा होता.

बाबूराव म्हणाले, ''मी जे-जे करीन, ते-ते करण्याचं आव्हान बापूसाहेब देताहेत. आता मी कसा वागतो, काय खातो-पितो, हे सर्व जगाला माहीत आहे. आता मी जे करतो, ते सगळं करणं बापूसाहेबांना कधी तरी शक्य आहे काय? आणि जर करायचं असेल, तर एक सबंध अनंतनिग्रह गोळ्यांची बाटली त्यांना रोज खर्चावी लागेल. आता बापूसाहेब म्हणतात की, आम्ही हा शंभर फुटांचा तुकडा सिनेमातून काढून टाकावा. आता चित्रपट चालू आहे, लोक पाहताहेत. कुणाला काही त्यात गैर आहे, असं वाटत नाही. पण हे सनातनी दुढ्ढाचार्य देव ही आपलीच प्रॉपर्टी समजतात. आमचं काय कृष्णावर प्रेम नाही. 'आम्हाला एक चान्स द्या' असं चित्रपटाचा नायक म्हणतो. अहो, मागणी देवाजवळच करायची असते. नाही तर काय, ती बापूसाहेबासारख्याजवळ करायची? कृष्णाजवळ सोळा हजार एकशे आठ नारी होत्या, असं पुराण सांगतं. आता ही सारी कवी-कल्पना आहे. कारण एवढ्या बायका खरोखरीच सांभाळायच्या म्हटलं, तर प्रत्येकीला दुसरी वेळ यायला किमान पाच वर्षे थांबावं लागेल. खरं म्हणजे, 'आम्हाला एक चान्स द्या' असं जेव्हा चित्रपटाचा नायक म्हणतो; तेव्हा तो काही

कृष्णाची बेअदबी करीत नाही, तर तो कृष्णाच्या नावानं अतिशयोक्ती करून पोट भरणाऱ्या कीर्तनकार-पुराणिकबुवांची खरी टिंगल करीत असतो. पण धाबळी पांघरणाऱ्या या सनातन्यांना विनोदाचं इंद्रिय नाही, त्याला काय करणार?''

या भाषणाला गर्दीही खूप लोटली होती आणि भाषण टिंगल-टवाळीनं भरलं होतं. त्या दिवशीचं बाबूरावांचं भाषण गाजलं. पण बापूसाहेबांनी जी चळवळ उभी केली, त्या चळवळीचा परिणाम म्हणून सरकारनं त्यातला तो टीकास्पद एकेशचाळीस फुटांचा तुकडा काढून टाकला. आपण जिंकलो, म्हणून बापूसाहेबांनी विजयाची सभा घेतली. ''देवादिकांचा अपमान करणाऱ्याला आम्ही मुळीच क्षमा करणार नाही. आमचे देव काय वर आलेत'' असे त्या दिवशी त्यांनी गर्जून सांगितलं. त्याला उत्तर देताना बाबूराव म्हणाले होते, ''एवढा चौदा-पंधरा हजार फूट लांबीचा चित्रपट. एवढी धडपड करून बापूसाहेबांनी काय मिळविलं? तर, एकशेचाळीस फुटांचा छोटासा एक तुकडा सरकारनं काढला. डोंगर पोखरून उंदीर काढावा, असं घडलं आहे. या सनातनी बुद्रुकांच्या नाकावर टिच्चून माझा चित्रपट 'हाऊसफुल्ल' गर्दीत चालतो आहे.'' यावर अखेरची म्हणून बापूसाहेबांनी एक सभा घेतली. तिला तुफान गर्दी लोटली होती.

त्या वेळेस बापूसाहेब म्हणाले, ''बाबूरावांचे चित्रपट चालत असतील तर आम्हाला वैमनस्य वाटण्याचं काही कारण नाही. आम्हाला काही आमच्या आयुष्याचा सिनेमा करायचा नाही. तेव्हा बाबूरावांचं-आमचं त्याबाबतीत काहीच वैर नाही. त्यांनी आमच्या देवादिकांना हात लावला, म्हणून हा वादाचा विषय निर्माण झाला. नाही तर त्यांचे आमचे स्नेहसंबंध होतेच आणि पुढेही राहतील. सरकारनं आमची मागणी मान्य केली आणि हिंदू देवदेवतांची चेष्टा करायला या वाणिज्य वृत्तीच्या लोकांना मनाई केली, यात आम्हाला समाधान आहे. सरकारचं आम्ही मन:पूर्वक अभिनंदन करतो. आता बाबूराव म्हणतात– एवढ्या मोठ्या चित्रपटाचा एक अगदी बारीकसा छोटा तुकडा काढायला आम्ही भाग पाडलं आणि डोंगर पोखरू उंदीर काढला. आता सरकारला आम्ही चित्रपट किती कापायला लावला, या गोष्टीला महत्त्व नाही. एवढ्या अजस्त्र देहाच्या बाबूरावांच्या नाकाचा एक बारीकसा तुकडा कापला, तर ते अस म्हणणार आहेत का– एवढा माझा मोठा देह, त्यात एवढासा तर भाग कापला! मानबिंदू लहानच असतात आणि त्यांचंच जतन करावं लागतं.''

या सर्व सभांचा आणि वादांचा गदारोळ संपला. महाराष्ट्रातील लोकांची खूप करमणूक झाली. सुधारक बापूसाहेबांना सनातन्यांच्या पंक्तीला जाऊन

बसावं लागलं आणि उनाड बाबूरावांना पावित्र्य-विडंबनाचा आरोप काही खोडून काढता आला नाही. तात्त्विकदृष्ट्या पाहिलं, तर बापूसाहेब जिंकले ही गोष्ट खरीच; पण बाबूराव मात्र असं दाखवत होते की, आपणच जिंकलो. मग मात्र बापूसाहेबांचा राग अनावर झाला आणि त्यांनी मग 'शिक्षक कोणास म्हणावं?' असा अतिशय प्रभावी लेख लिहिला. त्या लेखामुळे उरलेल्या वादाचीही सांगता झाली. कारण तो लेख कळकळीनं भरलेला होता. बाबूरावांची खरी योग्यता, त्यांच्या साहित्यगुणांची प्रशंसा, त्यांनी केलेली संतांच्या कर्तृत्वाची भलावण– हे सारं काही त्या लेखात होतं. बाबूराव हे शिक्षक म्हणून चांगले आहेत आणि शिक्षकाला चोवीस तास शिक्षक म्हणून कसं राहावं लागतं, हे बापूसाहेबांनी आपल्या प्रौढ आणि अलंकृत भाषेत लिहिलं होतं. अखेरी त्यांनी आपल्या जुन्या शिक्षकमित्राला, समाजाची रुची बिघडवणं फार सोपं आहे पण ही रुची सुधारणं फार कठीण आहे; म्हणून ज्या जातीत जन्म झाला–त्या जातीला, धर्माला, देशाला बट्टा लागणार नाही, असं वागण्याची जबाबदारी आपोआपच निर्माण कशी होते, असा समारोप केला होता.

हा लेख वाचल्यावर बाबूरावांना राहवलं नाही. ते तडक उठले आणि बापूसाहेबांच्या घरी गेले. त्यांना पाहताच बापूसाहेब क्षणमात्रच आश्चर्यचकित झाले, पण मग लगोलग त्यांची उराउरी भेट झाली. जुन्यापुराण्या आठवणी निघाल्या. बापूसाहेबांच्या पत्नीनं आग्रह केला, तेव्हा बाबूरावांना जेवायला थांबावं लागलं. स्वत:चं घर नसलेले बाबूराव हा बापूसाहेबांच्या पत्नीचा नेहमीचाच अनुकंपेचा विषय असे. अकारण उत्पन्न झालेल्या एका भांडणाचा केवळ शेवट करूनच नव्हे, तर नव्या स्नेहाचा एक अंकुर निर्माण करून बाबूरावांनी बापूसाहेबांचं घर सोडलं.

*

ज्या दिवशी तारिणी कदमबांडे ही मंगळवार पेठ एज्युकेशन सोसायटीच्या इमारतीत शिरली, तो दिवस आता इतिहासजमा झाला आहे. पंचवीस वर्षे तर त्या घटनेला होऊन गेलीच. उत्तर हिंदुस्थानातल्या धार संस्थानातील कदमबांडे या सरदार घराण्यातील तारिणी ही मुलगी पुण्याला अगतिक होऊन आली होती. वास्तविक, तिचं लग्न शिवरामराजे राणे या एका खानदानी कुटुंबातील आणि काँग्रेस चळवळीत काम करणाऱ्या लोकप्रिय तरुण नेत्याशी झालं होतं.

पण लग्न झाल्यावर सहा महिन्यांच्या आतच तारिणी परत धारला आली. मुंबईला किंवा सासरच्या संगमेश्वर या गावाला परत जाणार नाही, असं ती म्हणू लागली. शिवरामराजे आणि आपली मुलगी तारिणी यांचं नेमकं कोणत्या कारणावरून भांडण झालं, हे तारिणीच्या वडिलांना कळायला मार्ग नव्हता; परंतु परत सासरी जाणं अशक्यच आहे, या पलीकडे ती काही सांगेना. त्यामुळे या प्रकरणाचा काहीच खुलासा होत नव्हता. आईशी बोलताना तारिणी एक दिवस संतापानं म्हणाली, ''अगं, तो पुरुषच नाही!'' तेव्हा मात्र तारिणीचं सारं कुटुंब हादरलं. कारण याचा अर्थ, तारिणीचं सारं आयुष्य उद्ध्वस्त झालं, असाच होत होता. जुन्या खानदानी कुटुंबात काडीमोडाची प्रथा नाही. त्यामुळे तारिणीचं पुन्हा लग्न होईल, अशी शक्यता नव्हती. आपल्या राजबिंड्या, तरतरीत आणि बुद्धिमान मुलीचं करायचं काय, तिनं उरलेलं आयुष्य काढायचं कसं हाही–गहन प्रश्न होता.

इंदूरच्या होळकर कॉलेजातून ती बी.ए.पर्यंत शिकलेली होती. तिला पुढं शिकवावं, असा निर्णय नाइलाजानं घेण्यात आला. ती एम. ए. झाली. बी. टी. करते म्हणाली, त्यालाही कोणी विरोध केला नाही. शिक्षण पुरं झाल्यावर तिचं करायचं काय, हा प्रश्न शिल्लकच राहिला. तिच्या थोरल्या बहिणीनं– माधवीनं– पुण्यातल्या भावे नावाच्या ब्राह्मण प्राध्यापकाशी लग्न करून पूर्वी खळबळ माजविलेलीच होती. आंतरजातीय विवाह तेव्हा दुर्मीळ होते आणि खानदानी मराठा समाजातून एका तरुण स्त्रीचा असा विवाह लोकांना मुळीच आवडला नव्हता. पण त्याला फारसा प्रगट विरोध झाला नाही याचं कारण भावे हे पुरोगामी मानले जात असत. त्यांच्या एका बहिणीनं मराठा समाजातील एका इंजिनिअरशी प्रेमविवाह करून तो पायंडा आधीच पाडला होता. शिवाय भावे हे गृहस्थ बहुजन समाजाच्या चळवळीत रस घेत असत. दलितांसाठी शाळा चालवीत. एवढंच नव्हे, तर त्यांनी काढलेला अनाथाश्रम हा महाराष्ट्रातील एका मोठ्या यशस्वी अनाथाश्रमत गणला जाई. सरकार-दरबारी त्यांना खूप मान होता. सरकारनं तर त्यांना रावबहादूर ही पदवी दिलेलीच होती, पण लोकांनाही या माणसाच्या जीवनाबद्दल कुतूहल होतं. आपलं शिक्षण पुरं झाल्यानंतर आपण माधवीकडे जाऊन राहावं, असं तारिणी म्हणाली; त्याला फारसा कुणी विरोध केला नाही. माधवीचे पती माधवराव भावे हे ब्राह्मण वस्तीत राहत नव्हते, तर त्यांनी कॅम्पात संमिश्र वस्तीत एक छोटा बंगला घेतलेला होता.

तारिणी आली ती बहिणीकडे, म्हणजे– माधवीकडे. म्हणून माधवीनंही

तिचं मन:पूर्वक स्वागत केलं. भावे यांच्या शिक्षणसंस्थेत करण्यासारखी कामं खूप होती. पण तारिणीचे विषय त्यांपैकी कोणत्याच कामाला उपयुक्त नव्हते. भावे यांच्या कामामुळे आणि सार्वजनिक कार्यामुळे कात्रे अन् त्यांचं विशेष सख्य होतं. त्यांचं एकमेकांकडं जाणंही बरंच होतं. कात्रे पतीपत्नी ही सुशिक्षित आणि तशा अर्थानं रूढ समाजव्यवस्था मानणारे नव्हते. अभक्ष्य-भक्षण दोन्ही घरात चाले. तोही एक त्यांच्या मैत्रीचा चिवट धागा बनला होता. तारिणी पुण्यात आली, त्याच रात्री कात्रे पतीपत्नी भोजनासाठी भाव्यांकडे आले होते. बोलता-बोलता विषय निघाला. तेव्हा आपल्या मंगळवार पेठ एज्युकेशन सोसायटीत इंग्रजी व मराठी या विषयाच्या शिक्षकाची जागा रिकामी आहे, असं कात्रे यांनी सुचविलं. प्रयत्न करून पाहायला हरकत नाही, असा एकूण सूर निघाला. कुणालाच त्यात गैर वाटण्यासारखं नव्हतं. नुकतेच इंग्लंडहून परतल्यामुळे कात्रे अद्ययावत पाश्चिमात्य पोषाख करीत असत आणि लहान-सहान गमतीदार गोष्टी सांगून संभाषणात रंगत आणत असत. तारिणीचं कात्र्यांबद्दलचं मत चांगलं झालं होतं.

आपल्याला शिकविण्याचा काहीही अनुभव नाही, असं तारिणी म्हणताच कात्रे म्हणाले, ''शिक्षण विषयाची उच्च परीक्षा देऊन मी नुकताच परतलो आहे. शिवाय माझी बायको शिक्षण खात्यात शिक्षणाधिकारी म्हणून काम करीत आहे. शिकवायचं कसं, याची चिंता तर तुम्ही मुळीच करू नका. तुमच्याकडे पाहून मी सांगतो, शिकविणं तुम्हाला सहज जमेल. एक तर तुम्ही अतिशय देखण्या आहात. व्यक्तित्वसंपन्न आहात, आणि तुमची वाणीही शुद्ध आहे. तुम्ही उत्तम शिक्षिका व्हाल आणि काही अडचण आली, तर मी आहेच. पण तसा प्रसंग येणारच नाही. तुम्ही उद्यापासूनच कामाला लागा. पहिले काही दिवस मी पाठ कसे घेतो, ते नुसतं पाहा. अगदी सोपं आहे हो. आताच्या नवीन शिक्षण-पद्धतीत हसत-खेळत शिकविलं की मुलं सहज शिकतात आणि एकदा का आपण मुलांना आवडलो की, शिकविण्यासारखा आनंद नाही, हे तुमच्या लक्षात येईल. नाही तरी रिकामं बसून तुम्ही काय करणार? वेळ तर मजेत जाईलच, पण हळूहळू तुम्ही स्वत:च्या पायांवर उभ्या राहू शकाल. तुम्हाला अर्थार्जनाची गरज नाही, हे मला भाव्यांच्याकडून कळलं आहे. खरा प्रश्न वेळ घालविणं, कामात गुंतवून घेणं; तो तुमचा प्रश्न सुटेलच. पण समाजाच्या आपण काही उपयोगी पडत आहोत असं तुम्हाला वाटलं की, एकदम तुमच्या आयुष्याला नवा अर्थ प्राप्त होईल. मी तुम्हाला अगदीच लहान मुलांचा वर्ग देणार नाही, कारण त्यांनाच शिकविणं फार कठीण असतं. सहावी-सातवीतले

वर्ग मी तुम्हाला आधी देतो. पण गंमत म्हणून तुम्ही अधून-मधून खालच्या वर्गांनाही शिकवा. मी शाळेचा ताबा घेतला, त्याला पाच वर्षे होऊन गेली. तेव्हा शाळेत फक्त शंभर मुलं होती. शाळा तोट्यात चाललेली होती, तरी पण काही जिद्दी लोकांच्या आश्रयानं ती चालविण्यात येत होती. मी ताबा घेतला. घरोघर फिरलो, देणग्या गोळा केल्या. आता मुलांची संख्या सहाशे आहे. शाळेची नवी मोठी इमारत पूर्व आणि पश्चिम पुण्याच्या मध्यभागी उभी राहत आहे. तुम्ही सुदैवानं अशा वेळेला पुण्याला आला आहात की, मी चांगल्या शिक्षकांच्या शोधातच आहे. शाळा वाढतीय. सुशिक्षित स्त्रिया या मुलांच्या दृष्टीनं अधिक चांगला शिक्षक असतात, तेव्हा तुमचं स्वागत असो.''

तारिणीलाच काय, पण भावे पती-पत्नीनाही बोलायला काही सवड देण्याच्या आत कात्र्यांनी हा विषय जवळपास संपवून टाकला. कात्र्यांच्या पत्नी शुभदाबाई या जरा साशंकपणे या साऱ्या संभाषणाकडे पाहत होत्या. आपल्या नवऱ्याच्या व्यक्तिमत्त्वामुळे त्या नेहमीच त्यांच्याबाबत साशंक असत. कारण त्या स्वत: रूपानं अगदीच सामान्य होत्या. पहिली बायको वारली, म्हणून कात्र्यांनी विधुरावस्थेत आपल्याला स्वीकारलं, हे त्यांना माहीत होतं. शिवाय आपल्या सुशिक्षितपणाचाही त्यांना मोह पडला, याचं त्यांना स्मरण असे. पण इतकं असामान्य व्यक्तिमत्त्व, चातुर्य, शिक्षणक्षेत्रातील स्थान, संघटनाकौशल्य आणि नव्यानंच आलेला त्यांच्या वक्तृत्वाचा बाज यामुळे त्या मनातून नेहमीच धास्तावलेल्या असत. परदेशातून आल्यापासून रोज जरी नाही तरी अधून-मधून बाबूराव मद्यपान करू लागले होते. साहित्यिक वर्तुळात त्यांचं नावही होऊ लागलं होतं आणि नाटक कंपन्यांचे मालक बाबूरावांनी नाटक लिहावं म्हणून त्यांच्याकडे धरणं धरून बसू लागले होते. त्यांच्या व्यंजनपर कवितांनी त्यांनी गेलं साहित्य संमेलन गाजवून टाकलं होतं. आपला नवरा आपल्या मुठीत राहण्याइतका लहान नाही, हे कळण्याचं स्त्रीसुलभ शहाणपण त्यांच्याजवळ होतं. ब्राह्मणी संस्कार, शिक्षकपेशा आणि परंपरांविषयीचा अभिमान, लोकदृष्ट्या तरी लाज वाटेल असं कृत्य आपल्या नवऱ्याच्या हातून यामुळे होणार नाही, एवढीच आशा त्या बाळगून होत्या.

परंतु तारिणीचं ते तेजस्वी दर्शन, तिच्या डोळ्यांत जाणवणारी तृष्णा आणि आपल्या नवऱ्याकडे भारावून गेल्याप्रमाणे पाहण्याची तिची दृष्टी–यामुळे त्या मनातून थोड्या अस्वस्थ झाल्या. थोडा धीर धरून त्या म्हणाल्या,

''खासगी नोकरी करण्यापेक्षा सरकारी नोकरी त्यांनी धरलेली चांगली.

ती त्यांना सहज मिळू शकेल. शिवाय त्यांचे संस्थानिकांशी असलेले संबंध लक्षात घेता, थोडे नियम डावलूनसुद्धा असिस्टंट इन्स्पेक्टर म्हणून त्यांची नेमणूक करता येईल.''

बाबूराव हसले. त्या हसण्यातल्या छद्मीपणा फक्त शुभदाबाईंना जाणवला. कारण बाबूरावांची ती खासियत होती. कोणाचाही चेष्टाविषय करून टाकायचा असला की, आरंभी ते असे हसत असत.

आपल्या बायकोकडे पाहत ते म्हणाले, ''बाईसाहेब, सरकारी नोकरी केव्हाही चांगली. पण बदल्यांचं काय करणार? विंचवासारखं पाठीवर बिऱ्हाड घेऊन या बाई एकट्या काही गावोगाव फिरणार नाहीत.''

''पण माझी कुठं पाच वर्षांत बदली झाली?''

''तुमची गोष्ट निराळी आहे. एक तर तुमचा नवरा एका शाळेचा मुख्याध्यापक आहे; शिवाय तुमच्या हुद्द्याची नोकरी या घटकेला तरी मुंबई राज्यात नाही, म्हणून तुमची गोष्ट निराळीच पडते. आता या बाई नोकरीला लागणार त्या असिस्टंट म्हणून. त्यांची काय केव्हाही, कुठंही बदली होऊ शकते. मुंबई राज्यातल्या लहान-सहान गावात अशा खानदानी–त्यातही नवऱ्यापासून दूर राहणाऱ्या स्त्रीला एकटं जगणं शक्य आहे काय? उद्या मुंबई राज्यात आज तुम्ही ज्या हुद्द्यावर आहात, त्या हुद्द्याची दुसरी नोकरी निर्माण झाली की, तुम्हालाही तिथं जावंच लागेल. त्या वेळेला कुणी दयामाया दाखवणार नाही. तेव्हा काही सुचविताना अगदीच मास्तरणीप्रमाणे अडाणीपणा दाखवू नका. तसं तर काय, आपले भावेसाहेबसुद्धा त्यांना कुठंही नोकरी लावून देतील. गावात त्यांचा दबदबा केवढा आहे! शिक्षण खातं त्यांना मानतं. पण तरीसुद्धा ब्राह्मणी शाळेत त्यांना नोकरी मिळणं कठीण आहे. हं, माझ्या शाळेत नोकरी करायची नसेल, तर फक्त म्युनिसिपालिटीच्या शाळेत त्यांना नोकरी करता येईल. आता तुमची तशी काही योजना असली, तर सांगा.''

शुभदाबाईंचा चेहरा एकदम पडला. ही गोष्ट खरीच होती की, मंगळवार पेठ एज्युकेशन सोसायटीशिवाय किंवा कँपातील संमिश्र शाळा सोडून कितीही चतुर असली, कितीही सुंदर असली, तरी पुण्यात तारिणीला नोकरी मिळणे सोपं नव्हतं. त्यांनी गुपचूप माघार घेतली आणि त्या एवढंच म्हणाल्या,

''तुम्हाला काय हवं ते करा.''

पण आपल्या या वाक्याचा बाबूराव भलताच उपयोग करतील, असं मात्र त्यांना त्या वेळेस तरी वाटलं नव्हतं. पण झालं ते भलतंच. तारिणी मंगळवार पेठ

एज्युकेशन सोसायटीत दुसऱ्या दिवशी नोकरीला लागली आणि बघता-बघता एक बऱ्यापैकी शिक्षका म्हणून तिचं नाव कानी पडू लागलं. मुद्दाम त्या वर्षी इन्स्पेक्शनला स्वत: शुभदाबाई गेल्या होत्या. तारिणीचं शिकवणं व वर्गातील वागणं हे सारं पाहताना त्या आश्चर्यचकित झाल्या. आपण समजतो त्यापेक्षा तारिणी चतुर आहे आणि प्रयत्नांची पराकाष्ठा करण्याची हिंमत तिच्याजवळ आहे, हे त्यांच्या लक्षात यायला वेळ लागला नाही. इन्स्पेक्शन चालू असताना बाबूराव तिकडे फिरकलेसुद्धा नाहीत. इन्स्पेक्शन संपल्यानंतर इतर सरकारी अधिकाऱ्याप्रमाणे त्यांनी आपल्या बायकोची सरकारी अधिकारी म्हणून सरबराई केली होती. पण त्यातही अलिप्तपणा होता. इन्स्पेक्शन संपवून घरी जाताना शुभदाबाईंच्या मनात एक गोष्ट मात्र येऊन गेली की, आपला संसार आता धोक्यात आलेला आहे. घरी जाताच आपल्या मुलीला घेऊन त्या फक्त ओक्साबोक्शी रडल्या.

*

तारिणी प्रथम ज्या दिवशी शाळेत आली, त्या दिवशी ती फारच बावरलेली होती. आजपर्यंत ती राजघराण्यात वावरली होती. मोठ्या मिजाशीत तिचा आयुष्यक्रम गेला होता. माहेरी तर कसली ददात नव्हतीच, पण सासरीसुद्धा तशी समृद्धी होतीच. जुनं वैभवशाली फर्निचर, घराचं प्रशस्त आवार, मुजरे करणारे नोकर, मोठमोठ्या मेजवान्या आणि सर्वांचंच कुतूहलपूर्ण आदर व्यक्त करणारं वागणं–यात तिचं आयुष्य गेलं होतं. नोकरी, तीही साध्या मास्तरणीची, करण्याची कल्पनाही तिला मनातून आवडली नव्हती. पण का कुणास ठाऊक, बाबूरावांच्या आक्रमक व्यक्तिमत्त्वाने तिला शाळेकडे खेचून आणलं. शिक्षिका म्हणून आपण यशस्वी होऊ किंवा नाही, आपण नोकरी करू शकू किंवा नाही या साऱ्या शंका एकाच गोष्टीत बुडून गेल्या होत्या–बाबूरावांच्या व्यक्तिमत्त्वात. बाबूरावांचा अद्ययावत पोषाख, प्रभावित करणारं संभाषण, साहित्यिक म्हणून त्यांना मिळू लागत असलेली मान्यता, एका संस्थेचा संवर्धक व जनक म्हणून त्यांनी दाखविलेलं कर्तृत्व हे खऱ्या अर्थानं अजूनही मुलगीच असलेल्या तारिणीला नेत्रदीपक वाटत होतं. शाळेपाशी टांगा थांबताच ती उतरली तेव्हा, ती तशी भांबावलेली होती. आपल्या आयुष्यात काही विलक्षण घडणार आहे, या कल्पनेनं तर ती आणखी भांबावून गेली. मोठ्या कष्टानं उंच मान करून ती शाळेत शिरली. शाळा अजून सुरू होतच होती. मुलं येत होती. येणाऱ्या या नव्या

स्त्रीकडे कुतूहलानं पाहत होती. काही जण तर शिक्षिका असल्याप्रमाणे तिला नमस्कारही करीत होती. तशी आजची शाळेची जागा जुनाटच होती. एका मोठ्या वाड्याची डागडुजी करून सोईस्कर वर्ग बनविलेले होते. तिला येताना पाहून वाटेत भेटलेल्या एक दोन शिक्षकांनी सुहास्य वदनानं तिला नमस्कार केला, तेव्हा तिलाही प्रतिनमस्कार करावा लागला. तेवढ्यात शाळेतला नोकर तिला सामोरा झाला आणि मुख्याध्यापकांच्या खोलीकडे तिला घेऊन निघाला. सरकतं दार त्यानं उघडलं, त्याबरोबर तारिणीला आत जाण्यावाचून काही गत्यंतरच उरलं नाही. ती आलेली पाहताच बाबूराव खुर्चीवरून उठले आणि पसरट आवाजात म्हणाले,

"या, या. तुमचीच वाट पाहत होतो. तुम्ही येणार, हे मला ठाऊकच होतं. बसा."

दरवाज्याकडे पाहून तिथं उभ्या असलेल्या नोकराला उद्देशून ते म्हणाले, "बाबू, दरवाजा लावून घे आणि थोडा वेळ कुणाला आत सोडू नकोस." दार बंद झालेलं तारिणीनं ऐकलं. ती खुर्चीवर बसण्यासाठी खुर्ची मागं ओढून घेत होती, तेवढ्यात बाबूरावांनी हात पुढे केला. तारिणीला शेकहँडसाठी हात पुढं करणं भागच पडलं आणि त्या हाताला हात मिळताच तारिणीच्या अंगावर एकदम रोमांच उठले. ज्या एका बलदंड पुरुषाची तिचं मन प्रतीक्षा करीत होतं तेच हे बलदंड हात यापुढचा बराच काळ तिची सोबत करणार होते; तिच्या आयुष्याला अर्थ आणणार होते आणि अनर्थही निर्माण करणार होते. पुढे केव्हाही आयुष्यात तारिणीने बाबूरावांच्या आणि स्वत:च्या आयुष्याचा जमाखर्च मांडला की, तिला या पहिल्या स्पर्शाची आठवण झाल्यावाचून राहत नाही. हा स्पर्श असाच भारलेला राहिला असता, तर आपलं आयुष्य सरळ सुतासारखं सुंदर झालं असतं. पण सुंदर असला, तरी हा स्पर्श एका नागाचा होता. वश असेल तोपर्यंत धन्याचं रक्षण करणारा, शत्रूपासून धन सुरक्षित ठेवणारा पण एकदा का त्यानं डूख धरला की, विषारी चावा घेणारा.

*

आज तारिणीला बरोबर घेऊन बाबूराव किन्हईच्या महाराजांच्या निमंत्रणावरून किन्हईला आले होते. तारिणीला उघडपणे प्रवासाला बरोबर घेऊन जाण्याचा हा त्यांचा पहिलाच प्रसंग होता. पण केव्हा ना केव्हा तरी या प्रकरणाला आरंभ

करणं भाग होतं. कारण तारिणीचे आणि बाबूरावांचे संबंध आता तसे प्रगाढ झाले होते. लोक त्यांच्याबद्दल बोलायला लागले होते. आधीच पुणे, त्यात काही न करतासुद्धा माणसं एकमेकांची बदनामी करतात. मग एका खानदानी कुळातील विवाहित स्त्रीबरोबर उघड-उघड संबंध ठेवणारे हे कात्रे हेडमास्तर सहजगत्या कसे स्वीकारले जावेत? शाळेची नवी इमारत बांधून झालेली होती. या इमारतीच्या आवारात पण अगदी कोपऱ्यात अलग असा एक छोटा बंगला बाबूरावांनी बांधून घेतला होता. वास्तविक, तो मुख्याध्यापकासाठी बांधलेला बंगला होता; पण त्यात तारिणी येऊन राहिली होती आणि बाबूराव मात्र त्यांचं जे गावातलं बिऱ्हाड होतं, तिथंच राहत होते. तारिणीच्या आणि बाबूरावांच्या एकांताला आता भरपूर जागा आणि वेळही होता, कारण ते आता कधी कधी घरी जातसुद्धा नसत. शुभदाबाईंच्या कानांवर बाबूरावांचे हे उघड चाललेले चाळे जात. त्या अस्वस्थ होत, पण बोटं मोडण्यापलीकडे त्या काही करू शकत नसतं. एक-दोनदा घरी आणि एकदा तर शाळेत त्यांनी तमाशा करून पाहिला. पण त्याचा परिणाम इतकाच झाला की, बाबूरावांचं त्यांच्याबद्दलचं मन अधिकच विटलं. पुरुषाला आकर्षित करण्यासाठी लागणारी प्रत्येक गोष्ट तारिणीजवळ होती; शिवाय बाबूरावांची शैक्षणिक क्षेत्रातली आणि साहित्यक्षेत्रातील लोकप्रियता वाढतच होती.

त्यांचं एक नाटक दामुअण्णांनी रंगभूमीवर नुकतंच आणलं होतं. दामुअण्णांची कंपनी तशी सामान्य होती; परंतु बाबूरावांचं नर्मविनोदी आणि हास्यरसोत्पादक नाटक इतकं उच्च दर्जाचं होतं की, त्याचा पहिला प्रयोग झाला आणि महाराष्ट्राला एक नवा नाटककार लाभला. पुण्यातील तथाकथित लब्धप्रतिष्ठितांना, साहित्यिकांना आणि नाट्यव्यावसायिकांना बाबूरावांनी मुद्दामच बोलावलं होतं आणि आश्चर्याची गोष्ट म्हणजे, उपरणी तोंडावर घेऊन का होईना, पण तीन तासपर्यंत नाट्यगृहात हास्याचा कल्लोळ उडाला होता. साहित्यसम्राट तात्यासाहेब केळकर हे तर या नाटकावर इतके खूश झाले की, त्यांनी बाबूरावांचं मनसोक्त अभिनंदन केलं. बाबूरावांच्या यशस्वी जीवन-वाटचालीत यशाचा आणखी एक तुरा खोवला गेला. बाबूराव लोकप्रियतेच्या शिखरावर अगोदर होतेच आणि आता तर काही बघायलाच नको! बाबूरावांना गावोगावाची व्याख्यानांची निमंत्रणं येऊ लागली आणि तेही मुक्तपणानं ती निमंत्रणं स्वीकारत होते. किन्हईचे महाराज बापूसाहेब हे बाबूरावांचे वर्गमित्र आणि आपल्या ह्या मित्राच्या आयुष्याच्या चढ-उतारातील एक साक्षीदार. म्हणून आपल्या या लोकप्रिय

मित्रानं आपल्या राजधानीच्या गावी यावं, अशी बऱ्याच दिवसांपासूनची त्यांची इच्छा होती. म्हणून त्यांनी आपल्या गावी त्यांना बोलविलं होतं.

बाबूराव हे सुखलोलुप होते; तसेच किंबहुना, सुखलोलुपतेपेक्षाही भाविक होते. किन्हईला यमाईचं एक सुप्रसिद्ध मंदिर होतं. जागृत देवस्थान म्हणून दक्षिण महाराष्ट्रात यमाई सुप्रसिद्ध होती. किन्हई हे तसं रेल-फाट्यापासून थोडं दूर असलेलं गाव, पण एका छोट्या संस्थानिकाची राजधानी आणि तोही संस्थानिक असा की, त्याला साहित्य, संगीत, नाट्य आणि चित्रकला या साऱ्यांचं मनापासून वेड होतं. गाव तसं छोटं होतं. जुनंही होतं. पण तसं बांधेसूद होतं. गावात एका छोट्या नदीच्या काठावर छोटासा बंधारा घातल्यानं गावाला पाण्याचं दुर्भिक्ष नव्हतं. संस्थानिक म्हणून स्थिर झाल्यावर राजानं मोठ्या हौसेनं आमराया, चिंचवन, जांभुळवन अशा अनेक प्रकारच्या झाडांच्या रायांनी आसमंत सजविलेला होता. यमाईचं मूळ देऊळ नदीच्या काठी होतं. गावाजवळ असणाऱ्या एका टेकडीवर मंदिर बांधून महाराजांनी या यमाईचीच दुसरी प्रतिकृती त्यात स्थापून गावाची शोभा अधिक वाढविली होती. महाराज तसे विक्षिप्त होते आणि त्या विक्षिप्तपणातील एका प्रकारचा याच नव्या नाटकात बाबूरावांनी खुबीदारपणे उपयोग करून घेतला होता. किंबहुना, त्या नाटकातील प्रत्येक पात्राला एकेक विक्षिप्तपणा बहाल केला होता– कोणाला कवीचा, कुणाला शिकारीचा, तर कुणाला व्यायामाचा. कुठल्याही गोष्टीचा अतिरेक झाला की, आपोआपच हसू निर्माण होतं आणि त्यामुळेच ते नाटक रंगतदार झालं होतं. आपली प्रच्छन्न टीका नाटकात आहे, हे माहीत असूनसुद्धा महाराज रागावले नव्हते. उलट, त्यांनी नवरात्र महोत्सवात आपल्या या मित्राला अपूवाईनं आवर्जून बोलाविलं होतं.

वास्तविक, आपला मित्र आपल्याबरोबर तारिणीसारखी एक स्त्री घेऊन येईल, अशी मात्र त्यांना कल्पना नव्हती. खरं तर त्यांना वाड्यात उतरवायचं त्यांनी ठरविलं होतं, पण तारिणी बाबूरावांच्या मोटारीतून उतरलेली पाहताच त्यांना आपला बेत बदलावा लागला. त्यांना मनातून थोडा राग आला होता, पण त्यांनी तो दाखविला नाही. उलट आमराईत पाहुण्यासाठी जो बंगला बांधून ठेवला होता, त्यात त्यांनी बाबूरावांची सोय केली. बाबूरावांना तर एकांत हवाच होता. राजवाड्यात सतत नोकरांच्या समवेत राहण्यापेक्षा आंबराईतला एकांत त्यांना मनापासून आवडला. शिवाय आमराईतल्या बंगल्याच्या गच्चीवरून किन्हई नदीचा जलाशय इतका सुंदर दिसत होता की, त्यांचं मूळचं भावुक मन

अधिकच भावुक झालं. एरवी ते अधून-मधून मद्य पीत असत; पण इथं त्यांनी मद्य घ्यायचं नाही, असं ठरवून टाकलं. शिवाय तारिणीसारखी एक सुंदर वारुणी त्यांना घोटा-घोटानं आणि चवी-चवीनं प्यायला भरपूर सवड होती. तारिणीशी त्यांचे यापूर्वी संबंध आलेले होतेच, परंतु असला एकांत त्यांना कधी लाभलेला नव्हता. तारिणी ही केवळ नुसती सौंदर्यवती नाही, एक शालीन दासी नाही, तर प्रसन्न गृहस्थिनी आहे, हे या मुक्कामात त्यांच्या लक्षात आलं. बंगल्यात खानसामा होता, दरवान होता. बाबूरावांना कुठंही घेऊन जाण्यासाठी सदैव मोटार सज्ज असलेला ड्रायव्हर होता आणि बागकाम करणारा माळीही होता. आल्या-आल्या तारिणीनं स्वयंपाकगृहाचा ताबा घेतला. मोठ्या सुग्रणपणाने ती एक-दोन पदार्थ तरी स्वत: करी आणि बाबूरावांना खाऊ घाली. बागेतील सुंदर फुलं वेगवेगळ्या तऱ्हेनं सजवून ती दिवाणखान्यात मांडी आणि स्वत:ही पुष्पवती होई. बाबूरावांच्या कर्तृत्वाला साजेशी एक सहचारिणी बाबूरावांना तारिणीच्या रूपानं आता लाभली होती. आरंभी-आरंभी केवळ एक व्यक्तित्वसपंन्न पुरुष आणि एक सुंदर स्त्री यांचं एकत्र येणं यापेक्षा त्यांच्या नात्याला अर्थ नव्हता. पण त्यापेक्षा एक वेगळाच अर्थ बाबूरावांना या त्यांच्या सहजीवनात जाणवत गेला. शुभदाशी लग्न होण्यापूर्वी तारिणीशी आपली गाठ पडली असती तर किती बरं झालं असतं, असासुद्धा विचार त्यांच्या मनात येऊन गेला. पण त्या विचाराबरोबरच ते मनाशी हसले. कारण तसं झालं असतं, तर मग आज त्यांच्या संबंधात जे थ्रिल निर्माण झालं आहे, ते कसं झालं असतं?

आज ते किन्हईला तिला घेऊन आले, त्यामुळे या छोट्याशा गावात खळबळ उडाली होती. कारण असले संबंध सहन करण्याची या गावाला फारशी सवय नव्हती. किन्हईचे पूर्वीचे धनी रंगेल होते आणि त्यांचे रंगढंग गावानं पाहिले होते. पण ते महाराज होते आणि बाबूराव हे साधे शिक्षक होते, शिवाय विवाहित होते. तारिणी एका खानदानी मराठा कुटुंबातील विवाहित स्त्री होती. साराच मामला गावकऱ्यांच्या दृष्टीनं थोडा अजब होता, धक्का देणारा होता. पण बाबूराव हे महाराजांचे पाहुणे होते आणि मुख्य म्हणजे, नवरात्र महोत्सवाचे अध्यक्ष होते. ज्ञानेश्वर, तुकाराम आणि रामदास या विषयांवर त्यांची व्याख्यानं आयोजित केली होती. हा असला लंपट, थिल्लर असा माणूस संतांवर काय बोलणार, त्याचा अधिकार काय, असे अनेक प्रश्न गावकऱ्यांपुढे होते.

संध्याकाळी साडेसहा वाजता गावातील यमाईच्या मंदिराच्या बाहेरील पटांगणात व्याख्यान आयोजित केलं होतं. व्याख्यानाच्या स्थळी बाबूराव आले,

तेव्हा साऱ्या श्रोत्यांनी टाळ्या वाजवून त्यांचं स्वागत केलं. पण त्यांच्या मागोमाग नऊवारी लुगडं नेसलेली, कुंकवाचा मोठा टिळा लावलेली एक हसतमुख स्त्री होती आणि ती चक्क स्त्रीसमुदाय बसला होता, त्यात जाऊन एका बाजूला बसली. तिच्याकडे तर सर्व लोकांचं लक्ष गेलंच. क्षणभर त्यांना असंही वाटलं की, आपण ऐकलं ते खोटं असलं पाहिजे. ती तारिणी नसेल तर बाबूरावांची पत्नीच असावी, असाच शालीन भाव तिच्या वागण्यात, चालण्यात, एवढंच नव्हे तर बसण्यातही होता. सर्वांचं कुतूहल थोडे चाळविलं होतं खरं. तरीपण तारिणीकडे पाहून असं कुणाला खरं वाटणं शक्य नव्हतं की, ही विवाहित बाई एका संसारी पुरुषाच्या आयुष्यात अकारण घुसली आहे. गमतीची गोष्ट अशी होती की, बाबूराव ब्राह्मण असूनही काळे होते. याउलट, तारिणी मात्र गौरवर्णीय होती. शिवाय कुणाच्याही मनात सहानुभूती उत्पन्न करील, असं राजस रूप तिला लाभलेलं होतं.

बाबूरावांचा रीतसर परिचय करून झाला आणि बाबूरावांनी आपल्या व्याख्यानाला आरंभ केला. आरंभी थोडे विरोधात्मक असलेले श्रोते हळूहळू बाबूराव कब्जात घेऊ लागले. बाबूराव नुसतेच नाटककार किंवा लोकांना हसविणारे विदूषक नाहीत, तर ते एक व्युत्पन्न ब्राह्मण आहेत आणि ज्ञानेश्वरीवर अधिकारवाणीनं बोलण्याइतपत त्यांचा ज्ञानेश्वरीवर अधिकार आहे, हे श्रोत्यांच्या लक्षात आलं. त्यांचं पाठांतर लोकविलक्षण होतंच आणि जो विषय यांनी निवडला होता– विश्वमानव ज्ञानेश्वर– त्याला शोभतील असे अनेक संदर्भ त्यांना मुखोद्गत होते. ज्ञानेश्वरांचा आर्त टाहो त्यांच्या वाणीतून पाझरत होता. व्याख्यान किती तास चाललं, याचं भानच कुणाला नव्हतं. ज्ञानेश्वरांचं शब्दप्रभुत्व व अखिल विश्वाला कवेत घेण्याची त्यांची ताकद हे सारं सांगताना त्यांचे डोळे पाण्यानं डबडबले होते. ज्ञानेश्वरांच्या पसायदानाचा अन्वयार्थ जेव्हा त्यांनी सांगायला आरंभ केला, तेव्हा तर सारे श्रोतेही सद्गदित झाले. ज्ञानेश्वरांनी अध्यात्म्याच्या आणि भक्तीच्या क्षेत्रात केवढं उड्डाण केलं आहे, हे सांगताना ज्ञानेश्वरांनी वापरले तितकेच कोवळे व प्रभावी रसपूर्ण शब्द त्यांच्या मुखातून निघत होते. पांढरेशुभ्र धोतर नेसलेले आणि कोट-टोपीचा सरंजाम पेहेरलेले बाबूराव एवढे भक्तिमय होऊन गेले होते, एवढे कळवळून बोलत होते आणि शब्दाशब्दांत दडलेला अर्थ, दगडातून पाण्याचा झरा निघावा तसा खोदून काढीत होते की, सारेच लोक विस्मित झाले होते. हाच का तो मनुष्य की, ज्यानं आपल्या महाराजांची नाटकात टवाळी केली आहे? हाच का तो मनुष्य की ज्यानं लोकांच्या नाकावर

टिच्चून उघड-उघड एका बाईशी, आणि तीही परजातीतली—व्यवहार ठेवलेला आहे? मद्यपान, मांसाहार यांच्याबद्दलच्या या गृहस्थाच्या वार्ता सर्वथा खोट्या असल्या पाहिजेत. एरवीही धिप्पाड असणारा हा माणूस या घटकेला तरी आकाशाएवढा मोठा झाला. ज्ञानेश्वरांशी याचं काही नातं असलं पाहिजे. हा संतकुलात तर जन्म पावलेला नसेल? काही सांगता येत नाही बुवा! माणसाचं खरं रूप कोठे कळतं? संतांचं तरी सगळं आयुष्य आपल्याला कुठं माहीत आहे? कोवळे शब्द एवढे घायाळ करतात हे श्रोत्यांनी पहिल्यांदाच अनुभवलं होतं. ज्ञानेश्वरांचं बालपण, त्यांना भोगावा लागणारा मनस्ताप, ब्रह्मवृंदांच्या मान्यतेसाठी त्यांनी घेतलेले सायास, तो जगावेगळा अध्यात्ममार्गाचा प्रवास... मग ते पैठणचे ब्रह्मवृंद या कोवळ्या, राजबिंड्या, ज्ञानसंपन्न भक्तितरूपुढे कसे वागले आणि त्याचा हरविलेला सन्मान त्याला कसा परत दिला गेला... नेवाशाला या माणसाला प्रत्यक्ष अनुभव न घेतलेल्या संसारसुखाची आणि रसिकतेची अनेक कारंजी कशी सापडली आणि त्याच्या कोवळ्या मुखातून सहा-सातशे वर्षांपर्यंत किंवा त्याहूनही अधिक काळ पुरेल इतका ज्ञानाचा प्रकाश कसा प्रगट झाला, हे सारं ऐकताना सर्वसामान्य आबालवृद्ध तर सद्‌गदित झालेच,पण ब्रह्मवृंदही हेलावून गेला. महाराज तर डोळे पुशीतच होते, तारिणीकडं कुणाचं लक्ष गेलं असतं तर तिचेही डोळे डबडबलेलेच लोकांना दिसले असते.

आता ऐकलं ते व्याख्यान नव्हतं, कीर्तन तर नव्हतंच नव्हतं आणि प्रवचनाचा रुक्षपणा तर कोठेच जाणवीणं शक्य नव्हतं. आता जे ऐकायला मिळालं, ते सामवेदाचं गायन होतं. तिथे कानांच्या जिव्हा झाल्या होत्या आणि नासिकांचे डोळे झाले होते. एकेक भोग एकेक अवयवाला वाटून दिलेला आहे; परंतु आपले धर्म सोडून अवयवांनी अनुभवांची गल्लत केली होती. शब्दांना रूप असतं, हे त्या दिवशी प्रथम समजलं. गाण्यासाठी आलाप लागत नाहीत किंवा सुंदर आवाजही लागत नाही; भक्तिरसात डुंबलेला आवाज अखेरीस, गाणंच होतो. दोन तास अखंड चाललेला शब्दसोहळा पाहणाऱ्यांना आणि ऐकणाऱ्यांना तो थांबला याचं अतिशय दुःख झालं. नरहर विष्णू कात्रे या एका सामान्य शिक्षकाचं रूपांतर एका आदरणीय प्राचार्यात झालं होतं. कात्र्यांच्यापेक्षा वयानं लहान असणाऱ्यांनी त्यांच्या पायावर मस्तक ठेवलं तर ते समजण्यासारखं होतं; पण वयानं मोठे असणाऱ्यांनीही त्यांच्या पायावर मस्तक ठेवलं—महाराजांनी कात्र्यांची अगदी भक्तिभावानं उराउरी भेट घेतली, काही भाबड्या स्त्रियांनी तर तारिणीच्या पायांवर डोकं ठेवलं; तेव्हा मात्र तारिणीला रडू आवरेनासं झालं.

काही काळ का होईना, आपण वासना-विकारांपासून आकाशात हिंडत होतो, या जाणिवेनं तिनं आपले डोळे घट्ट मिटून घेतले.

*

कात्रे यांच्या मृत्यूमुळे हळहळणारे लोक महाराष्ट्रात सर्वत्रच होते. अर्थात, कात्रे यांच्याबद्दल वैयक्तिक राग किंवा आकस असणारे लोकही काही कमी नव्हते. कात्रे हे शिक्षणतज्ज्ञ म्हणून प्रथम लोकांना माहीत झाले ते त्यांनी मंगळवार पेठ एज्युकेशन सोसायटीचे प्रमुख चालकत्व स्वीकारल्यामुळे. मग ते हळूहळू लोकांना माहीत होऊ लागले ते कवी म्हणून. त्यातही एक उपहासगर्भ विडंबन-काव्याचा नवा प्रकार त्यांनी जन्माला घातला होता. नंतर लोकांना ते माहीत झाले ते एक वक्ते म्हणून. अर्थात त्यांचे त्या वेळचे वक्तृत्व अतिशय प्रसन्न, भावपूर्ण आणि हृदयाला भिडणारे होते. विनोद, टवाळी किंवा तुच्छता यांचा प्रादुर्भाव त्यांच्या वक्तृत्वात तोपर्यंत झालेला नव्हता. मग त्यांचं पहिलंच गाजलेलं विनोदी नाटक रंगभूमीवर आलं. त्या नाटकानं क्रांती करून सोडली आणि लोकप्रियता ही वस्तू काय असते, या गोष्टीचा त्यांना बोध झाला. याच कालखंडात तारिणी त्यांच्या आयुष्यात आली आणि त्यांच्याबद्दल नाना वदंता निर्माण होऊ लागल्या. लब्धप्रतिष्ठित समाजात त्यांच्याबद्दल चर्चा आणि त्याहीपेक्षा निंदेचे उद्‌गार निघू लागले. पण तरुणात त्यांच्याबद्दल एक विलक्षण कुतूहलही निर्माण होऊ लागलं. शिवाय याच कालखंडात पश्चिम भागातून ते पूर्व भागात राहायला गेले आणि बहुजन समाजाची बाजू ते हिरीरीनं मांडू लागले. त्यामुळे ब्राह्मणवर्ग त्यांच्यावर अधिकच रुष्ट झाला. पण कात्र्यांना मात्र एक नवा युयुत्सु आणि भांडखोर असा नवा चाहतावर्ग मिळाला. त्यांच्या व्याख्यानांना आता पूर्वीप्रमाणे केवळ सुशिक्षित असा वर्ग उपस्थित नसे आणि म्हणूनच असेल कदाचित, त्यांच्या वक्तृत्वात हळूहळू थोडी असभ्य वाटणारी किंवा कुचेष्टेपर्यंत धाव घेणारी अशी चावट प्रतिपादनं येऊ लागली. व्याख्यानाची कोणतीही आमंत्रणं ते स्वीकारीत आणि कोणत्याही विषयावर एका विशिष्ट शैलीत बोलून भाषण रंगविण्यावर त्यांचा भर होता. कवित्व तर त्यांच्याजवळ होतंच. नाटककार म्हणूनही लोकांत ते हळूहळू ज्ञात होऊ लागले होते. आणि आता हा नवा लोकप्रियतेचा वक्तृत्वाचा रस्ता त्यांना सापडला होता. केवळ पुण्यातच नव्हे, तर महाराष्ट्रात त्यांची लोकप्रियता हळूहळू वाढत होती. शिवाय व्याख्यानाला

जमेल तिथे ते तारिणीलाही घेऊन जात. एक बेडर व्यक्तिमत्त्व म्हणून लोक त्यांना आता ओळखू लागले होते. आपल्यात आमूलाग्र बदल होत आहे, याची चाहूल कात्र्यांना लागली होती. या बदलाला कात्र्यांचे स्वयंसिद्ध साहित्यिक गुण कारणीभूत होतेच; पण तारिणीचा उन्मादक सहवास हे त्यांतील प्रमुख कारण आहे, हे त्यांच्या लक्षात आलं. तारिणीचा आपल्या आयुष्यातला प्रवेश आपल्या आयुष्याची रूपरेषा बदलून टाकणारा आहे, हे कळण्याचं भान त्यांना होतं. तारिणी जेव्हा जेव्हा त्यांच्या व्याख्यानाच्या दौऱ्यात त्यांच्याबरोबर असे, तेव्हा आपलं व्याख्यान जास्त रंगतं, हे त्यांच्या लक्षात आल्यापासून तारिणीला ते बहुतेक वेळेला बरोबर घेऊन जात. तिचं अस्तित्व हेही त्यांच्या व्याख्यानाचं एक आकर्षण होऊन राहिलं होतं.

खरी गोष्ट अशी होती की, तारिणी त्यांच्या व्यक्तिमत्त्वावर भुलली होती. उंचनिंच, ऐसपैस, थोडा काव्यात्मक, थोडा उर्मट असा कवित्वशक्तीचा एक पुरुष तिच्या डोळ्यांत भरला होता. पुढे कात्र्यांचा लौकिक जसजसा वाढत गेला तसतशी ती त्यांच्यात गुंतत गेली. पत्नी करील त्यापेक्षा ती त्यांची अधिक सेवा करी, आणि त्या सेवेत नुसती निष्ठा नव्हती, तर एका हिंस्र श्वापदाचं समर्पण होतं. दोघांचाही दिवस खूप गडबडीचा जात असे. शाळेतील नोकरी तिनं अजून सोडलेली नव्हती, शिवाय कात्र्यांच्या इतर अनेक गोष्टींतील व्यापामुळे त्यांचं घर म्हणजे एक कायमचाच क्लब झाला होता. नाना प्रतिभावंत, विद्वान अशी माणसं त्यांच्या घरी जमत असत. अधून-मधून मद्याच्या मैफलीही होत असत. वास्तविक, कोणत्याही महाराष्ट्रीय स्त्रीला मद्यपी प्रियकर किंवा नवरा आवडत नाही; कारण मद्यामुळे संसाराचा नाश होतो आणि मनुष्य पशू होतो, असं तिच्या मनावर वेगवेगळ्या विचारांनी ठसविण्यात येतं. पण कात्र्यांच्या घरची मद्याची मैफल म्हणजे काव्य-शास्त्र-विनोदाचा महापूर, असाच अनुभव आल्यामुळे ती प्रत्यक्ष मैफलीत जरी भाग घेत नसली तरी एखाद्या चांगल्या संसारी स्त्रीप्रमाणे पाहुण्यांची सर्व सरबराई करी. तिचं मैफलीत वावरणं, हेही मैफलीत येणाऱ्यांच्या दृष्टीनं एक आकर्षण होतं, कारण तिच्या मूळच्या लाजऱ्या आणि बुजऱ्या व्यक्तिमत्त्वात आता पुष्कळच फरक पडला होता. अगदी खास घरगुती मित्रांची बैठक असली, तर कधी कधी एखाददुसरा पेग घेण्याइतकी ती धीट बनली होती. तिच्या लक्षात एक गोष्ट आली की, मद्यपान केल्यानंतर कात्र्यांचं स्वरूप एकदम बदलतं. एक तर त्यांचं कवित्व खुलतंच, पण त्याहीपेक्षा त्यांच्यात एक आक्रमक पौरुषत्व जागं होतं–ज्या पौरुषासाठी ती हपापलेली होती. एरवी एका

खानदानी घरात जन्म पावलेल्या, सौम्य स्त्रीला अशा आक्रमक पौरुषाची ओढ वाटावी आणि त्यात आपल्या आयुष्याचे सार्थक व्हावं, अशी भावना उत्पन्न व्हावी, हे थोडं आश्चर्यकारक होतं. आपण तर बदललो आहोतच; पण आपल्याबरोबर आपला प्रियकर बाबूराव हाही बदलतो आहे, हेही तिच्या ध्यानी यायला वेळ लागला नाही. पूर्वी बाबूरावांचा देह तसा अजस्र होता. पण टापटिपीचे कपडे, संभाषणातले लाघव आणि प्रसंगावधानीपणा यामुळे त्यांची प्रचंड देहयष्टी एवढी जाणवत नसे. पण आता मात्र ती देहयष्टी तिला प्रत्यक्षच जाणवत होती. सुरतसुखाच्या प्रसंगात तर त्यांच्या देहाचे प्रचंडत्व, ताकद आणि पुरुषी मस्ती भोगत असताना तिच्यातला शरणभाव जागा होऊ लागला होता. बाबूरावांच्याशिवाय आपल्या आयुष्याला अर्थ नाही, हे जेव्हा तिच्या ध्यानात आलं; तेव्हा तर ती त्यांच्यात अधिकच गुंतत चालली. त्यांचा डाव्या हाताचा संसार तसा फलदायीही झाला. आपल्याला दिवस गेले आहेत, हे जेव्हा अभिमानानं तिनं एक दिवस बाबूरावांना सांगितलं; तेव्हा मात्र बाबूराव मनातून घाबरले आहेत हे तिच्या लक्षात आलं.

खरं तर बाबूरावांना ही गोष्ट आनंदाची आहे असं वाटायला हवं, असं तिला वाटत होतं. नवरा-बायकोसारखी एकत्र आल्यानंतर ही गोष्ट अपरिहार्य आहे, असा तिचा भाबडा कयास होता. तिला मूल व्हावं, असं वाटत होतंच. पण मूल झाल्यामुळेच बाबूरावांचं नि आपलं आता केवळ अफेअर राहिलेलं नाही, तर त्याला संसाराचं रूप आलं आहे, असं ती समजून चालली होती. बाबूरावांना शुभदेपासून दोन मुलीच झाल्या. त्यामुळे एखादा मुलगा व्हावा, असं त्यांना वाटत असेल, असा तिचा अंदाज होता. पण बाबूरावांची त्यासंबंधीची प्रतिक्रिया पाहून ती आश्चर्यचकित झाली; थोडी दुखावलीसुद्धा. बाबूराव हैराण का व्हावेत हे तिला कळलं नाही.

वास्तविक त्यांच्या संबंधात, शरीरव्यवहारात किंवा सामाजिक जीवनात अजून तरी फार मोठी खळबळ उडालेली नव्हती. बाबूरावांचा एक स्वतंत्र पैलू तिला या वेळी दिसायचा होता. ते तेव्हा सरळ म्हणाले, "हे पाहा, आपल्याला मूल होणं हे सोपं नाही. आपण एकत्र राहतो, एवढंच नव्हे, तर नवरा-बायकोसारखे एकत्र वावरतो, या गोष्टीलासुद्धा समाजात विरोध आहेच. परंतु एकंदर समाज भेकड असतो. प्रत्यक्ष काही कृती करायला निमित्त मिळाल्याशिवाय तो उघड प्रतिकार करीत नाही. आपण त्यांना निमित्त देता कामा नये. कारण, काहीही म्हटलं तरी तू एक विवाहित स्त्री आहेस. बदफैलीपणाचा पुरावा आपल्याला मागं ठेवता येणार नाही, कारण फौजदारी कायद्यानुसार तो एक

गुन्हा आहे. मूल होणं हे तुझ्या आयुष्यात–तसं कशाला माझ्याही दृष्टीनंसुद्धा एक आनंददायक वर्तमान आहे. पण त्याचा परिणामाचा विचार केला, तर मूल होणं आपल्याला परवडणार नाही. शाळेतल्या नोकऱ्या आपल्याला गमवाव्या लागतीलच आणि पुण्यासारख्या गावात आपल्याला जवळपास बहिष्कृत व्हावं लागेल. आज जे माझे अगदी परममित्र आहेत असं वाटतं, तेही आपल्याला जिणं असह्य करून टाकतील. फक्त दोघांचं असं स्वतंत्र जग या जगात नसतंच. आपण काही म्हटलं, कितीही जगाचे नियम मोडायचे ठरविलं, तरी काही नियमांतून आपली सुटका नसते, आणि जर तसा प्रयत्न केला, तर एकट्या-दुकट्याला समाज जगू देत नाही. तुझं मन मोडेल हे मला माहीत आहे. पण हे मूल आपण होऊ देता कामा नये– निदान आज तरी.''

''पण का? वाटलं तर आपण हे गाव सोडून जाऊ.''

''कुठं जायचं? महाराष्ट्रातच काय, पण महाराष्ट्राच्या बाहेर कुठंही गेलं तरी आपली दुष्कीर्ती आपल्याबरोबर येणार. आपलं सारं पूर्वआयुष्य तिथेही येणार. आपण लग्न तर करू शकत नाही. तसं शक्य असतं, तर काहीच प्रश्न नव्हता. आपण केलं असतंच आणि अगदी अभिमानानं आपलं मूल वाढविलं असतं. तुलाही घटस्फोट मिळणार नाही आणि मलाही तो मिळणार नाही. आज आपण जे जीवन जगतोय, ते कायद्याच्या दृष्टीनं पाहिलं तर फौजदारी गुन्ह्यात मोडण्यासारखं आहे. कारण विवाहित स्त्रीशी संबंध ठेवणं, हे डिबॉचरीत बसतं.''

तारिणी रडू लागली. आरंभी-आरंभी तिचं रडणं सौम्य होतं. पण पुढं त्यांचं हुंदक्यांतच रूपांतर झालं आणि ती ओक्साबोक्शी रडू लागली. तिची इच्छा पुरी करणं आणि या रडण्याचं मूळ नष्ट करणं, हे बाबूरावांच्या हातात नव्हतं. म्हणजे ते अगदीच अशक्य होतं, अशातला भाग नाही. पण त्यासाठी पुण्यासारखं गाव सोडून त्यांना मुंबईसारख्या अँग्लो-इंडियन वस्तीत स्थलांतर करावं लागलं असतं. ज्या मराठी समाजात आता कोठे लौकिकाला बहर येऊ लागला होता, त्या बहुजन समाजाचा त्यांना रोष ओढवून घ्यावा लागला असता. एक यशस्वी आयुष्य लाभत असताना नव्या धोकेबाज आयुष्यात प्रवेश करण्याइतकं धारिष्ट्य त्यांच्याजवळ नव्हतं. त्यांचा चरितार्थ अगदीच अडला असता, अशातला भाग नाही; पण कष्ट अणि बेअब्रू यांना मात्र तोंड द्यावं लागलं असतं आणि तिथंच सारी गोम होती. हातात आलेलं हे पाखरू त्यांना सोडायचं तर नव्हतं; पण ज्या झाडावर बसून पुष्कळशी सुरक्षित अशा आयुष्यातली मजा त्यांना लाभणार होती, ते झाडही त्यांना तोडायचं नव्हतं. तारिणीची

समजूत घालण्यासाठी त्यांच्याजवळ अपार शब्द होते, चातुर्य होतं आणि विशेष म्हणजे त्यांचं भारून टाकणारं व्यक्तिमत्त्व होतं. त्यांनी तारिणीला जवळ घेतलं. तिचे डोळे पुसले आणि समजुतीच्या स्वरात म्हणाले,

"तू काही अजून म्हातारी झाली नाहीस. मूल होण्याचं वय काही टळून गेलेलं नाही. प्रश्न थोडं थांबण्याचा आहे. मी मध्यंतरीच्या काळात आपल्याला सुखानं जगता येईल, असा काही तरी उद्योग मुंबईत करतो; म्हणजे मूल होण्याची तुझी इच्छा पुरी करणं मला शक्य होईल. तू थोडा दम धर. माझ्यावर विश्वास ठेव. आपल्याला मुंबईत स्थायिक होणं अगदी काही कठीण नाही. पण हे एका दिवसात काही घडणं शक्य नाही. आज तरी आपल्याला मन आवरलं पाहिजे. तुझ्यासारखा रूपसंपन्न आणि माझ्यासारखा कर्तृत्ववान मुलगा झाला, तर आपल्याला नको आहे काय? आपल्याला तर हवाच आहे. पहिला संसार तर मी सोडून दिलेला आहे. तुला माहीतच आहे की, आम्ही परत एकत्र येण्याची काही आशा नाही. कारण शुभदाचं तोंडसुद्धा मला पाहायचं नाही. माझ्या मुली मला आवडतात. त्यांची मला आठवण येते. त्या आपल्याबरोबर राहिल्या, तर त्यासारखी सुखाची गोष्ट नाही; पण ते काही शक्य नाही. शुभदा मुलींना घेऊन नाशिकला गेली आहे, हे एक परीनं बरंच आहे. त्यामुळे आपणाला अधिक मुक्तपणं वावरता येतंय. आपण थोडा दम धरला, योग्य ती परिस्थिती निर्माण केली; तर आपलं घरही मुलांनी भरून जाईल. पण तू सहकार्य केलं पाहिजेस.''

"मी कसलं सहकार्य करणार?''

"तेच तुला मला सांगायचंय. आज ना उद्या ही वेळ येणारच, हे मला माहीत होतं. त्यात अनैसर्गिक असं काही नाही. निकोप पुरुष व स्त्री एकत्र आली की, मूल हे होणारच. पण होणाऱ्या मुलाला भवितव्य काय? एक कडू संतती निर्माण करून आपण त्या मुलाचंही भाग्य धोक्यात टाकायचं काय? आपली गंमत होते, पण त्या मुलाची चिंता आपण करायला नको का? शेवटी मूल होणार ते आपल्या दोघांचं. त्याचा अभिमान जसा आपल्याला वाटेल तसाच आपलाही अभिमान त्या मुलाला वाटला पाहिजे.''

"पण मग मी काय करू? मला तरी मूल हवंय. काय वाटेल ती किंमत देऊन हे मूल मी वाढवीन.''

"मला हे मूल नको आहे का तारिणी? मलासुद्धा ते हवं आहे– अगदी जिवाभावानं हवं आहे. पण हट्टीपणानं वागलो, तर ते मूल वाढवायला आपणच

शिल्लक राहणार नाही.''

"मग तुम्ही काय सुचविता?''

"अप्रिय आहे, पण नाइलाजही आहे. अजून तू दुसऱ्या महिन्यातच आहेस, तुला कसलाही धोका नाही. तुला धोका असता, तर अर्थात काय वाटेल ती किंमत देऊन मूल होऊ दिलं असतं. पण मला तुला गमवायची नाही. जगातल्या कुठल्याही गोष्टीपेक्षा माझ्या लेखी तू मोठी आहेस. माझ्या जीवनाचं एक अंग बनली आहेस. आज मी जो कुणी आहे, त्याची तू प्रेरक शक्ती आहेस. म्हणून मी एक मार्ग काढलाय. तो तुलाच काय, पण मलाही आवडणार नाही. सर्वच गमवण्याची जेव्हा वेळ येते तेव्हा 'अर्ध त्यजति पंडित:' असं सुभाषित आहे. तुझ्यासारख्या शहाण्या मुलीला मी सांगायला पाहिजे, असं नाही. आपलं अजून खूप एकत्र आयुष्य जायचं आहे. एकत्रपणात आपण चार मुलंसुद्धा अगदी सुखानं वाढवू शकू; पण आज नाही. आज थोडा अप्रिय आणि कटू निर्णय आपणास घेतला पाहिजे. तो मी घेतला आहे. पण तुझी खरीखुरी साथ त्याला मिळाली पाहिजे.''

"पण मी तुमच्या शब्दाबाहेर कधी गेलेय का?''

"ती माझी खात्री आहे, म्हणून तर माझे मित्र डॉ. देव यांच्याशी मी सगळं बोललोय. त्यांच्या हॉस्पिटलमध्ये आज संध्याकाळी तू दाखल व्हायचंस. उद्या सकाळी तू मोकळीसुद्धा होशील आणि संध्याकाळी घरी परतसुद्धा येशील.''

"म्हणजे?''

हो–हो, तू म्हणतेस तेच खरं आहे. हा गर्भ मी पाडून टाकणार आहे. डॉक्टर विश्वासातले आहेत. या कानाचं त्या कानाला कळणार नाही. मग काय, येशील ना तू संध्याकाळी माझ्याबरोबर?''

तारिणी प्रथम हतबुद्ध झाली आणि बाबूरावांच्या शब्दाचा अर्थ तिच्या ध्यानात येताच ओक्साबोक्शी रडू लागली. हे सारं बाबूरावांनी गृहीत धरलेलं होतं. त्या अत्यंत दु:खमय आणि यातनामय प्रसंगातसुद्धा बाबूरावांनी तिची काया मोहोरवून टाकली. स्पर्श आणि शब्द यांनी ती विरघळत गेली आणि त्याही अवस्थेत ती त्यांना वश झाली.

*

कात्र्यांचे जे विविध पैलू होते, त्यांत विचित्र विसंवाद असे. एकीकडे ते

बुवाबाजीवर कडाडून लिहायचे, तर दुसरीकडे काही बुवांना कीर्तीच्या उंच शिखरावर नेऊन बसवायचे. गाडगेमहाराज, तुकडोजीमहाराज, गजानन-महाराज यांच्याबद्दलचे त्यांचे लेख इतके श्रद्धेनं भरलेले असत की, लोकांना बुवाबाजीवरचे अन्य लेख ते का लिहितात, तेच कळत नव्हते. कोल्हापुरात त्याच सुमारास एका प्राचार्यांचे चिरंजीव अध्यात्मावर व्याख्याने करू लागले होते. हे चिरंजीव देखणे होते. नुसते देखणे हा शब्द त्यांच्या बाबतीत अपुरा ठरला असता; ते रूपसंपन्न होते. जमावाला जिंकण्यासाठी लागणारं रूप, वक्तृत्व, व्यक्तिमत्त्व, डोळे हे सगळे त्यांच्याजवळ होते. शिवाय जातीने ते मराठा होते. प्रत्येक समाजाची काही गरज असते. मराठा समाज हासुद्धा इतर सर्व समाजांप्रमाणेच गुण-दोषांनी संपन्न आहे. अध्यात्मावर अधिकारवाणीनं प्रवचन करणाऱ्यांची त्या समाजात उणीव होती आणि या नवख्या युवकानं ती भागविली होती. थोडीशी अनाकलनीय भाषा, चांगलं पाठांतर, काही शब्दभ्रम, काही तटस्थ योगमुद्रा, काही शिकविलेल्या भक्तांचा मेळावा– त्यात सुशिक्षित शिष्या असल्या तर उत्तमच–आणि या सर्वांपेक्षाही एक सळसळणारे प्रौढ आध्यात्मिक वक्तृत्व हे एवढं असलं की, मग संप्रदाय तयार करता येतो. बुवाबाजीत फसवणूक असली, द्रव्यप्राप्तीची लालसा असली किंवा समाजाला कर्तृत्वशून्य करणारा मायावाद असला; तर तो बुवा समाजाला उपद्रवकारक होतो. पण तसं न करता जो मनुष्य अध्यात्मावर अधिकारवाणीनं बोलू शकतो व इतरांच्या दुःखावर फुंकर घालू शकतो, त्यांची समाजात उपयुक्तताही असते. समाजात अनेक मनोरुग्ण असतात. त्यांना कशाचा तरी आधार घेतल्याशिवाय जगताच येत नाही. अशा मनोरुग्णांची हे बुवा सोय करू शकतात. म्हणून जोपर्यंत केवळ स्वतःचा अहंकार सुखविणारी अतींद्रिय ज्ञानाची, आध्यात्मिक शक्तीची महती हे बुवा गात असतात; तोपर्यंत त्यांच्याबद्दल कडाडून लिहिण्यात काही अर्थ नसतो. मानसोपचारतज्ज्ञ डॉक्टरांची जशी समाजाला गरज असते, तशी मनोरुग्णांना आधार देणाऱ्या बुवांचीही गरज असते. प्रत्येक समाजात अशा तऱ्हेचे बुवा असतात आणि असण्यात तसं गैर काही नाही. आपण विज्ञाननिष्ठ आहोत, आपल्याला मुक्तीचा मार्ग सापडला आहे यासाठी ते कधीही वापरली न गेलेली आध्यात्मिक, सूत्रबद्ध, निराळी शास्त्रीय भाषा वापरतात. ज्यांच्याजवळ योजकता असते, ती माणसं गर्दी चांगली जमवतात. मनात आणलं तर समाजाचं एखादं उपयुक्त कार्यसुद्धा ती करतात.

कात्र्यांनीसुद्धा या युवकाला एक अध्यात्ममार्गी संत म्हणून मानण्यामागे

थोडा व्यवहारवाद होता. बहुजन समाजातून निर्माण झालेले गाडगेमहाराज, तुकडोजीमहाराज, गुलाबरावमहाराज यांच्या सत्त्वगुणांच्या आणि विरक्तीच्या मानानं हा तरुण तसा संत या पदवीला पोचण्यासारखा नव्हता. हा आपल्याला राजयोगी माने. रेशमी कपडे घाली, मद्य-मांसही त्याला वर्ज्य नव्हतं; एवढंच नव्हे, तर कृष्णभक्तीच्या आश्रयामुळे याला स्त्रीसंगही वर्ज्य नव्हता. सुंदर, देखण्या स्त्रिया याच्या मागे लागाव्यात, असं याला व्यक्तिमत्त्वही होतं. मोठमोठ्या तत्त्ववेत्त्यांची अवतरणं फेकून हा कुणालाही गार करून टाकी. याच्याबद्दल नाना तऱ्हेच्या वदंता होत्या. मद्यपानाच्या धुंदीत याच्या हातून लहान-मोठे झगड्याचे प्रसंगही निर्माण झाले होते. हे सारं माहीत असल्यामुळे बाबूराव याचं महत्त्व का वाढवितात, असा प्रश्न जेव्हा एका तरुण पत्रकारानं केला, तेव्हा बाबूराव नुसते हसले आणि म्हणाले, "अहो, मराठा समाजाला एका संताची गरज होती. त्या समाजाचाही अहंकार सुखावणं भाग होतं. शिवाय तसं म्हणाल, तर गाडगेमहाराजांसारखे खऱ्याखुऱ्या अर्थानं विरक्त संत अपवादानंच असणार. तेवढे समाजाला पुरत नाहीत. तुम्ही म्हणता ते थोडं खरं आहे. ह्याच्यात उणिवा आहेत, हे मला काय माहीत नाही? परंतु लोकांना आकर्षित करण्याचं एक दुर्मीळ कसब या माणसाजवळ आहे. अशी माणसं समाजात फारच थोडी असतात. आता माझंच पाहा ना. मराठी साहित्यात साहित्यिक काय थोडे आहेत काय? माझ्यापेक्षा प्रतिभेचं लेणं ज्यांना लाभलं आहे, असे किती तरी साहित्यिक मराठीत असूनही लोक माझ्याभोवतीच का गोळा होतात? जनसंमोहिनी ही एक दैवी देणगी आहे. ती कोणत्या कारणासाठी वापरायची, हा ज्याच्या त्याच्या संस्कारांचा प्रश्न आहे. पण ही देणगीच मुळात दुर्लभ आहे आणि कुणाच्या तरी स्वाधीन व्हावं, अशा लोकांची तर संख्या फार प्रचंड आहे. या तरुण माणसाला माझा जो पाठिंबा आहे, तो कॅलक्युलेटेड आहे. त्यामुळे माझ्या चाहत्यांतही वाढ होते, माझीही लोकप्रियता वाढते. तू तरुण आहेस. तुला हे समजायला वेळ लागेल. पण तुला जर मोठं व्हायचं असेल तर न्याय, विवेक, संयम किंवा शुद्ध चारित्र्य अशा एकांकित फंदात तू पडू नकोस. सगळी नाटकं केली पाहिजेत. तसा मी अगदी कर्मठ ब्राह्मण आहे. पण लक्षात ठेव–माझ्या अनुयायी वर्गात फार मोठ्या प्रमाणात बहुजन समाज आहे आणि या समाजाचा अहंकार मी फुलविला, तरच तो समाज मला मान्यता देईल. आता माझं चारित्र्य जगाला माहीत नाही, असं नाही; तसं ते समाजासमोर नागंड-उघडं आलं आहे! पत्रकाराच्या स्वतःच्या न्यायान्यायाच्या कल्पना असाव्या लागतातच; परंतु

जनसमूहाला जे बोलण्याची इच्छा असते, पण जे त्याला बोलता येत नाही ते त्याच्याच भाषेत, त्याच्या रांगड्या आवेशात पत्रकार लिहू-बोलू लागला की, त्याला बहुजन समाजात जागा मिळते. लोक त्याच्या सर्व अपराधांना क्षमा करतात आणि गमतीची गोष्ट अशी आहे की, जे अपराध माझ्या हातून झालेले आहेत, ते अपराध अन्य कोणी केले तर त्याला शिक्षा करण्याचा अधिकारही ते मला देऊन टाकतात. लोकमान्य, आगरकर वगैरे पत्रकारांचा जमाना आता संपला आहे.''

*

मुख्यमंत्र्यांचा फोन आला आहे, असं जेव्हा बाबूनं सांगितलं; तेव्हा बाबूरावांनापण आश्चर्य वाटलं. सकाळी आठ-साडेआठच्या आत बाबूराव सहसा उठत नसत, हे सर्वांनाच माहीत होतं. मुख्यमंत्र्यांना तर नक्कीच माहीत होतं. असं असताना मुख्यमंत्र्यांनी आपल्याला आठ वाजण्यापूर्वीच फोन करावा याचं बाबूरावांना आश्चर्य वाटलं. आपल्या स्वभावधर्माप्रमाणे अजून बाबूराव झोपले आहेत असं त्यांना सांगायला सांगावं, असं त्यांना एकदा वाटलं. पण त्यांनी विचार केला की, तसंच काही महत्त्वाचं कारण असल्याशिवाय मुख्यमंत्री काही आपणहून फोन करणार नाहीत. शिवाय मुख्यमंत्री स्वत: फोनवर होते, असं बाबूनं सांगितल्यामुळे तर बाबूरावांना उठणं भागच झालं. त्यांनी आळोखे-पिळोखे दिले, चूळ भरली आणि ते फोन घ्यायला उठले. फोन हाती घेताच मुख्यमंत्र्यांचा कमावलेला मधाळ आवाज त्यांच्या कानावर आला. मुख्यमंत्र्यांची ही खासीयत. एखादी गोष्ट त्यांना करवून घ्यायची असली की, हा मधाळ आवाज ते हमखास काढीत. वास्तविक, मुख्यमंत्र्यांची आणि बाबूरावांची गाठभेट दोनच दिवसांपूर्वी एका सहकारी बँकेच्या उद्‌घाटनप्रसंगी पडली होती. तेव्हा असं काही निकडीचं काम असल्याचं त्यांनी सूचित केलेलं नव्हतं. वास्तविक, मुख्यमंत्र्यांची व बाबूरावांची महिन्यातून एक-दोनदा तरी सहपानाची बैठक होत असे. एका बलदंड मंत्र्याचे संबंध चांगले असले की, मग इतर मंत्र्यांवर रोखठोक लिहून, एक परखड आणि निर्भय पत्रकार म्हणून भूमिका बजावणं सोपं जातं, हे त्यांना अनुभवानं माहीत झालं होतं. या गोष्टीचा त्यांनी पूर्वी अनेकदा उपयोग केलेला होता. मुख्यमंत्री स्वत:च काही अडचणीत येण्याचा प्रसंग आल्याशिवाय असा फोन येणं शक्य नाही, हे कळण्याचं चातुर्य त्यांच्याजवळ होतं आणि म्हणून अजूनही सुस्तावलेल्या त्यांच्या मेंदूला त्यांनी सावध केलं व

ते म्हणाले, “बोला सी. एम. साहेब, सकाळी-सकाळी आमची आठवण झाली?”

“तशी आठवण रोज होते हो. तुम्ही आम्हाला काय सुखानं झोप घेऊन देता?”

“पण तुम्हाला तर कधी मी हातही लावलेला नाही!”

“ते खरं आहे हो. तुमची दोस्ती हे एक आमचं शस्त्र आहेच. पण राजकारणात ज्या जागी मी आहे, त्या जागेवरच्या माणसाला पुष्कळ माणसांना सांभाळावं लागतं. आता माझी म्हणून जी समजली गेलेली माणसं आहेत, त्यांच्यावर केलेला हल्ला म्हणजे आमच्यावरच हल्ला की! नाही म्हटलं तरी इतर वृत्तपत्रांत तुम्ही लोक स्फोटक म्हणून जे बॉंब टाकता, त्याच्या आधारानं आमच्यावर हल्ले होतात.”

“पण असा काही नवीन हल्ला मी कुणावर केलेला नाही–निदान मला तरी आठवत नाही.”

“तीच तर गंमत आहे. हल्ला करणाऱ्याला त्याची आठवण राहत नाही, पण ज्याच्यावर हल्ला होतो, त्याला त्याची चांगली आठवण राहते. तुमचं आणि रामराव टेकावडे यांचं काही बनत नाही, हे मला माहीत आहे. तुम्ही टेकावड्याच्या मागं हात धुऊन लागला आहात, हेही माझ्या कानांवर आहे. टेकावडे हा शेवटी माझा माणूस आहे, आणि मराठवाड्याच्या राजकारणात टेकावडे हा असा एकच तुल्यबळ माणूस आहे की, ज्यामुळे आमच्या पक्षाच्या तिथल्या नेतृत्वावर मी हुकमत ठेवू शकतो. मनुष्य गर्विष्ठ आहे, उद्दाम आहे– हे सगळं खरं आहे, पण त्याचा उपयोगही खूप आहे. एक तर गेली पंधरा-वीस वर्षं निष्ठेनं त्यानं माझ्या बाजूला साथ दिलेली आहे. अनेक संस्था–विशेषत: सहकारी संस्थांत–त्याचे पाय रोवलेले आहेत. तसं म्हणाल, तर त्याच्याइतकं मनुष्यबळ आमच्यापैकी फार थोड्यांच्या जवळ असेल. मी त्याला अनेकदा सांगितलं की बाबा रे, तू तुझ्या तोंडाला जरा लगाम घाल आणि जमलं तर बाबूरावांशी जमवून घे. पण मागं एकदा तुम्ही त्याच्या विद्याभूषण शिक्षण संस्थेवर फार कडवट हल्ला केल्यापासून तो तुमच्या बाबतीत बिथरला आहे. म्हणून अजूनपर्यंत तसा योग आला नाही. त्याची आणि तुमची गाठ घालून देतो. तुमच्याशी त्याचं सहज जमेल, असा माणूस आहे तो.”

“अहो, पण प्रत्येक आमदाराशी संबंध ठेवायचे, तर एवढा वेळ आहे कुणा लेकाला?”

“हे पाहा बाबूराव, एकदा दोस्ती म्हटली की, दोस्ताचे दोस्त हे आपले

दोस्त मानले पाहिजेत. माझ्या माहितीप्रमाणे तुमच्याकडे टेकावडेबद्दल काही मजकूर येण्याची शक्यता आहे. आणि बरा सापडला गुलाम, म्हणून त्याच्यावर तोफ डागायला काही तुम्ही कमी करणार नाही. बरं, तुम्हाला काय, तुमच्या हातात पीस सापडलं तर तुम्ही त्याचा पक्षी करू शकता! टेकावडेच्या अनेक संस्थांबाबत पुष्कळ तक्रारी आहेत. काही खऱ्या आहेत, काही खोट्या आहेत; पण तुम्ही त्याच्यावर बॉंबगोळा टाकावा, असं मटेरियल तुम्हाला विरोधी पक्षाचे आमदार पुरविण्याची शक्यता आहे आणि तुम्हालाही तो मोह आवरणार नाही, म्हणून आधीच सावध करून ठेवलं. या वेळेला तुम्ही त्याला सांभाळून घ्या. आता तशा अर्थानं माझी टर्म संपत आली आहे. बदलाची मागणी पक्षात सुरू झाली आहे. मला अजूनही एक टर्म सहज मिळेल, ही माझी खात्री आहे. पण याच वेळेला माझ्या समजल्या जाणाऱ्या खास आमदारांच्या विरुद्ध गैरव्यवहाराचे प्रकार उघडकीला येणं, हे मला सोईचं नाही. मुख्यमंत्रिपदाची आकांक्षा बाळगणारे गोविंदराव आणि शंकरराव दोघेही माझ्याबद्दल– तसं कशाला, माझ्याविरुद्ध– आघाडी उघडून राहिले आहेत, हे तुम्हाला माहीत आहे. त्यांच्या हातात असलं कोलीत जायला नको आहे; म्हणून जरा आधीच तुमच्याशी बोलून ठेवलं. नाहीतर काय होईल, तुम्ही कुठं तरी व्याख्यानाच्या दौऱ्यावर जाल आणि तुमच्या गैरहजेरीत या टेकावडेची भानगड तुमचा वार्ताहार पाठवील आणि तुमचा असिस्टंट हा काही आमचा मित्र नाही, तेव्हा तो टेकावडेविरुद्ध हेड-लाईन देऊन स्फोटक बातमी देईल आणि लोक समजतील की, ते तुम्हीच लिहिलं आहे. मग तुम्हाला मागंही फिरता येणार नाही. बरं, टेकावडे यांनी असे उपद्‌व्याप करून ठेवले आहेत की, त्यांच्या चौकशीचं नाटक का होईना, मला करावं लागेल; आणि तुम्हाला माहीतच आहे की, त्या निमित्तानं विरोधी पक्षाची वृत्तपत्रं टेकावडेला धारेवर धरतील. मला ते व्हायला नको आहे.''

''समजलं. म्हणजे टेकावडेला आम्ही संरक्षण द्यायचं, हाच त्याचा अर्थ की नाही?''

''स्वच्छ शब्दांत सांगायचं तर, होय. कारण आत्ताची वेळ थोडी कसोटीची आहे. माझ्याविरुद्ध वातावरण निर्माण करायचं, यासाठी गोविंदराव व शंकरराव दोघे एकत्र येऊन प्रयत्नांची पराकाष्ठा करणारच. दिल्लीत आपले संबंध चांगले आहेत आणि त्यांची डाळ शिजणार नाही, ही गोष्ट खरी. तसं त्यांचं काही चालणार नाही. राजकीय डावपेचांत मी त्यांचा बाप आहे हो. पण काय आहे, परिस्थिती नाजूक होत चालली आहे. आपण आपली काळजी घेतलेली बरी.''

"तुमचंही बरोबर आहे म्हणा. एकदा लफडे बाहेर आलं की, ते नागडं होऊनच येतं. आता तुम्ही सगळे राजकारणातील लोक म्हणजे नीतिमत्तेचे पुतळे आहात, असं थोडेच आहे? भानगडी या असायच्याच आणि आम्हाला त्या वापराव्या लागायच्याच. त्याशिवाय आमचा पेपर खपणार कसा आणि आमची इमेज राहणार कशी?"

"ते ठीक आहे हो. तुमची इमेज सांभाळायचं आमच्यावर सोपवा. अहो, दुसरी कुठली लफडी तुम्हाला मिळवून दिली, म्हणजे झालं की नाही? आजच दोन प्रकरणं तुमच्याकडे पाठवितो– अगदी साग्रसंगीत. विदर्भातला देशमुख नाही तरी फार टर्रेबाजी करता असतो. त्याचं एक चांगलं प्रकरण माझ्या हाती आलंय. शिवाय वीज बोर्डाच्या अध्यक्षांचंही विस्तृत प्रकरण तुम्हाला आम्ही देऊ. आठ-पंधरा दिवस तुमची त्याच्यावर गुजराण होईल. अजून शंकरराव आणि गोविंदराव यांच्याविरुद्ध उघड-उघड लाईन घेऊ नये असं वाटतं. कारण कोणत्याही कारणानं का होईना, त्यांचं नाव प्रसिद्धीच्या झोतात येणं फायद्याचं नाही. त्यांची प्रकरणं मी जमा करतो आहेच. योग्य वेळेला ती तुमच्या हातात पडतील; पण आताच नको. ती अजून राईप झालेली नाहीत. असेंब्ली सेशन सुरू होऊ दे; मग ती प्रकरणं काढण्यात खरी मौज आहे. आता अवेळी हा फुगा फोडण्यात काही अर्थ नाही–म्हणजे त्यात फायदा नाही. कॅन आय डिपेंड ऑन यू?"

–हो किंवा नाही असे उत्तर द्यायला बाबूरावांना वेळ लागला आणि कारण उघडच होतं. काल रात्रीच गोविंदरावांबरोबर त्यांची बैठक झाली होती. किती नम्रतेनं तो वागला होता. एक नवोदित चित्रतारका 'आशा' त्यानं मुद्दाम पार्टीच्या वेळेला हजर ठेवली होती. अर्थात नुसता खेळण्यापलीकडे तिचा उपयोग झाला नाही, हा भाग सोडून द्या. कारण दारूच इतकी झाली की, पुढं काही निभणं शक्यच नव्हतं. गोविंदराव तसा बरा माणूस. तसा तो आपल्याशी चांगला वागत आला आहे. न मागता तो लाख-दीड लाखाची जाहिरात, आपल्याला न समजता 'महाराष्ट्रा'ला मिळवून देतो. शिवाय मोठा रसिक आणि रंगेल माणूस. त्याचं पार्टीसाठी निमंत्रण नेहमी असतं. तो पार्टी अशी झोकदार करतो की, हा मनुष्य खेड्यातला आहे, तसा फार शिकलेला नाही, हेही तो लक्षात येऊ देत नाही. त्याचं वजनही तसं चांगलं आहे. बोलणंही नेटकं आहे. कुणाशी फारसं वैरही नाही. खरं म्हणजे, त्याच्या भानगडी त्या काय असणार? तसा मनुष्य भानगडीतला नाही. आता राजकारणात पैसे कोण खात नाही? सगळेच खातात. मुख्यमंत्री काय कमी पैसे खातात? पैसे खाल्ले काय, थोडी-

फार बाईबाजी केली काय–त्यात सनसनाटी लिहावं, अशी भानगड काय असणार? बरं, तसा मनुष्य शहाणा आहे. भानगडी करतो, पण गुपचूप. तसं त्याला पकडणं सोपं नाही. मुख्यमंत्री कितीही म्हणत असले तरी याच्या भानगडीत काही दम असणं शक्य नाही. शंकररावांची तर गोष्ट निराळीच. मनुष्य तुसडा आहे. उर्मट आहे. कुणाची गय करीत नाही आणि मुख्य म्हणजे, त्याला कसलंच व्यसन नाही. याच्या कसल्या भानगडी मुख्यमंत्री देणार? हे आपलं आमिष आहे, इतकंच. त्यामुळे मुख्यमंत्र्यांच्या प्रश्नाला होय किंवा नाही चट्कन उत्तर देणं बाबूरावांना कठीण गेलं.

पण बाबूराव त्या सगळ्यांचं बारसं जेवले होते. सगळ्यांचा त्यांनी नीट हिशोब केलेला होता. प्रत्येक मंत्र्याची आणि महत्त्वाच्या आमदाराची फाईल त्यांच्या तिजोरीत अद्ययावतपणे तयार करून सुरक्षित ठेवलेली होती. सी. आय.डी. डिपार्टमेंटला ज्या गोष्टी माहीत नाहीत, त्या गोष्टी बाबूरावांच्या फायलीत जमा झालेल्या असत. परंतु सगळी संपत्ती एक दिवसात उधळून टाकण्याइतके ते काही बेहिशोबी नव्हते. पुरवून पुरवून आणि योग्य वेळी ते बॉंबगोळे टाकत असत. त्यांच्या माहितीपैकी जमा झालेली कितीतरी माहिती मंत्र्यांनीच मंत्र्याविरुद्ध पुरविलेली असे. ओरिजिनल कागदपत्रांच्या फोटोस्टॅट कॉपीसुद्धा त्यांना थेट मंत्रालयातून मिळत असत. किंबहुना, त्यांच्या यशाचं खरं मर्म तेच होतं. प्रत्येक प्रकरण हे वृत्तपत्रातूनच प्रसिद्ध झालं पाहिजे, असाही त्यांचा आग्रह नसे. कधी कधी विरोधी पक्षांच्या मार्फत यांतली काही प्रकरणं विधानसभेत मांडणंही फायद्याचं असे. विधानसभेत उच्चारलेल्या त्या शब्दांना संरक्षण असे. काहीही आरोप केले, तरी त्याबद्दल कोर्टात जाता येत नाही, म्हणून प्रथम विधानसभेत त्या आरोपांचा उच्चार झाल्याशिवाय पत्रकारांना त्यावर लिहिता येत नाही. सगळेच्या सगळे प्रकरण विरोधी पक्षांच्या आमदारांच्या हातात बाबूराव कधी देत नसत. ज्या आरोपावर फौजदारी खटले होऊ शकतील आणि ज्याला म्हणण्यासारखा पुरावा आपल्यापाशी नाही, अशीच प्रकरणं ते विरोधी पक्षांच्या हातात देत. ते आमदार होते, तेव्हा हे ज्ञान, त्यांना झालं होतं आणि त्याचा फायदा ते घेत असत. जेवढी प्रकरणं त्यांनी उघडकीला आणली, त्याच्यापेक्षा कितीतरी अधिक प्रकरणं त्यांनी सौदेबाजीत दडपून टाकली व काही खास प्रसंगांसाठी राखून ठेवली.

खरं तर, बाबूरावांना टेकावडेला धडा शिकवायचा होता, कारण याच टेकावड्यांनी एकदा महाराष्ट्र पत्राची 'यलो अँड चीप जर्नालिझम' अशी सभागृहात

संभावना केली होती. बेजबाबदार पत्रकार म्हणून 'महाराष्ट्रा' मधल्या ज्या वार्तांचा उल्लेख केला, त्या दुर्दैवानं खरोखरीच बेजबाबदार असल्यानं बाबूरावांना हात चोळीत गप्प बसावं लागलं. उलट, त्यांतल्या एक बेजबाबदार वार्तापत्राबद्दल त्यांना एका रिपोर्टरला काढून टाकावं लागलं. सत्य आणि असत्याची सीमारेषा फार अस्पष्ट असते. सत्याभास असणारं असत्य खपून जातं, पण धडधडीत असत्य पचवायला जड जातं. बाबूरावांच्या वृत्तपत्रीय कारकिर्दीत त्यांच्या उपद्रवशक्तीकडे पाहून त्यांच्यावर असे प्रसंग फार थोडे आले. पण जर कोणी खरोखरच कोर्टात गेला असता, तर बाबूरावांना चक्क माफी मागावी लागली असती. बाबूरावांचा वृत्तपत्रीय आब सांभाळण्यासाठी मुख्यमंत्र्यांचं खूप सहकार्य मिळालं होतं. म्हणून तर आता मुख्यमंत्र्यांनी केलेली सूचना स्वीकारण्यावाचून बाबूरावांना गत्यंतर नव्हतं. राजकारण काय किंवा पत्रकारण काय, दोन्ही क्षेत्रांत सांभाळून घ्यावं लागतंच. पण टेकावडेचा प्रश्न निघाला, म्हणून बाबूरावांना उत्तर द्यायला वेळ लागला.

मुख्यमंत्र्यांना या मुग्धतेचं कारण समजण्याचं शहाणपण होतं. टेकावडे कितीही उपयोगाचा असला आणि या घटकेला त्याला कितीही सांभाळण्याची गरज असली, तरी बाबूराव त्याला कधी तरी धारेवर धरणार, ही गोष्ट अगदी स्पष्ट होती. प्रश्न इतकाच होता की, आत्ताच्या वेळेला तरी बाबूरावांना विनवणी करणं त्यांना भाग होतं.

बाबूरावांनी थोडा वेळ घेतला, ही गोष्ट खरी. पण अखेरीस, त्यांनी मुख्यमंत्र्यांना समाधान वाटेल असं आश्वासन दिलं. फक्त आपला मान ठेवून घ्यावा, म्हणून ते एवढेच म्हणाले, "टेकावडेला मला एकदा भेटायला सांगा."

मुख्यमंत्री हसून म्हणाले, "त्यात काय कठीण आहे? आजच तुम्हाला टेकावडे भेटतील."

*

मुलींना घेऊन शुभदा नाशिकला गेली, तरीसुद्धा मुलींना भेटण्याच्या निमित्तानं बाबूराव अधूनमधून नाशिकला जात असत. अगदी पहिल्या वेळेला ते गेले, तेव्हा सार्वजनिक वाचनालयात आपलं व्याख्यान ठेवण्याची तरतूद त्यांनी केली. मुली आता तशा मोठ्या झाल्या होत्या. म्हणजे–त्यांना आता आपला बाप कोण, त्याचा लौकिक काय, आई आणि बाप आता एकत्र राहत नाहीत या

गोष्टीचं थोडं-थोडं भान येऊ लागलं होतं. पपा येणार, हे मुलींना कळल्यामुळे त्यांनी व्याख्यानाला जाण्याचा हट्ट केला. वास्तविक, मुलींना व्याख्यान म्हणजे काय, हे समजावं, असं त्यांचं वय नव्हतं. पण गावात बाबूराव येणार, ही बातमी सर्वत्र झाली होती आणि शाळेतही मुलींच्या कानांवर ही बातमी पडलेली होती. तशा अजूनही शुभदाताई या सौ. कात्रेच होत्या. लोकांना सर्व काही माहीत असलं, तरीसुद्धा बाबूराव घरी आले असते, तर त्यांना आवडलं असतं. पण बरोबर जर तारिणी असेल, तर ती गोष्ट शक्य नव्हती. शिवाय तारिणीबरोबर बाबूराव आले, या बातमीनं बाबूरावांसारखा माणूस आपला नवरा आहे, हे सांगण्यातला त्यांचा आनंद संपून जाणार होता. बाबूरावांनी पत्रानं काहीच कळविलं नाही. पण मुलींच्या ओढीनं ते घरी येतील, असं शुभदाबाई नक्की धरून चालल्या होत्या. बाबूरावांना मुलींना भेटायची ओढ नव्हती, असं मुळीच नाही. कारण त्यांचं मुलींच्यावर–विशेषत: थोरल्या शरदिनीवर विलक्षण प्रेम होतं. पुण्यात असेपर्यंत अनिच्छेने का होईना, पण मुलींच्या ओढीपायी बाबूराव अधून-मधून घरी जात असत आणि एखादे वेळी घरी राहतही असत. बापाला पाहिल्यावर मुलींना हर्षवायू होई. शिवाय बापाच्या तोंडून चित्तवेधक गोष्टी ऐकण्यात मुली रंगून जात. ही गोष्टही खरी होती की, मुलींच्या सहवासात जगातील सर्व आकर्षणं बाबूराव क्षणमात्र तरी विसरत आणि कधी कधी त्यांना मुलींसाठी तरी आपला घरसंसार मोडू नये, असा विवेकाचा झटका येई. पण बाबूरावांना शुभदाबाईंचं रंग-रूप, नीरसपणा आणि चिडखोरपणा यामुळे त्यांचा चेहराही पाहावासा वाटत नसे. त्या सुशिक्षित होत्या; पण शिक्षणामुळे रसिकता येतेच, असं नाही. बाबूरावांसारख्या कलंदर आणि महत्त्वाकांक्षी पुरुषाला सांभाळण्यासाठी आवश्यक असणारी ऋजुता त्यांच्याजवळ अजिबात नव्हती. एवीतेवी हे बाबूरावांचं अनिर्बंध जीवन त्यांनी सहन केलंच होत; पण जर थोडा अधिक उदारपणा– त्याचबरोबर शहाणपणा– त्यांनी दाखविला असता, तर बाबूरावांना आपला संसार उद्‌ध्वस्त करण्याची हिंमत झाली नसती. मोहाला वश होण्याइतकी चंचलता बाबूरावांमध्ये होती; त्याचबरोबर मोहाचा तो झटका संपला की, त्यांच्यातला गृहस्थी ब्राह्मण जागा होई. आपलं वागणं चुकीचं आहे, आपण इतक्या उघडपणे परस्त्रीची अभिलाषा धरायला नको होती; किंवा मद्यपानाच्याही इतक्या अधीन जायला नको होतं, असं त्यांना अधून-मधून वाटे. पण शुभदाबाईंचा तो त्रस्त चेहरा पाहिला म्हणजे त्यांचा उपरतीचा उमाळा संपून जाई. या बाईच्या मागे लागून आपण या दुसऱ्या लग्नाच्या भरीला का

पडलो, हे त्यांना कधीही कळलं नाही. थोडे थांबलो असतो तर कदाचित, इतकं विसंवादी जोडपं निर्माण झालं नसतं. त्या वेळेला घाई झाली, हेच खरं. वास्तविक, त्यांच्या परदेशातल्या वास्तव्यात ते तसे मुळीच उपाशी नव्हते. तिथेही त्यांचे दोन-तीन स्त्रियांशी घनिष्ठ संबंध जमले. एक तर त्यांच्याबरोबर लग्न करायलासुद्धा तयार होती. पण त्यांपैकी कुणीच हिंदुस्थानात मात्र यायला तयार नव्हत्या, आणि बाबूराव इंग्लंडमध्ये स्थायिक होऊन काय करणार होते? फार तर ते शिक्षक झाले असते. गौरवर्णाचा मोह त्यांनी सोडून दिला आणि ते हिंदुस्थानात परतले. इंग्लंडमध्ये वावरल्यामुळे आपली बायको सुशिक्षित असली पाहिजे, याबद्दल त्यांच्या मनात विचार पक्का झाला होता.

हिंदुस्थानात परत आल्यावर त्यांच्या लक्षात आले की, इथं धंदेवाईक बाया मिळू शकतात; पण मैत्रिणी मिळू शकत नाहीत. इंग्लंडमध्ये जो संमिश्र समाजात वावरण्याचा त्यांना आलेला सुखद अनुभव होता, तो इथं मिळण्याची फारशी शक्यता नव्हती. मिळायचाच असेल, तर निदान आपली बायको चांगली सुशिक्षित आणि स्वतंत्र व्यक्तिमत्त्व असणारी असली, तरच ते थोड्या फार प्रमाणात शक्य होतं. आपली बायको सुशिक्षित असायला हवी.

जेव्हाचा हा काळ आहे, तेव्हा स्त्री-शिक्षणाचं प्रमाण अर्थातच फार कमी होतं आणि जे काही थोडंफार होतं, ते पुण्या-मुंबईसारख्या शहरात होतं, कॉलेजमध्ये जाण्यापूर्वीच चांगल्या मुलींची लग्न होऊन जात किंवा कॉलेजातल्या पहिल्या-दुसऱ्या वर्गातच त्यांची लग्नं ठरत. मग त्या शिकल्याच, तर नवऱ्याच्या इच्छेनं आणि अत्यंत सुरक्षित वातावरणात; त्यामुळे जो काही पुढे उरे, तो अक्षरश: गाळ असे. त्या काळात सुशिक्षित स्त्रियांचे जे काही प्रेमविवाह झाले, ते बहुतेक सारे विजोड होते. म्हणजे जोडप्यातील पुरुष काही देखणे होते, अशातला भाग नाही. पण सुशिक्षित स्त्रियांच्या कुरूपतेने ती जोडपी विजोड वाटत. त्यांतले फारच थोडे संसार सुखाचे झाले असतील. शिक्षणामुळे स्वयंपूर्णता किंवा हक्काची जाणीव निर्माण झाली असेल; पण रसिकता निर्माण होईलच, अशी खात्री नव्हती. उलट, आपलं लग्न होणार नाही आणि जरी झालं तरी आपल्याला नोकरीच करायची आहे, या जाणिवेमुळे घराचं आकर्षण निर्माण करण्याचे गुण त्या स्त्रिया घालवून बसल्या होत्या. परदेशातून आल्यानंतर शेजेच्या अभावी तडफडणाऱ्या बाबूरावांनी जो घाईघाईनं निर्णय घेतला, त्यामुळे त्यांच्या संसाराचं असं त्रागडं झालं. जो काही आरंभीचा नवेपणा होता, तो ओसरल्यावर तर मग शुभदाबाई अधिकच रुक्ष वाटू लागल्या आणि बाबूरावांचं

मन शुभदाबाईंवरून उडू लागलं. तरीही ते संसार करीत राहिले, कारण दुसरा काही पर्यायच नव्हता. पहिल्या मुलीच्या जन्माच्या वेळेस बाबूरावांची नेहमीची अस्वस्थ प्रवृत्ती कमी झाली होती, कारण अपत्यजन्माचा आनंद हा एक नवाच आनंद ते उपभोगत होते. शरदिनी आणि कुसुम या दोन मुलींमुळेच बाबूरावांची घराची ओढ कायम होती. नवरा-बायकोत आपद्धर्म म्हणून शरीरव्यवहारही होत; पण तेवढंच. दोघांच्यातला संवादच संपुष्टात आलेला होता. संमिश्र समाजात वावरायचं म्हणून बाबूरावांना अधून-मधून बायकोला बरोबर न्यावं लागे. पण तसं वावरतानाही त्यांच्या लक्षात येई की, आपल्या बायकोजवळ संभाषणचातुर्य नाही. त्यांच्याजवळ एवढं संभाषणचातुर्य होतं की, अशा संमिश्र समाजातील मेजवान्या-बैठकी-क्वचित पार्टी ते गाजवून टाकीत. अशाच एखाद्या चांगल्या पार्टीनंतर रंगलेल्या अवस्थेत बाबूराव आणि शुभदाबाई एकत्र येत. तेवढ्यापुरते तरी क्षणिक सहचरी म्हणून बाबूराव शुभदाबाईंना स्वीकारत असत.

परंतु, तारिणी आयुष्यात आली आणि सौंदर्याची, सुरुचीची किंवा एकंदरच आयुष्य जगण्याची बाबूरावांची परिमाणेच बदलली. ती सुशिक्षित होती. सुंदर होती; शिवाय साहित्य-संगीताच्या त्या चर्चांमध्ये स्वत:चं अस्तित्व ठसवू शकत होती. त्यातही सर्वांत महत्त्वाची गोष्ट होती, ती म्हणजे, तिचं स्त्रीत्व. ती कोणत्याही क्षणी कामोत्सवाचं निमंत्रण स्वीकारू शके किंवा देऊ शके. त्यामुळे तारिणी आणि बाबूरावांचं सहजीवन नेहमीच ताजं टवटवीत राही. शिवाय तिच्या वागण्यात एक खानदानी रुबाब होता. प्रत्येक बाबतीतील तिची आवड उच्च दर्जाची होती. तिचं काही चुकलं असेल, तर तिची प्रियकराची निवड चुकली होती, एवढंच. सर्वस्व देऊनही किंवा तारिणीसारख्या दुर्लभ स्त्रीची प्राप्ती होऊनही या माणसाचा हव्यासच इतका मोठा होता की, कोणत्याही एका स्त्रीच्या कवेत हा पुरुष कायमचा मावणार नाही, हे तिच्या लक्षात यायला वेळ लागला नाही. आरंभी तारिणीच्या रूपानं आलेलं एक सुंदर स्वप्न बाबूरावांना संपूर्णतया जिंकून गेलं.

एकदा परस्त्रीची चटक लागल्यानंतर मग पुरुष कोडगा होतो. समाजाचं भय ओसरतं आणि मिळू शकणाऱ्या किंवा मिळविता येणाऱ्या प्रत्येक स्त्रीची वांच्छा त्याच्या ठिकाणी उत्पन्न होऊ लागते. बाबूरावांचे आणखीही काही स्त्रियांशी संबंध असले पाहिजेत, अशी शंका तारिणीला येत असे. पण ती तरी काय करू शकत होती? बाबूरावांच्यावर तिचा सक्त पहारा होता. पहाऱ्याचं स्वरूप जरी कितीही आकर्षक होतं तरी अखेरी तो पहारा होता आणि पहाऱ्याची

जाणीव निर्माण झाल्यानंतर आपोआपच त्यातून मुक्त होण्याची धडपड सुरू होते याचा अनुभव त्यांना यायला लागला होता. खरं म्हणजे, हा डाव्या हाताचा का होईना, पण दैवयोगानं प्राप्त संसार बाबूरावांनी इमानानं करायला हवा होता. बाबूराव तोही करू शकत नव्हते. कधी कधी बाबूरावांना अनुतापाचाही उमाळा येई. आपण कसे हव्यासी, क्षुद्र आणि लोभी आहोत, असं ते तारिणीशी एकांत करीत असताना सांगत. त्याची त्यांनाही लाज वाटेनाशी झाली. हळूहळू एक कोडगा नर त्यांच्या ठिकाणी उत्पन्न होत गेला. आपल्या पापाच्या कबुलीच्या वेळेस तारिणी औदार्यानं क्षमाशीलता दाखवी आणि त्यानंतर दोघांच्याही मीलनात जी एक विशेष उत्कटता निर्माण होई, त्यावर बाबूराव फार खूश असत. बाबूरावांचे बायकोशी संबंध असणार, याबद्दल तारिणीची खात्रीच होती. पण मुळातच आपण दुसऱ्याची वस्तू लुबाडून घेतली आहे, या जाणिवेमुळे त्यांच्या पत्नीबरोबरच्या संबंधाला तिनं चुकूनही कधी आक्षेप घेतला नाही. बाबूरावांची परस्त्रीविषयी अभिलाषा दिवसेंदिवस वाढत गेली आणि त्यांना हळूहळू संधीही मिळत गेली. कवी, नाटककार, वक्ता, मग पुढे राजकीय कार्यकर्ता–असे त्यांच्या कर्तृत्वाचे पदर उलगडत गेले. त्या-त्या प्रत्येक स्तरावर समाजातल्या असंतुष्ट असणाऱ्या तृषार्त स्त्रिया बाबूरावांसाठी आपला पदर स्वत:हून उघडा करीत होत्या.

आता नाशिकला बाबूराव जे आले होते, ते उघड-उघडपणे तारिणीशी भांडून. मुलींना भेटण्याची ओढ त्यांच्या मनात निर्माण झाली होती. खरं तर तारिणीला हे एवढं कळायला हवं होतं की, बायकोच्या ओढीनं बाबूराव काही नाशिकला गेलेले नाहीत; म्हणून तिनं खरं तर त्याकडे दुर्लक्ष करायला हवं होतं. तिला बरोबरच नेलं असतं, तर मग तिनं आक्षेप घेण्याचा प्रसंगच निर्माण झाला नसता. तिला घेऊन नाशिकसारख्या गावात जायचं म्हणजे आपल्या बायकोचा आणखीनच अपमान करायचा आणि तशा स्थितीत मुलींच्या भेटीमुळे होणारा आनंद कमी करायचा, यात काही अर्थ नव्हता. तारिणीनं त्रागा केला पण बाबूरावांनी तिकडे लक्षच दिलं नाही. बाबूराव पुण्याहून अशा बेतानं त्यांच्या गाडीतून निघाले की, व्याख्यानाच्या आधी तास अर्धा तास पोहोचावं लागेल. त्यामुळे प्रथम बायकोच्या घरी जाण्याचा प्रश्नच उद्‌भवणार नव्हता. बायको व्याख्यानाला आली, तर मग काय ते पाहू, असं त्यांनी मनाशी योजलं होतं.

बाबूरावांनी ठरविल्याप्रमाणे घडलं. बाबूराव येतात की नाही, या चिंतेत वाचनालयाचे कार्यकर्ते होते. पण बाबूराव आणि तेही एकटेच आलेले पाहून कार्यकर्ते संतुष्ट झाले. कारण त्यांनी बाबूरावांच्या राहण्याची व्यवस्था टोपले

सराफांकडे केली आणि जर का तारिणीबाई बरोबर आल्या असत्या, तर ही व्यवस्था त्यांना बदलावी लागली असती. बाबूराव येताक्षणीच त्यांचं सहर्ष स्वागत करण्यात आलं आणि कार्यालयात त्यांना चहापानासाठी नेण्यात आलं. चहापानाच्या कार्यक्रमापूर्वी त्यांनी कपडे बदलले. प्रवासाचा शीण उतरवण्यापूर्वी थंड पाण्यानं स्नानही केलं. ती सारी व्यवस्था तिथं होती. पंधरा मिनिटांच्या अवधीत ते तयार झाले. चहापानाचा कार्यक्रम हसत-खेळत पार पडला आणि वाचनालयाच्या नियमाप्रमाणं व्याख्यान बरोबर साडेसहाला सुरू झालं. सभागृह तर भरगच्च भरलेलं होतंच; पण सभागृहाबाहेरही कमीत कमी हजार-पाचशे लोक घोळका करून होते. अध्यक्षस्थानी श्रेष्ठ कविवर्य होते आणि अध्यक्षीय भाषण अखेरीस करण्याऐवजी त्यांनी ते आधीच केलं.

ते म्हणाले, ''मी नेहमीची प्रथा मोडून अध्यक्षीय भाषण प्रथम करतोय कारण पुढे निनादणाऱ्या पडघमाच्या आवाजात माझी सनई कुणाला ऐकूच येणार नाही. आपला आब राखून घेण्यासाठी मी ही युक्ती योजली आहे. बाबूराव कात्र्यांसारखा झुंजार, निर्भय पत्रकार जसा नाही; तसाच तितका प्रभावी साहित्यिक वक्ताही नाही. साहित्यातलं कादंबरी हे क्षेत्र सोडून सर्व क्षेत्रांत त्यांनी घवघवीत यश मिळविलं आहे. त्यांच्या लोकप्रियतेचं आणि गुणवत्तेचं वर्णन एक कवी असूनसुद्धा माझ्या प्रतिभेला नेटकेपणानं करता येणार नाही. जीवनातली कितीतरी क्षेत्रं त्यांनी पादाक्रांत केली आहेत. सर्व प्रकारचे लौकिक त्यांना मिळालेले आहेत. बाबूरावांसारखा माणूस शतकात एखादाच निर्माण होतो. लोकांना तो मित्र वाटतो, आणि सत्ताधीशांना तो शत्रू वाटतो यातच त्यांच्या कर्तृत्वाचं सारं सार आलं. मला एका गोष्टीचं नेहमी आश्चर्य वाटत आलं आहे की, बाबूरावांचं सर्वच प्रचंड आहे. आकार तर बाबूरावांना समोर पाहून तो जाणवेलच. ग्रंथालयातील त्यांच्या पुस्तकांची संख्या पाहूनही तो प्रचंडपणा जाणवेल. त्यांच्या नाटकांचे प्रयोगही शेकड्यांनी झाले आणि अजूनही होत आहेत. चित्रपट-क्षेत्रातही त्यांनी अपूर्व यश मिळवलं आहे. वृत्तपत्राच्या त्यांच्या कार्याबद्दल बोलण्यात तर काही अर्थ नाही; कारण केवळ एकट्याच्या जीवावर लोकप्रिय झालेले आणि स्वतःच्या व्यक्तिमत्त्वाचा ठसा उमटवलेलं असं त्यांचं 'महाराष्ट्र' हे एकमेव दैनिक आहे. ते माझे व्यक्तिगत मित्र तर आहेतच, पण वयानं ज्येष्ठ असल्यानं माझे गुरूही आहेत. माझ्यासारखं हे वाक्य महाराष्ट्रातले इतर पत्रकार व लेखकही बोलत असतील. आज बाबूरावांना आवडेल असाच विषय त्यांना दिला आहे. संयुक्त महाराष्ट्राच्या चळवळीतील एक अग्रगण्य नेता

व प्रभावी प्रचारक एवढ्यानंच त्यांचं या चळवळीतलं श्रेय संपत नाही, तर संयुक्त 'महाराष्ट्रा'च्या निर्मितीत बाबूरावांचा सिंहाचा वाटा आहे. बाबूरावांनी या चळवळीत अविश्रांत कष्ट घेतले, व्याख्यानांचे दौरे केले आणि 'महाराष्ट्र'चे त्या काळातले तेजस्वी अंक पाहिले की वाटते, या साऱ्याचा जमाखर्च नीट ठेवला जायला पाहिजे. एका पत्रकाराच्या लेखणीनं संयुक्त महाराष्ट्राची लढाई पन्नास टक्केतरी जिंकली, असं म्हणायला हरकत नाही. बाबूरावांचं सारंच प्रचंड आहे. एखादी गोष्ट दहा हजार वर्षांत झाली नाही असं सांगताना आकड्यांचा हिशोब कुणी मांडू नये. सभेचं वर्णन करताना, कुठलीही सभा लाखाच्या घरात आहे, हे त्यांना सांगावंसं वाटतं. कारण खरोखरच त्यांच्या डोळ्यांनी तेवढा समाज गृहीत धरूनच त्यांचं भाषण झालेलं असतं. त्यांच्याबद्दलच्या दंतकथाही प्रचंड आहेत. त्या सगळ्याच खऱ्या असतील, असं मानण्याचं कारण नाही. लोकांनीच बाबूरावांना अशा एका जागी नेऊन ठेवलं आहे की, त्यांच्याबद्दल कोणतीही अफाट कल्पना खरी वाटू लागते. अशा या प्रचंड व्यक्तिमत्त्वाचं स्वागत करताना आम्हा नाशिकवासीयांना अतिशय आनंद होतो. त्यांच्या वक्तृत्वाचा अनुभव थोड्याच वेळात आपल्याला येणार आहे. त्याबद्दल अधिक काही बोलणं बरोबर नाही. विलक्षण स्मरणशक्ती, प्रसंगावधानी कोटीबाजपणा, शत्रूच्या मर्मावर हल्ला करण्याचा आवेश आणि अभिजात रसिकता या साऱ्याचा आता प्रत्यय येईलच. एक उमदा, दिलदार, प्रसंगी तितकाच हिंस्र, सिंहगर्जना करणारा, एकच माणूस. बाबूरावांचं एक बरं आहे की, सर्वसामान्य लोकांचे साधनशुचितेचे नियम ते पाळत नाहीत. भिडस्तपणामुळे आपण पुष्कळांचे अपराध सहन करतो. बाबूरावांपुढे असला प्रश्नच उत्पन्न होत नाही, कारण 'बाप दाखव नाही तर श्राद्ध कर' असा त्यांच्या खाक्या असतो. महाराष्ट्रातील किती तरी नामवंत मल्लांना त्यांनी पहिल्याच फेरीत लोळविलेलं आहे. याचं एकच कारण–युद्ध सुरू झालं की, ते साधनशुचिता वगैरे शब्द गुंडाळून ठेवतात. संयुक्त महाराष्ट्राच्या चळवळीत त्यांनी कित्येकदा कमरेखाली वार केलेले आहेत. मोरारजींवरचा त्यांचा लेख किंवा 'हे पाहा बारा निमकहराम' हा त्यांचा लेख किंवा अशी अनेक उदाहरणं सांगता येतील. लोकांना जे बोलता येत नाही, ज्या भावना व्यक्त करता येत नाहीत; त्या बाबूराव व्यक्त करतात, इतकाच त्याचा अर्थ आहे. एरवी बाबूराव खरे कसे आहेत; असं मला विचाराल, तर मनानं ते हळवे कवी आहेत असंच मी त्यांचं वर्णन करीन. काही दिव्य व भव्य पाहिलं की, त्यांचं हृदय उचंबळून येतं. त्यांच्याकडून प्रशस्ती मिळविणं, हा प्रत्येकाच्या आयुष्यातला

एक मानाचा तुरा आहे. त्यांच्याकडून प्रशंसा मिळविलेला मी एक भाग्यवंत आहे. आपल्या गुण-दोषांची, मर्यादांची त्यांची जाणीव सतत जागृत असते आणि मला त्यांचा हा गुण त्यांच्या यशाचं एकमेव कारण आहे, असं वाटतं. शस्त्रांची जमवाजमव केल्याशिवाय ते कधी युद्ध सुरू करीत नाहीत आणि म्हणूनच ते सहसा कधी हरत नाहीत. सर्व समाजाला आधार वाटावा, अशी त्यांची प्रतिमा आहे. बाबूरावांचं तर मी स्वागत करतोच; पण त्यांना आदरपूर्वक प्रणाम करून व्याख्यानाला त्यांनी आरंभ करावा अशी त्यांना विनंती करतो.''

कविवर्यांचं हे भाषण चालू असताना बाबूरावांचे डोळे प्रेक्षागारात आपल्या बायकोला आणि मुलींना शोधत होते. पण त्यांना ती कुठंच दिसली नाहीत, तेव्हा मनातून ते तसे खट्टू झाले. समोरचा श्रोतृसमुदाय हा त्यांच्या लेखी त्या वेळेस महत्त्वाचा होता, त्यामुळे मनात निर्माण झालेली निराशा त्यांनी लपवून टाकली आणि आपल्याबद्दल काय बोललं जातंय, हे ते लक्ष देऊन ऐकू लागले.

आपल्याला व्याख्यान सुरू केल्याची विनंती केली आहे, हे लक्षात येताक्षणीच त्यांच्या नेहमीच्या लकबीप्रमाणे त्यांनी माईक पुढे ओढून घेतला. चेहऱ्यावरून नेहमीच्या लकबीप्रमाणे आपले हात फिरविले. व्याख्यानाची त्यांची एक लकब होती, त्याप्रमाणे एक हात कमरेवर ठेवून आणि अत्यंत शांत आवाजात त्यांनी व्याख्यानाला आरंभ केला. नाशिक या तीर्थस्थानाचं कौतुक करून झालं. नद्यांना लोकमाता का म्हणतात आणि अशा एका श्रेष्ठ पवित्र नदीच्या किनारी रामप्रभू येऊन का राहिले वगैरे सांगत असताना एक भाविकता, रसिकता आणि नम्रता त्यांच्या शब्दाशब्दांतून ओथंबत होती. मग एकदम आवाज चढवून ते म्हणाले, ''तीर्थक्षेत्रं केवळ देवांच्या पावलांनी पुनीत होत नाहीत किंवा लोकगंगेच्या अस्तित्वानं ती निर्माण होत नाहीत; माणसाचं कर्तृत्वच खरं तर त्याला कारणीभूत असतं. ज्या गावानं कवी गोविंदांसारखा श्रेष्ठ कवी महाराष्ट्राला दिला, त्यांना महाराष्ट्राचा एक शाहीर म्हणून मुजरा केल्यावाचून या गावात मला प्रवेश कसा करता येईल? या गावात विनायक दामोदर सावरकर या नावाची एक ज्योत पेटली आणि तिनं अपूर्व देशभक्ती, अपार देहदंड, हेवा वाटण्याइतकं प्रतिभासंपन्न कवित्व व अंगावर रोमांच आणणारं वक्तृत्व निर्माण केलं. या गावातील माणसांची मनं विनायक दामोदर सावरकर या नावानं नेहमीच तोरा मिरवणार. त्यांच्याच कर्तृत्वाचा पाढा गायचं ठरविलं, तर मला सात दिवस सात व्याख्यानं या गावात द्यावी लागतील आणि ती देण्यात कुणालाही अभिमान वाटेल! माझ्या वक्तृत्वाची आता तारीफ करण्यात आली.

ठीक आहे. स्तुतीनं आनंदित होत नाही असा कोणता प्राणी या जगात आहे? पण निदान या गावात माझ्या वक्तृत्वाचं कौतुक केलं जाऊ नये. प्रसंगी मीही प्रक्षोभक आणि भावना चेतविणारं बोलत असेन. पण रक्त उसळवून टाकणारं, अंगावर रोमांच उठविणारं, सर्व रसांचा आविष्कार करणारं, भूतकाळ, वर्तमान व भविष्याचा वेध घेणारं वक्तृत्व ज्या गावात सावरकरांच्या रूपानं निर्माण झालं; तिथं माझ्यासारख्या वक्त्यांनी कौतुक कसलं करून घ्यायचं? होय, एके काळी सावरकरांबद्दल अभद्र बोलल्याबद्दल पुण्यातल्या लोकांनी मला याद राहील असा धडा शिकविला आहे. आता शांतपणे मागं वळून पाहण्याची प्रौढता माझ्या ठिकाणी निर्माण झाली आहे. म्हणून मी बिनदिक्कतपणे सांगतो की, मला जी शिक्षा झाली, ती योग्यच होती. कारण मी ओवळ्या हातानं देवमूर्तीला स्पर्श केला. पण झालं ते झालं. त्याच्या आठवणींना काही अर्थ नाही किंवा त्याबद्दलच्या दिलगिरीलाही अर्थ नाही. मुंबईत विनायक दामोदर सावरकर जिथं राहतात, तिथून जवळच मी राहतो. एखाद वेळी वाऱ्याची सुगंधी झुळूक येते तेव्हा मला नेहमी वाटतं की, हा वारा क्षणमात्र सावरकर सदनापाशी थांबला असेल आणि म्हणूनच त्याच्या ठायी सुगंध निर्माण झाला असेल. माझ्या लहानपणी किंवा आजही ज्या सावरकरांचे माझ्यावर संस्कार झाले, त्यांनी पुनीत केलेल्या नगरीत मी आज आलो आहे आणि आपल्या हिंदू परंपरेप्रमाणे त्यांना साष्टांग नमस्कार घालायला हवा. शब्दांच्या माध्यमातून त्यांना साष्टांग प्रणिपात घालून मी जर व्याख्यानाला आरंभ केला; तर सगळ्या जरी नाही, तरी पुष्कळशा पापांचं क्षालन सहज होईल आणि उरलेल्या पापाचं क्षालन वरदायिनी गोदावरी करील.

"आता मी माझ्या मूळ विषयाकडे वळतो–" असे म्हणून बाबूरावांनी आपल्या नेहमीच्या शैलीनं संयुक्त महाराष्ट्राचा कलश कोणी आणला, या विषयावरील भाषणाला आरंभ केला. त्यात विनोदाचा, विशेषत: टिंगलीचा भाग तर खूप होताच; पण त्याहीपेक्षा या चळवळीत हकनाक बळी गेलेल्या हुतात्म्यांचं स्मरण हळुवारपणानं झालं. संयुक्त महाराष्ट्राच्या निमित्तानं सर्व मराठी माणसं एका झेंड्याखाली कशी आली आणि त्यामुळेच शिवाजीनं जसं दिल्लीश्वराला नमविलं, तसं आपण तीनशे वर्षांनी परत दिल्लीश्वराला नमविलं. चळवळीचा इतिहास सांगताना त्यांची स्मरणशक्ती तारखा, घटना आणि व्यक्तींचे उल्लेख याबाबत किती सावध आहे, हे सर्वांच्या लक्षात आले. 'महाराष्ट्रापेक्षा नेहरू मोठे आहेत' असं वक्तव्य करणाऱ्या यशवंतराव चव्हाणांचा त्यांनी जो समाचार

घेतला, त्यामुळे सभागृह हास्यानं खदखदून जात होतं. प्रारंभी जो व्याख्यानाचा गंभीरपणा होता, ते गंभीर स्वरूप आता उरलं नव्हतं. आता बाबूरावांचं निराळंच रूप श्रोत्यांच्या समोर आलं होतं. किती वाजलेत इकडं कुणाचं लक्ष नव्हतं. पण जवळजवळ नऊ वाजायला आले होते. व्याख्यान कितीही चांगलं असलं आणि उठून जायची इच्छा नसली, तरी वक्तशीरपणाची ज्यांना सवय आहे, त्यांची झालेली चुळबुळ लक्षात घेता बाबूरावांनी व्याख्यानाचा समारोप केला. हारतुरे झाले आणि ती गर्दी हटविता-हटविता कार्यकर्त्यांच्या नाकी नऊ आले.

वरती कार्यालयात परत चहासाठी जाण्यासाठी म्हणून आणि चाहत्यांना दूर ठेवण्यासाठी म्हणून जेव्हा रंगपटाचा पडदा पाडण्यात आला, तेव्हा बाबूरावांना एक ओळखीचा स्पर्श जाणवला– ज्या स्पर्शाची ते आतुरतेनं वाट पाहत होते– तो स्पर्श त्यांनी ओळखला... तो शरदिनीचा स्पर्श होता. त्यांनी तिला उचलून घेतलं आणि तिचा मुका घेतला. तोपर्यंत त्यांना आणखी एक कोवळा स्पर्श जाणवीला. तो अर्थात कुसुमचा होता. तिलाही त्यांनी एका हातानं उचलून वर घेतलं. तेवढ्यात कुणी तरी फोटोग्राफरनं त्यांचा एक स्नॅप घेतला, तेव्हा कुठं बाबूरावांच्या लक्षात आलं की, आपल्या डोळ्यांत अश्रू आले आहेत. त्यांनी ताबडतोब त्या फोटोग्राफरला बोलावलं आणि सांगितलं, "तुम्ही आता फोटो काढला आहे, ते ठीक आहे, पण तो तुम्ही वृत्तपत्रात कुठे छापू नका. त्यासाठी मी तुम्हाला १०० रुपये देईन. तुम्हाला फोटोच हवा असेल, तर पुन्हा आणखी एक फोटो काढा." त्यांनी जरा आणखी चोहीकडे लक्ष देऊन पाहिले, तेव्हा शुभदाबाई विंगमध्ये उभ्या होत्या. त्यांना खुणावलं, तेव्हा त्याही जवळ येऊन उभ्या राहिल्या. फोटोग्राफरला सांगितले की, आता तुम्हाला जो काही फोटो काढायचा आहे, तो काढा. फोटोग्राफरने तत्परतेनं समग्र कात्रे कुटुंबाचा स्नॅप घेतला. दुसऱ्या दिवशीच्या वृत्तपत्रात अर्थात तोच झळकला.

औपचारिकपणे, चहापान, आभार आणि मानद्रव्य देण्याचा कार्यक्रम पार पडला. बाबूराव उठून उभे राहिले, तेव्हा शेजारी असलेल्या शुभदाबाई जरा जवळ सरकून म्हणाल्या,

"घरीच येणार ना?"

बाबूराव हलक्या आवाजात म्हणाले,

"शंकाच नाही!"

*

बाबूरावांच्या वाढदिवशी नेहमीप्रमाणे सकाळपासून 'महाराष्ट्रशक्ती'च्या इमारतीत पुष्कळांची जा-ये होती. एरवीच्या मनानं बाबूराव लवकर उठले होते आणि का कुणास ठाऊक, कांताचे कुलोपाध्याय पुरोहितशास्त्री यांच्या आग्रहास्तव त्यांनी धार्मिक विधीही करून घेतले होते. या वाढदिवसाच्या आधीच त्यांची 'प्रभाकर'साठी जी मुलाखत घेतली, ती आज छापून आली होती. ती घेणारा राहुरकर हा वार्ताहर त्यांनी आठवला. राहुरकरबद्दल त्यांनी खूप काही ऐकलं होतं. त्याच्या मुलाखती किंवा एखाद्या विषयावरील लेख हे नेहमीच अभ्यासपूर्ण असत. बाबूराव जे नेहमी सांगायचे की, वार्ताहरांनी नुसतं सांगितलेलं टिपून घ्यायचं नसतं, तर घरी पुरेसा अभ्यास करून मगच लोकनेत्यांना प्रश्न विचारायचे असतात. जे वारंवार उगाळून झाले आहेत, असले सोपे आणि भाबडे प्रश्न विचारण्यात काही अर्थ नाही; तर लोकांना जे अज्ञात असेल आणि तरीही जे महत्त्वाचे असेल, असं काही नवं मिळविण्याचा वार्ताहाराचा प्रयत्न असला पाहिजे. याचाच अवलंब राहुरकर करायचा. राहुरकरचे प्रश्न त्यांना आवडले नव्हतेच, पण हा मनुष्य बुद्धिमान आहे आणि अडचणीत टाकणारे प्रश्न विचारू शकतो, हे मुलाखतीला सुरुवात होतानाच त्यांच्या लक्षात आलं.

कारण प्रथम त्यानं हे सांगून टाकलं. 'तुमचं आयुष्य तसं उघडं आहे. तुम्ही एक आत्मचरित्र तर लिहिलं आहेतच. पण शिवाय आत्मवृत्तपर लिहिलेल्या अशा अनेक लेखांचं संकलनही एका मागोमाग एक प्रसिद्ध करीत आहात. आत्तापर्यंतचं तुमचं सारं लिखाण मी वाचलं आहे. एवढंच नव्हे, तर तुमच्या संयुक्त महाराष्ट्राच्या काळातील सर्व लेख मी वाचले आहेत. त्यामुळे तुमची निम्मी मुलाखत अगोदरच तयार झाली आहे. माहिती जुनी असली तरी काही वैयक्तिक माहिती द्यावीच लागते, कारण लोकांना कुतूहल असतं. रघुनंदन भावेकडून तुमचे काही चांगले फोटोही मी मिळविले आहेत. तुमचे साहित्यविषयक विचार, तुमच्यावर झालेल्या लेखकांचे प्रभाव, त्याचप्रमाणे अन्य लेखकांविषयी तुमची असणारी मतं, तुमच्या प्रस्तावना–यांतून मी मला जे नेमकं हवं ते उचलून तुमच्या त्या मुलाखीचा पूर्वार्ध तयार करून कंपोझला दिलाही आहे. कारण बहुतेक महत्त्वाच्या अनेक गोष्टींवर तुम्ही विस्तृतपणे लिहिलं आहे. खरं तर, आहे त्या मजकुरातूनही तुमची एक चांगली मुलाखत तयार करता आली असती; पण माझ्या मनातच ज्या काही शंका निर्माण झाल्या, त्या इतरांच्याही मनात झाल्या असतील. पत्रकारालाच पत्रकारांची दु:खं माहीत असतात. एखादी गोष्ट पुन: पुन्हा सांगितली की, लोक विश्वास ठेवतात, सांगणारा चतुर असला

आणि लोकांना हसवत असला की, त्याच्या तोंडून निघालेला प्रत्येक शब्द लोक खरा धरून चालतात. सर्वसामान्य जनतेत तुमच्याबद्दल प्रेम आहे. साहित्यिकांत असूया आणि राजकारण्यांत भीती आहे. या सगळ्याचं उत्तर एका प्रश्नात मला तुमच्याकडून हवं आहे. तुम्ही जे लिहिता, ते हृदयस्पर्शी असतं– कुचेष्टा करणारंही असतं; म्हणून लोकांना आवडतं. पण, तुम्ही जे-जे लिहिलेलं आहे, ते-ते सत्य आहे काय? सत्य याचा अर्थ, जे घडलं तसं. का कुठे अतिशयोक्ती, कुठे आपण हरलो असलो तरी जिंकल्याची बढाई किंवा कुठे सूड घेण्याची वृत्ती आणि त्याहीपेक्षा मान्यवरांना दहशत वाटेल असा अवाजवी आवेश तुमच्या लेखनात असतो काय?''

राहुरकर बोलायचा थांबला. म्हणजे, त्याचा हा लांबलचक प्रस्ताव संपला. हा प्रस्ताव त्यानं का केला, हे समजण्याचं चातुर्य बाबूरावांजवळ होतं. त्यामुळे त्याला उत्तरं सावधगिरीनं दिली पाहिजेत, नेहमीप्रमाणे अघळपघळ बोलून उपयोगी नाही, हे लक्षात आल्यावर ते जरा सावरून बसले. उत्तर द्यायला अर्थातच त्यांना वेळ लागला. ते शांतपणे म्हणाले,

''राहुरकर, तुम्ही हुशार आणि तरुण पत्रकार आहात, यात शंकाच नाही. पण एक गोष्ट लक्षात ठेवा की–आता मी जी उत्तरं देईन, ती शब्दशः तुम्ही छापणार आहात. त्यामुळे मी तुम्हाला शपथेवर खरं सांगेनच, असं समजू नका.''

''खरं आहे. मी संपूर्ण सत्याची अपेक्षा करीत नाही. पण सत्य किती आणि धडधडीत खोटं किती, याचा काही अंदाज येईलच की नाही? शिवाय एखाद्या प्रश्नाचं उत्तर तुम्ही टाळलंत, तर तसंही मला लिहिता येईल. प्रसिद्ध करण्यापूर्वी हवी तर मी घेत असलेली मुलाखत तुम्हाला दाखवीन.''

''मग ठीक आहे. कारण माझ्याबद्दल मुळातच इतके गैरसमज पसरविण्यात आले आहेत की, त्यात नवी भर पडायला नको. तुमच्या प्रश्नाचं थोडक्यात उत्तर देतो. निर्भेळ सत्य नावाची गोष्ट जगात नसते. सत्याभास ही वृत्तपत्रलेखनाची मर्यादा असते आणि मला वाटतं, जास्तीत जास्त पटणारं आणि सत्याजवळ नेणारं तेवढंच पत्रकार लिहू शकतो.''

''तुम्ही जेव्हा राजकारणावर लिहिता, तेव्हा काही मंत्र्यांना तुम्ही मुठीत ठेवता; त्यांच्या पापाकडे दुर्लक्ष करता आणि काही लोकांवर घणाघाती हल्ला करता, ही गोष्ट तरी खरी आहे काय?''

''खरी आहे. पत्रकार झाला तरी माणूस आहे. त्याला म्हणावं असं संरक्षण नसतं. एकाच वेळेला सगळे शत्रू अंगावर ओढवून घेणं, हे परवडण्यासारखं

नाही. शिवाय राजकारणातील गुप्त रहस्यं, भ्रष्टाचार आणि दुराचार आपल्याला जर समजायला हवे असतील; तर काट्यानंच काटा काढावा लागतो. मला या गोष्टी शोधण्यासाठी फारसे प्रयत्न करावे लागत नाहीत. या गोष्टी माझ्याकडे आपणहून चालत येतात. फारच क्वचित प्रसंगी खोदखोदून माहिती मिळवावी लागते. त्यासाठी पैसाही खर्च करावा लागतो. आता ही गोष्ट खरी आहे की, राजकारण हा मुळातच सभ्य लोकांचा खेळ नाही. तेव्हा तिथल्या लोकांचं चारित्र्य तशा अर्थानं चांगलं असणं शक्य नाही. काही माणसांना आपण विश्वासात घेतलं, तर निदान इतरांवर हल्ला करूनही राजकारण पुष्कळ शुद्ध करता येतं. तेव्हा तुम्ही म्हणता, ते तसं बरोबर आहे. शिवाय पुष्कळ लोक भित्रे असतात. आपल्यावर एखादा अवाजवी हल्ला झाला, तरीही ते आपल्याविरुद्ध काही करू शकत नाहीत. कारण त्यांनी केलेल्या आणि आपल्याला माहिती नसलेल्या त्यांच्या पुष्कळ भानगडी असतात. ते गप्प बसणं पसंत करतात. तसा काही अडचणीचा प्रसंग आलाच, तर एखाद-दुसऱ्या बलवंत नेत्याला हाताशी ठेवणं, हे सोईचंही असतं. त्या अर्थानं म्हणत असाल, तर पक्षपात होतो. पण फार थोडा. शंभर टक्के पापावर हल्ला करणं, ही फार आदर्श पत्रकारिता असेल; पण व्यवहारी पत्रकारिता नव्हे. नव्वद टक्क्यांवर संतुष्ट असावं.''

''संयुक्त महाराष्ट्राच्या वेळेस तुम्ही ज्या प्रकारचं लेखन केलंत किंवा ज्या प्रकारची भाषणं केलीत, त्यांचा तुम्हाला आजही अभिमान वाटतो का?''

''साहित्यिक म्हणून म्हणाल, तर निश्चितच अभिमान वाटत नाही. पण पत्रकार म्हणून म्हणत असाल, तर मात्र ती काळाची गरज होती. महाराष्ट्रातील बहुतेक सर्व वृत्तपत्रं ही शेठ-सावरकरांच्या मालकीची आहेत. त्यांना संयुक्त 'महाराष्ट्र' व्हायला नको होता, म्हणून त्यांनी आपली सर्व शक्ती वापरली. गुजराती स्त्रियांवर बलात्कार झाले, असेसुद्धा खोटेनाटे आरोप केले गेले. 'महाराष्ट्र' असं एकच वृत्तपत्र होतं आणि मीच असा एकमेव वक्ता होतो की, ज्याला लोकांच्या मनातील भावना आणि चीड व्यक्त करता येत होती. म्हणून माझं ते लेखन अतिशय संतापाचं आणि खालच्या पातळीवर जाऊन मला करावं लागलं. लोकांच्यात चीड निर्माण करायची असेल, तर ती विवेकी आणि मुद्देसूद विचारांनी निर्माण होत नाही, आणि चीडच निर्माण झाली नाही तर चळवळ उभीच राहत नाही. हे सगळं मी जाणीवपूर्वक केलं आहे. माझा असा दावा आहे आणि तो तुम्ही खुशाल छापा की, संयुक्त महाराष्ट्राचा मंगल कलश यशवंतरावांनी आणला, ही धांदात खोटी गोष्ट आहे. तो त्यांच्या हातून आला,

इतकंच. पण हमालाला कुणी मालक म्हणत नाही. संयुक्त महाराष्ट्र निर्माण करायला संयुक्त महाराष्ट्र समितीनं भाग पाडलं. महाराष्ट्रात या प्रश्नावर जी चळवळ झाली, निवडणुकीवर त्या चळवळीचा जो परिणाम झाला; त्यामुळे संयुक्त महाराष्ट्र देण्यावाचून पंडितजींना गत्यंतरच उरलं नाही. खरं म्हणजे, पंडितजींचा व यशवंतरावांचा तो पराभवच होता. एवढंच नव्हे, तर साऱ्या शेठजी-पत्रांचाही तो पराभव होता आणि त्या पराभवात माझा पन्नास टक्के तरी वाटा आहे. कारण महाराष्ट्रात जी चळवळ झाली आणि त्या चळवळीला पुढे जे उग्र स्वरूप आलं, त्यातला पुष्कळसा हिस्सा माझ्या लेखनाचा आणि वक्तृत्वाचा आहे.''

"व्यक्तिश: संयुक्त महाराष्ट्र चळवळ सुरू झाली त्यापूर्वी तुम्ही अगदी नैराश्यकजनक अवस्थेत होतात, असं तुमचे मित्र सांगतात. आर्थिक अरिष्टात तर तुम्ही सापडले होतातच; पण त्याहीपेक्षा तुमचं साप्ताहिक बंद पडलं, छापखाना विकला गेला. यामुळे तुम्ही जवळपास आत्महत्या करण्याच्या मन:स्थितीत होतात, ही गोष्ट खरी आहे काय?''

बाबूराव पुन्हा सावरून बसले, पण त्यांचा राग त्यांना आवरेनासा झाला आणि ते म्हणाले,

"कोण हरामखोर असं म्हणतो?''

"रागावू नका बाबूराव, मी हे छापीनच असं नाही. पण तुम्हीच तुमच्या एका जिवलग मित्राला लिहिलेलं पत्र माझ्याजवळ आहे. त्यात तुम्ही ही भावना व्यक्त केली आहे!''

"कुणाचं पत्र आहे?''

"ते मला सांगता येणार नाही. पण ते तुमच्या हस्ताक्षरातलं पत्र आहे, एवढंच मी सांगेन आणि हा प्रश्न मी तुम्हाला एक्सपोझ करावं म्हणून विचारलेला नाही. कारण अशी ही नैराश्यजनक परिस्थिती अनेक कारणांमुळे निर्माण होऊ शकते. माझा प्रश्न तुमच्या खासगी आयुष्यात डोकावण्यासाठी नाही. संयुक्त महाराष्ट्राच्या चळवळीमुळे तुम्हाला जीवदान मिळालं– जगण्यासाठी निमित्त मिळालं. 'महाराष्ट्र' या वृत्तपत्राचा जन्म त्यामुळे झाला आणि संयुक्त महाराष्ट्राची चळवळ झाली नसती; तर आज जे तुम्ही कोणी आहात ते झाला नसतात, ही गोष्ट तरी खरी आहे की नाही?''

"तसं कसं सांगता येईल? दुसरं काही तरी घडलं असतं. तसा मी नशीबवान मनुष्य आहे. एक तर मला नाना तऱ्हेच्या अरिष्टांची सवय आहे. आणि गमतीची गोष्ट अशी आहे राहुरकर, की अशा वेळेला इतरांसारखा मी

खचून जात नाही. उलट, माझी बुद्धी जास्त तल्लख होते. ही परमेश्वराची कृपा आहे. शिवाय असं काही अरिष्ट आलं किंवा नैराश्यजनक परिस्थिती आली की, खरोखरीच देव माझ्या मदतीला धावून येतो. तुमच्याजवळ माझं जे पत्र आहे असं तुम्ही म्हणता, ते बहुधा भोळ्यांना लिहिलेलं पत्र असेल आणि ते बरंचसं वैयक्तिक स्वरूपाचं आहे. परिस्थिती वाईट होती, ही गोष्ट खरी आहे, गोष्ट जगजाहीर आहे की, तारिणीच्यात आणि माझ्यात त्याच वेळेस दुरावा निर्माण झाला होता. पण अखेरीस मी एक लेखक होतो, नाटककार होतो. काहीच जमलं नसतं तर पुन्हा मी नाटकं लिहायला लागलो असतो, आज ज्याचे शेकड्यावारी प्रयोग चालले आहेत, ते नाटक मी नंतरच, अलीकडे लिहिले आहे की नाही? अहो, या नाटकानं उत्पन्नाची सारी रेकॉर्ड्स मोडली आहेत. मला वाटतं, आजच्या इतकं नाही, परंतु बऱ्यापैकी स्थितीत राह्यला मला माझ्या लेखनानं निश्चितच मदत केली असती. शिवाय सिनेमा होताच. तसा मी अगदीच तोंड लपवून कायमचा बसलो नसतो. माझ्या आयुष्यात तसे अनेक क्रांतिकारक बदल झाले आहेत. मी मूळचा एक मास्तर. मी अकस्मात नाटककार झालोच की नाही? नंतर अकस्मात मी काँग्रेसमध्ये प्रवेश केला आणि राजकीय कार्यकर्ताही झालो. वास्तविक, सिनेमाचा मला काय अनुभव होता की, ज्यासाठी मी सुस्थिर आयुष्य सोडून मुंबईकडे धाव घ्यावी? लाखो रुपयांची उलाढाल करावी? एकाच विषयात माझं मन फारसं रमत नाही. माझी तशी प्रवृत्ती नाही. नाना दिशांनी मला अनेक गोष्टी खुणावीत असतात. क्रमिक पुस्तके लिहून लाखो रुपये मिळविणारा–मला वाटतं, मराठीतला पहिला भाग्यवान लेखक मीच असेन. पैसे माझ्या हातात राहत नाहीत. पण चार-दोन महिन्यांपेक्षा अधिक काळ मला पराभवाच्या छायेत वावरावं लागत नाही. सरस्वतीची माझ्यावर कृपा आहे. तसा मी भाविक मनुष्य आहे. माझ्या लेखणीनं मला कधीच दगा दिलेला नाही. गावोगावी जर मी व्याख्यान देत फिरलो असतो, तर जगण्याइतकी बिदागी मला मिळाली असती की नाही? मला नियती गप्प बसू देत नाही. संयुक्त महाराष्ट्राची चळवळ माझ्या दृष्टीनं एक वरदान ठरली, ही गोष्ट खरीच आहे. पण एक गोष्ट लक्षात ठेवा की, चळवळीचा फायदा करून घ्यावा, म्हणून काही मी या चळवळीत पडलो नाही. मुळात अन्यायाची मला फार चीड आहे आणि त्या साऱ्या प्रकरणात महाराष्ट्राच्या निमकहराम नेत्यांनी गद्दारी केली होती, म्हणून मी चिडलो. आता चळवळ झाली, त्यामुळे 'महाराष्ट्र' निघाला हेही खरे; पण मुळात माझ्याजवळ काहीच नसतं; तर 'महाराष्ट्र' लोकप्रिय झाला

असता का? आज हजारो लोक माझ्यावर जीव कुर्बान करून टाकतात; पण त्यांना विश्वास वाटावा, दिलासा वाटावा असं वक्तृत्व होतं, ही तर माझी स्वत:चीच कमाई आहे की नाही?''

"थोडक्यात, असं म्हटलं की, संयुक्त महाराष्ट्राच्या चळवळीनं तुमचं जीवन आमूलाग्र बदलून गेलं, तुमची एक नवी प्रतिमा निर्माण झाली आणि तुमच्या नव्यानं भाग्योदय झाला; तर त्यात काही चूक नाही ना?''

"नाही. खरं सांगायचं तर, ही जी काही इमेज निर्माण झाली आहे, याला केवळ संयुक्त महाराष्ट्राची चळवळ हेच काही कारण नाही. अखेरीस मूलत: मी एक साहित्यिक आणि पत्रकार आहे. प्रत्यक्ष राजकारणात पडणं, हा काही माझा पिंड नव्हे. मी ते करून पाहिलं; नाही असं नाही. राजकीय लोकांची दिवसेंदिवस एवढी अवनती चाललेली आहे की किंचित स्वाभिमान असलेला माझ्यासारखा कोणताही मनुष्य या क्षेत्रात राहूच शकणार नाही. पत्रकार म्हणून राजकारणात जेवढा रस घ्यावा लागेल, तेवढा घ्यावाच लागतो. त्याव्यतिरिक्त राजकीय लोकांची ऊठ-बस, गोंडा घोळणं–हे मलाच काय, पण कुणालाच शक्य नाही. आता पुन्हा, मी नव्यानं लिहिलेली नाटकं रंगभूमीवर गाजताहेत. माझी लोकप्रियता तुम्हाला माहीत आहे. महाराष्ट्रातील कोणत्याही वक्त्यापेक्षा माझ्या व्याख्यानाला गर्दी होते. व्याख्यानाची निमंत्रणं खूप असतात. सगळीकडे जाणं मला शक्य नाही आणि प्रवासात अनाठायी घालवायला लागणारा वेळ आता माझ्याजवळ उरलेला नाही. शिवाय अनेक विषयांवर ग्रंथ वाचण्याची माझी हौस एवढी आहे की, दिवस कसा जातो, हेसुद्धा कळत नाही.''

"पण एवढं अनियमित वागून आणि शरीरावर ताण पडेल असं वर्तन करून त्यामानानं तुमची प्रकृती आणि उत्साह वाखाणण्यासारखा आहे.''

"ही माझ्या वडिलांची कृपा. मूळची माझी प्रकृती चांगलीच होती. अनेक तऱ्हेचे खेळ मी उत्तम प्रकारे खेळत असे. शिवाय फारसं कुणाला माहीत नाही असं नवं रहस्य तुम्हाला सांगतो. माझ्या पहिल्या नाटकाच्या प्रयोगाला एक गबाळ्या वेषातले गृहस्थ आले होते आणि ते दुसऱ्या दिवशी अभिनंदन करण्यासाठी मला भेटायला आले. त्यांनी प्रकृती उत्तम राखण्याचा एक मंत्र मला दिला. त्यांचं नाव होतं वैद्य खर्शीकर. त्यांनी मला योगासनं करण्याचा सल्ला दिला. सकाळी उठल्यावर मध आणि लिंबू घेतल्यानंतर मग चहा वगैरे काही घ्यायचा, असं असेल तो घ्यायचा त्यांनी सुचविलं. मनुष्य सात्त्विक वाटला. तो मला म्हणाला, 'मी थोडंफार भविष्य जाणतो. तुमच्या भाग्योदयाच्या

काळाला सुरुवात झाली आहे. तुम्ही एक खूप मोठे गृहस्थ व्हाल, याबद्दल माझी खात्री पटलेली आहे. लोकप्रियतेच्या नादी लागून अष्टौप्रहर तुम्ही माणसांच्या गर्दीत राहू नका. एखादा तास तरी अगदी एकांतात, म्हणजे स्वत:साठी राखून ठेवा, आणि शक्य असेल, तर त्यातली दहा-पंधरा मिनिटं नुसतं कोणत्याही एका विषयावर चित्त एकाग्र करा. जर मी हे सांगतो असं तुम्ही केलंत, तर तुमच्या लक्षात येईल की, तुम्हाला तुमच्या भविष्याच्या सूचना आणि येणाऱ्या अडचणी यांचं ज्ञान अगोदर होईल.' राहुरकर, तुम्हाला माझा आयुष्यक्रम कसा आहे, हे माहीत आहे. कुठल्याही विषयात मी एकदा पडलो की, सर्वार्थानं मी त्यात उतरतो. पण खर्शीकर वैद्यांचा तो उपदेश मी आजही आचरणात आणतो. योगासनं, आत्मचिंतन आणि त्यांनी सांगितलेली पथ्यं एखाद्या व्रताप्रमाणे पाळतो. त्याचा परिणाम म्हणजे, या वयातही माझी असलेली ठणठणीत प्रकृती. नंतर माझ्या आयुष्यात हे गृहस्थ कधीही भेटलेले नाहीत. एखाद्या ऋषीप्रमाणं ते माझ्या आयुष्यात अवचित आले, सुखाचा मूलमंत्र मला त्यांनी सांगितला आणि कसलीही अपेक्षा न करता ते उठून जायला निघाले; तेव्हा आपोआपच मी त्यांना वाकून नमस्कार केला. त्यावर आशीर्वादादाखल त्यांनी माझ्या मस्तकावर हात ठेवला आणि ते एवढेच म्हणाले, 'साऱ्या आयुष्यभर तू दैत्यासारखा वागशील. अनाचार करशील. तुझ्या हातून अनेकांचा उपमर्द होईल. त्यानं काही बिघडत नाही. पण ज्ञानापुढं, सेवेपुढं आणि चारित्र्यापुढं नम्र व्हायला कधीही लाजू नकोस. कुणाच्या तरी पुढं वाकावं, अशी माणसं ज्या दिवशी तुझ्या आयुष्यातून निघून जातील; तेव्हा तुझा अध:पात होईल.' राहुरकर, खर्शीकरशास्त्र्यांचे शब्द माझ्या अंत:करणाला जाऊन भिडले आहेत, म्हणून आजही माझ्यापेक्षा वयानं ज्येष्ठ, ज्ञानवंत किंवा प्रतिभासंपन्न माणसांपुढे माझी मान लवते. अशी माणसं आता कमी होत चालली आहेत. तेव्हा, खर्शीकर वैद्यांनी सांगितल्याप्रमाणे माझा अध:पात होण्याचा समय आलेला दिसतो.''

"बाबूराव, तुमचं सगळंच अचाट आहे. त्यामुळे माझ्यासारख्या तरुण माणसाला तुम्हाला प्रश्न विचारताना फार अडचणी येतात. संकोचही वाटतो.''

"नाही, नाही–तसं काही नाही. तुम्ही मला काय वाटेल ते विचारू शकता, हे मी तुम्हाला आधीच सांगितलंय.''

"तुम्ही सांगितलंय हो... पण माझ्यासारख्या अगदी तरुण, अधिकार नसलेल्या पत्रकारानं काही उद्धट प्रश्न विचारणं तुम्हाला आवडेलच, असं नाही.''

"असं नाही, राहुरकर, उद्धटपणाच्या मागं अभ्यास आणि प्रामाणिकपणा

असेल, तर उद्धटपणा हासुद्धा एक माणसाला आवश्यक असणारा गुण असतो.''

''ठीक आहे. तुम्ही तुमच्या आत्मचरित्रात तुमच्यावर एका फौजदारी खटल्याचं किटाळ कसं आलं, त्यातून आपण कसे सुटलो, हे मोठ्या हृदयद्रावक भाषेत सांगितलं आहे; पण ते सांगताना त्या खटल्याचा निकाल देणारा न्यायाधीश आणि त्या खटल्यात सरकारच्या वतीने नेमले गेलेले जोग वकील यांच्याबद्दल तुम्ही फार असभ्य भाषेत लिहिलं आहेत, आणि हे सगळं त्या दोघांचा मृत्यू झाल्यानंतर. ते हयात असते, तर तुम्हाला या भाषेत त्यांच्याबद्दल लिहिता आलं असतं का? एक तर न्यायाधीशांची तुम्ही बेइज्जत केली आहे. त्यामुळे कंटेप्ट ऑफ कोर्टखाली तुम्हाला शिक्षा झाली असती आणि दुसरी गोष्ट, सरकारनं नेमलेल्या जोग वकिलांनी सरकारची बाजू योग्य त्या प्रकारे मांडून तुम्हाला शिक्षा होईल हे बघितलं, यात त्यांची चूक काय आहे? वकील म्हणून त्यांनी स्वीकारलेलं काम चांगल्या प्रकारे केलं, असा त्याचा अर्थ होतो. तुमची आणि त्या वकिलाची काही खासगी दुष्मनी नव्हती. तुमचा मत्सर वाटावा अशी कर्तृत्वाची समान क्षेत्रंही नव्हती. मराठी साहित्यात आणि संशोधनक्षेत्रात त्यांनी जे काही कार्य केलं आहे, त्याची योग्य ती पावती सर्व समीक्षकांनी दिलेली आहे. मी इथं येण्यापूर्वी त्यांच्या जावयाकडे जाऊन आलो. मला कळलं की, जोग वकील हे उपद्रव देणाऱ्या जातीतले नव्हते. शांत, संयमी, ऐसपैस बोलणारे आणि कुणाशीही वैर नसलेले, नाइलाजानं वकिलीत पडलेले असे वकील होते. ते हयात असते, तर त्यांनीही तुमच्या लेखनाबद्दल तुमच्यावर बेअब्रूची फिर्याद केली असती. तुम्ही केलेलं कोणतंही विधान तुम्हाला सिद्ध करता आलं नसतं. तुमच्या आत्मचरित्रात तशा पुष्कळ सैल जागा आहेत. पण तुमच्या साऱ्या करुण कहाणीत न्यायाधीश व वकील यांच्यावर तुम्ही ज्या पद्धतीनं लिहिलं आहे, त्यामुळे क्षणमात्र का होईना, तुमच्या प्रामाणिकपणाची शंका येते. तुमचं काय मत आहे?''

बाबूराव सावरून बसले. काय शब्दांत उत्तर द्यावं, याचा ते विचार करू लागले. राहुरकर पुढे म्हणाले,

''गैरसाईचं वाटत असेल, तर आपण प्रश्न सोडून देऊ.''

''नाही, सोडून द्यायचं का नाही कारण नाही. शिवाय ते हयात असताना मी ते लिहिलंच नसतं, असंही नाही. हयात असणाऱ्या माणसांच्यावर मी काय कमी लिहिलंय? वरेरकर, तटणीस, अप्पासाहेब फडके, डॉ. खरे, सावरकर, क्षीरसागर, न. का. आणि मा. का. देशपांडे... खरं तर, मी ज्यांच्यावर लिहिलंय,

त्या माणसांची संख्या एवढी प्रचंड आहे की, आता त्या सर्वांची नावंसुद्धा आठवणं मला शक्य नाही. एक सावरकरांवरची टीका सोडली, तर मला माझ्या कोणत्याही लेखनाचा पश्चात्ताप झालेला नाही. अगदी तुम्ही म्हणता त्या खटल्यावरील लिखाणाचासुद्धा. एक गोष्ट लक्षात घ्या. माझा अगदी उमेदीचा काळ होता तो. नुकतंच कुठं माझं कर्तृत्व त्या वेळेस बहरात यायला लागलं होतं. बरं, माझ्याकडून काही अपराध खरोखरच झाला असता, तर चीड येण्याचं काही कारणही नव्हतं. त्या काळातल्या माझ्या मन:स्थितीचा विचार करा, म्हणजे तुम्हाला माझ्या लेखनात चीड का निर्माण झाली, हे लक्षात येईल.''

''बाबूराव, हे सगळं जरी खरं असलं तरीसुद्धा त्या दोघांच्या मृत्यूनंतर तुम्ही हे लेखन केलेलं आहे. शिवाय, ते लेखन तुम्ही जेव्हा केलंत, तेव्हा तुमची चीड ओसरून जायला जवळपास तीस वर्षांचा अवधी लोटून गेला होता.''

''आजही तो प्रसंग मला आठवला, तर माझा संताप अनावर होतो. मी त्या खटल्यातून निष्कलंक सुटलो, म्हणून सोडून द्या. पण कुठल्याही तांत्रिक कारणासाठी मला शिक्षा झाली असती, तर माझं आयुष्य उद्ध्वस्त झालं असतं.''

''तुम्ही प्रॉमिसरी नोटेवर कर्ज मिळण्याच्या आशेनं सह्या करून दिल्यात हे खरं. ज्या कंपनीच्या आर्थिक व्यवहाराबद्दल तुम्हाला शंका होती, असं तुम्हीच म्हणाला आहात; त्या कंपनीकडून कर्ज मागण्यात तिच्या व्यवहाराबद्दल एक प्रकारचं शिफारसपत्र तुम्ही देता, असा त्याचा अर्थ होत नाही काय? शिवाय ती प्रॉमिसरी नोट बेनामी होती, हे तरी खरं कशावरून? तुमच्यासारख्या शहाण्या-सवरत्या माणसानं अशा प्रॉमिसरी नोटेवर सही करून द्यावी आणि महिनोन् महिने कर्ज न मिळूनही ती प्रॉमिसरी नोट त्या कंपनीकडे राहू द्यावी, ही गोष्ट पटण्यासारखी नाही. कर्ज मिळत नाही, असं पाहिल्यावर ती प्रॉमिसरी नोट तुम्हाला परत घेता आली असती. तुमचे चुलतेच तिथं प्रमुख होते; मग तुम्ही ते का केलं नाही? म्हणजे खटल्याचं सारं शुक्लकाष्ठ तुमच्या मागं लागलंच नसतं.''

''राहुरकर, मी काही कायदेतज्ज्ञ नाही. तसंच इतका मोठ्या प्रमाणावर त्या काळात मी कधी पैसे पाहिलेही नव्हते. शिवाय, माझ्याबरोबर आणखी दोघे होते आणि चुलते तर त्या कंपनीच्या डायरेक्टर बोर्डावर होते. माझ्याकडून गबाळेपणा झाला, म्हणून तर मला त्याची किंमत द्यावी लागली.''

''असं जर आहे, तर न्यायाधीश व वकील यांनी समोर असलेल्या पुराव्यावरून जे कर्तव्य केलं, त्याबद्दल तुम्ही त्यांना इतकं धारेवर धरलंत? आणि तेही ते दोघं मृत्यू पावल्यावर?''

बाबूराव डोळे मिटून क्षणमात्र विचार करीत राहिले. हा तरुण पोरगा अडचणीत टाकणारे प्रश्न विचारीत होता. बाबूराव म्हणाले, ''जाऊ दे. खोलात जाण्यात काही अर्थ नाही. ज्या अर्थी न्यायाधीश आणि वकिलांच्या दोघांच्याही नातेवाइकांनी माझ्याविरुद्ध काही इलाज योजला नाही, त्या अर्थी त्यांनाही आपले नातेवाईक काय लायकीचे आहेत, हे माहीत असलं पाहिजे. जाऊ दे. हा विषय आपण पुरा करू.''

''हा विषय थांबवायला माझी मुळीच हरकत नाही, कारण मुलाखतीच्या दृष्टीनं त्याला फारसं महत्त्व नाही. पण एक व्यक्ती म्हणून माझं काही समाधान झालेलं नाही.'' बाबूराव काहीच बोलले नाहीत. हा विषय त्यांना वाढवायचा नाही राहुरकरच्या हे लक्षात आलं. तेव्हा त्यानं दुसऱ्या प्रश्नाकडे वळायचं ठरविलं. आपल्या टिपणवहीतलं पुढचं पान उलगडून त्यानं दुसरा प्रश्न केला.

''बाबूराव, तुमच्या सर्वच चरित्रात तारिणीबाईंचा उल्लेख यायला हवा तितका आलेला नाही. खरं म्हणजे, तो आलेलाच नाही. नटी म्हणून त्या किती गुणी होत्या, हे उल्लेख आहेत. पण ज्या स्त्रीनं तुमच्या आयुष्यात जवळपास पंधरा वर्षांहून अधिक काळ काढला; त्या स्त्रीबद्दल आपुलकीनं, जिव्हाळ्यानं लिहावं असं कसं तुम्हाला वाटलं नाही?''

''तारिणी अगदी उगवतीच्या काळात माझ्या आयुष्यात आली आणि माझ्या पराभूत अवस्थेत आम्ही दोघं एकमेकांपासून दूर गेलो. आम्ही दूर झालो याची खरीखुरी कारणं मला लिहायची नव्हती. कारण कुठल्याही स्त्रीवर, कितीही खरं असलं तरी, तिचं आयुष्य अडचणीत येईल असं लिहिता कामा नये, असं मला वाटतं. कारण आपल्या समाजात स्त्रीला तसं संरक्षण नाही. लोकांना आमच्या संबंधांबद्दल कुतूहल आहे आणि अधिक जाणून घेण्याची उत्सुकता आहे. त्यांचं समाधान करण्यासाठी तारिणीबद्दल मी काही वेडंवाकडं लिहावं, असं एक माणूस म्हणून आणि पत्रकार म्हणून न्याय्य वाटलं नाही. कधी काळी मी लिहिलंच तर मी खरंखुरं लिहीन, पण ते तिच्या आणि माझ्या मृत्यूनंतर प्रसिद्ध होईल. वाचकांची करमणूक करण्यासाठी. तारिणी आज जे आयुष्य जगत असेल, त्यात मला अडथळा उत्पन्न करायचा नाही. मला वाटतं, कुणाही पुरुषानं एवढी सभ्यता दाखवायलाच हवी.''

''हा तुमचा थोरपणा आहे. कारण काही तरी गंभीर कारणं घडली असल्याशिवाय तुम्ही आणि तारिणीबाई काही वेगळे झालेला नाहीत. पण तो भाग टाळून तारिणीबाई तुमच्या आयुष्यात आली तो क्षण, त्यांच्या सहवासातील

दिवस त्यांच्या रसिकतेच्या आठवणी आणि सहचरी म्हणून तिनं तुम्हाला दिलेलं सुख हे तुम्हाला लिहिता आलं असतं. नव्हे, ते तुमचं कर्तव्यच होतं. तुमच्या आयुष्यात एक तपाहून अधिक काळ तारिणीबाई पत्नीप्रमाणे, खुलेपणानं तुमच्याजवळ राहत होत्या. तुम्हाला त्या स्मरणीय क्षणांचे काही आपण देणं लागतो, असं वाटत नाही काय?''

''जरूर वाटतं. मी तारिणीचं तसं खूप देणं लागतो. कालिदासाच्या त्या सुप्रसिद्ध श्लोकात सांगितल्याप्रमाणे ती माझी सखी होती, कामिनी होती, दासी होती–सारं काही होती. पण मी तिच्याशी लग्न करू शकत नव्हतो; तिला प्रतिष्ठा देऊ शकत नव्हतो– या गोष्टीची मलाही व तिलाही खंत होती. पण माझा नाइलाज होता. आता सगळा पहिला काळ लिहायचा, तर स्वाभाविकपणेच तिच्या आणि माझ्या दुराव्याची खरीखुरी कारणं लिहिणं प्राप्त झालं असतं आणि ते तर मला करायचं नव्हतं. तारिणी कलावंत म्हणून किती श्रेष्ठ आहे, एवढंच मागं उरू द्यावं आणि ज्या काही थोड्या दंतकथा निर्माण झाल्या आहेत, त्यांवरच लोकांनी संतुष्ट व्हावं, हा सभ्य मार्ग मी पत्करायचं ठरविलं. माझ्या निकटवर्तीयांना तो सारा 'इतिहास' माहीत आहे. कारण जे काही घडलं, ते खुल्लमखुल्ला होतं. मला त्यात काही गैर कधी वाटलेलंच नाही. पण जसं पुरुषानं वागायला पाहिजे, तसं वागून मी संयम पाळलेला आहे. त्याचंही श्रेय मी स्वत:कडे घेत नाही. माझे काही मित्र आहेत. त्यांनी मला सांगितलं की, जर तारिणीबद्दल एखादा जरी अपशब्द मी लिहिला, तरी माझी आणि त्यांची मैत्री तुटेल. तसा मी माथेफिरू आहे. भय नावाची गोष्ट माझ्या अंत:करणात शिरत नाही. परिणामांची मी पर्वाही करीत नाही. असं असूनसुद्धा खर्शीकरशास्त्रींनी सांगितल्याप्रमाणे ज्यांच्यापुढे मान लववावी, अशी माणसं माझ्या जीवनात अजून शिल्लक आहेत. त्यामुळे त्यांचा सल्ला मी मानला आणि हे सारं प्रकरण अज्ञात राहू दिलं. माझ्या संयमाचं मलाच आश्चर्य वाटतं.''

''क्षणभर तुमचं म्हणणं मान्य करू. तारिणीबाईंची सार्वजनिक बदनामी होईल आणि चर्चाविषय होईल असं तुम्ही काही लिहिलं नाहीत, ही अभिनंदनीय गोष्ट आहे. तारिणीबाई तुमच्या आयुष्यातून जेव्हा निघून गेल्या, तेव्हा तुमची भावना नेमकी काय झाली?''

बाबूराव पुन्हा सावरून बसले. जुन्या खपल्या हा तरुण पोरटा का खरवडून काढीत आहे, हे त्यांच्या लक्षात येईना. खरं म्हणजे, आत्मचरित्र लिहिताना तारिणीनं आपल्याशी बेईमानी केली, परपुरुषांशी संबंध ठेवले म्हणून

अखेरीस कायमचा दुरावा निर्माण झाला, हे त्यांना लिहायचं होतं. नाही तर मागे ज्याप्रमाणे तिच्या वतनवाडीच्या गावी जाऊन तिला आपण घेऊन आलो होतो आणि तीही सर्वांची नाराजी ओढवून घेऊन आपल्याबरोबर आपल्या आकर्षणानं परत मुंबईला आली, तसं आपण पुन्हा एकदा करू शकलो असतो. पण अगदी सामान्य प्रतीच्या परपुरुषाशी तिचे संबंध आलेले समजले आणि त्यातल्या एका प्रसंगात तर आपण तिला मुद्देमालासह पकडली. त्यामुळे तारिणीला हाकलून देण्यावाचून त्या काळी तरी आपल्याजवळ पर्याय नव्हता. पुणे-दिल्ली रेल्वेमार्गावरील त्या भिकार स्टेशनच्या वेटिंगरूममध्ये आपल्याबरोबर परतण्यासाठी तारिणी जेव्हा मध्यरात्री आली; तेव्हा तिच्या डोळ्यांतली उत्कटता, अनुताप आणि आपल्याबद्दलचा प्रगाढ आदर यामुळे पहिले पुनर्मीलन सुखावह झालं. त्यानंतरच आपण राष्ट्रपतिपदक मिळालेला चित्रपट निर्माण केला. सगळं झाड वाळत जात असताना त्याची एखादीच फांदी लुसलुशीत आणि कोवळी राहावी, असं तिचं माझ्या आयुष्यातील स्थान त्या वेळेस होतं. सर्व बाजूंनी पराभव कोसळत असताना तिच्या परत येण्यानं आपला मावळत जात असलेला उत्साह पुन्हा उफाळून आला. खरंच, आपल्या उपेक्षेमुळे व दारिद्र्यामुळे ती परपुरुषाशी लागू झाली, का खरोखरच तिची वासना आपण पुरी करू शकत नव्हतो? अनावर वासना निर्माण व्हावी, ही चटक आपणच तिला लावली. अतिरिक्त मद्यामुळे, वाढत्या वयामुळे आणि अनेक स्त्रियांशी आलेल्या संबंधांमुळे आपण तिची वासना तृप्त करायला असमर्थ बनत चाललो होतो का? रुचिवैचित्र्यासाठी परपुरुषाशी संगत ठेवावी, असली तिची वृत्ती तर नव्हती. आपलं काय चुकलं, व तिचं काय चुकलं याचा हिशेब आपण अजूनही मांडू शकलो नाही ही गोष्ट खरी. एक गोष्ट खरी की, तिची प्रवृत्ती जर सालस नसती, तर ती आता जोगीण म्हणून एकाकी अवस्थेत बनारससारख्या गावात देव-देव करीत का राहिली असती? तिचं मोजमाप करायला आपली सारी अक्कल कुठं तरी गहाण पडली, एवढाच त्याचा अर्थ आहे. इतक्या स्त्रिया आल्या आणि गेल्या; पण त्यात तारिणीसारखी कुणीच नव्हती. अजून कोणत्या ना कोणत्या निमित्तानं तिचा फोटो पाहिला किंवा तिचा विषय निघाला की, अंगांगावर रोमांच येतात. खरोखरच, परमेश्वरानं जर बऱ्या-वाईटाचा या प्रकरणातला हिशेब मागितला, तर तिच्या बाजूनं परपुरुषाचा संबंध हा गुन्हा नोंदविला जाईल. पण आपल्या बाजूनं?

त्या विचारानं बाबूराव थरारले. त्यांनी डोळे मिटून घेतलं. त्यांच्या मनाने त्याच क्षणी एक निर्णय घेतला. तिला गरज असो वा नसो; तिला नियमितपणे

पुरतील एवढे, म्हणजे निदान अडीचशे रुपये तरी आपण तिला ताबडतोब पाठवायला आरंभ करायचा.

क्षणभर बाबूरावांना पापक्षालनाचा अगदी सोपा मार्ग सापडला. त्याबरोबर ते एकदम डोळे उघडून राहुरकरकडे पाहत म्हणाले, "हे पाहा राहुरकर, तारिणी जेव्हा निघून गेली, तेव्हा क्षणभर मला सारं आयुष्य निरर्थक वाटलं... पण क्षणभरच. कारण स्त्री कितीही चांगली असली– मैत्रीण म्हणून किंवा चित्रपटातील एक सहकारी कलावंत म्हणून, तरी स्त्री हा तुमच्या आयुष्याचा एक भाग असू शकते; सर्वस्व नव्हे. तारिणीनं मला पुष्कळ काही दिलेलं आहे. आता आम्ही दुरावलो असलो, तरीही त्या जुन्या क्षणांशी मी कृतघ्न होऊ शकत नाही. तारिणीबरोबर बारा वर्षांहून अधिक काळ केलेल्या माझ्या डाव्या हाताच्या संसाराची कहाणी जमलं तर पुढं-मागं मी लिहीनही. पण मला वाटतं की, मी तिच्यावर तसा अन्याय केलेला नाही. एरवी कुठे तरी ती मास्तरीणच राहिली असती; तिला कीर्तीच्या शिखरावर मी नेऊन बसवली. आज तिचा-माझा कसलाही संबंध नाही. माझी स्थिती आता आर्थिक दृष्ट्या चांगली आहे. मधला काही काळ वाईट गेला. त्या काळात मी तिच्यासाठी काही करू शकलो नव्हतो. पण चरितार्थासाठी कुणाकडेही तोंड वेंगाडण्याची वेळ मी तिच्यावर येऊ दिलेली नाही. आता मी अशा वयात आणि मन:स्थितीत आलो आहे की, सर्वांच्यावरचे माझे राग आता मावळले आहेत. ज्यांच्या-ज्यांच्यावर मी अत्यंत कठोर प्रहार केले, त्या बहुतेकांशी आता माझे सलोख्याचे संबंध आहेत. अपवाद म्हणजे तो एकच– तो म्हणजे पुरुषोत्तम भास्कर सावे यांचा. त्यांना जेव्हा भेटीसाठी मी माझ्या हस्ताक्षरात पत्रे लिहून निरोप पाठविला, तेव्हा त्यांनी मात्र मला उत्तर पाठविलं ते असं की, एखादा तरी अपवाद म्हणून माणूस राहू दे की, जो बाबूराव कात्र्यांच्या आर्जवाला किंवा टीकेला भ्यायला नाही. मला थोडी गंमत वाटली. दोस्तीचा हात पुढे केला आणि प्रत्येकानं अगदी आतुरतेनं माझी मैत्री स्वीकारली. खरं पाहायला गेलं, तर या पु. भा. साव्यांच्याबद्दलही माझ्या मनात आकर्षण आहे. अशी तत्त्वनिष्ठा आणि एकांडी माणसं मला आवडतात. आमच्या काळातला सावे हा मोठा पत्रकार आणि साहित्यिक आहे. त्यांचे-माझे मतभेद जरूर आहेत. काही वेळेला त्यांचे स्वरूप उघडही झाले. पण मतभेद म्हणजे वैर होऊ नये, असं मला वाटतं."

"आयुष्यात तुम्ही जे कमावलंत, त्या कमाईवर तुम्ही संतुष्ट आहात काय? काही अपयशं तुम्हाला टोचतात का?"

"हे पाहा, एका सामान्य खेड्यात जन्म पावलेला मी एक सामान्य शिक्षक. चांगला ब्राह्मण कुळात जन्मलेला. विद्येच्या क्षेत्रात आलो आणि नामवंत झालो, या अर्थानंच तेवढं माझं ब्राह्मणत्व शिल्लक आहे. बाकी म्हणाल, तर ब्राह्मणानं जे-जे करू नये, असं स्मृतिग्रंथात सांगितलं आहे ते-ते सगळं माझ्या हातून झालं आहे. त्याबद्दल खंत नाही. जे-जे आयुष्यात येत गेलं ते-ते मी मनसोक्त भोगलं. सुखं भोगली, दु:खं भोगली. मान मिळाले आणि अपमानही सहन करावे लागले. पण कुठंही मी अंगचोरपणा केला नाही. ती माझी प्रकृती नव्हती आणि आता तसं म्हणाल, तर आणखी काही मिळवावं अशी आकांक्षाही नाही. कुणाबद्दल राग नाही, असूया नाही, अतृप्तीची जाणीव नाही. तसं मी एक तृप्त आयुष्य जगलो आहे. ज्या परिस्थितीत मी जन्म पावलो; त्या परिस्थितीतून मी आजच्या अवस्थेला आलो, लोकांचं एवढं प्रेम मिळविलं, याचा मला जरूर अभिमान आहे. शल्यंही आहेत आणि ती असणारच. नागपूरला मी माझ्या दैनिकाची आवृत्ती काढण्याचा प्रयत्न केला, पण तो फसला. इंग्रजीत दैनिक काढावं अशी इच्छा होती, तीही पुरी झाली नाही. 'महाराष्ट्र' हे माझं दैनिक व त्यासाठी उभारलेली ही भव्य वास्तू यांचं पुढं काय होणार, ही चिंता आहेच. एकाच व्यक्तिमत्त्वावर अवलंबून असणारं महाराष्ट्र दैनिक माझ्यामागं टिकणं कठीण आहे. माझ्या भाषेचा मला गर्व आहे. इतकी साधी, सोपी, अस्सल मराठी भाषा फार थोडे लोक लिहितात. पण तरीही असे किती तरी लेखक आहेत की, त्यांच्यासारखी सुंदर भाषा मला लिहिता येत नाही. ज्ञानाच्या क्षेत्रात मला जिज्ञासा आहे. पण अनेक क्षेत्रं अशी आहेत की, ज्यांकडे लक्ष द्यायला मला वेळच मिळाला नाही. आता या वयात ती ज्ञानक्षेत्रं मला काबीज करता येणार नाहीत. माझ्या वक्तृत्वावर महाराष्ट्र फिदा आहे; पण असे किती तरी वक्ते आहेत की, ज्यांच्या वक्तृत्वशैलीचा मला मत्सर वाटतो. कधी कधी असं वाटतं की, हे एवढे उपद्व्याप केले, कीर्ती आणि पैसा मिळविला आणि लोकांना हेवा वाटावा असं आयुष्य मी आज जगतो आहे; पण एकाच विषयाच्या व्यासंगात आयुष्य घालविणारे अनेक पंडित पाहिले की वाटतं, आपण कुठं जायला निघालो आणि कुठं येऊन पोचलो! माणसाच्या हातात काही नसतं, राहुरकर. मी गर्दी जमवतो आणि हजारोंच्या जनसमुदायाला तृप्त करून टाकतो. पण लोकमान्यांच्या पाच-सातशे लोकांच्या, त्या काळातील मोठ्या पण आजच्या काळातील अगदी लहान वाटणाऱ्या, सभेची सर काही माझ्या सभेला येत नाही. माणसाच्या शब्दाला वजन येतं ते त्या शब्दाच्या मागं त्याचं सारं चरित्र उभं

असतं, तेव्हा. आपल्या हातात काही नसतं, हेच खरं.''

''अजून काही आकांक्षा पुऱ्या व्हाव्यात नवे मनसुबे करीत राहावं, असं तुम्हाला वाटतं की नाही?''

''मनुष्य जिवंत आहे तोपर्यंत त्याच्या आकांक्षा मरत नाहीत. मरूही नयेत. जिवंतपणाची ती खूण आहे. अजून काही चांगली नाटकं लिहायची आहेत. भ्रष्ट सरकारला वठणीवर आणण्यासाठी तर लेखन करावंच लागेल; पण कोल्हटकर, बालकवी, गडकरी या माझ्या स्फूर्तिदात्यांची चरित्रं लिहायची आहेत. लिहिल्यावाचून मला चैनच पडत नाही. राहुरकर, मला ते व्यसनच आहे असं म्हणा ना! बरं, स्फूर्तिबिर्ती येण्याची मी वाट पाहत नाही. कागद, लेखणी आणि थोडा रिकामा वेळ मिळाला की, आपोआप लिहिण्याची ऊर्मी बळावते. आता पूर्वीसारख्या सभा आता होत नाहीत, कारण शिवाजी पार्कचं माझं लाडकं मैदान केशवरावांच्या मुलानं मला बंद करून टाकलं आहे. त्यामुळे कधी कधी मी अस्वस्थ होतो. पण वाटतं की, सांगायसारखं आता माझ्याजवळ काय आहे? लोक येतील, गर्दी करतील... एका परीनं वाटतं, माझी व्याख्यानबाजी बंद झाली, हे बरं झालं. या गर्दीच्या गदारोळात माझं कवित्व संपत चाललं होतं. लिहिण्यासारखं किती तरी आहे. आणखी एखादा जन्मसुद्धा मला पुरणार नाही. पण माझा परवाचा लेख तुम्ही वाचलाच आहे. मृत्यूची चाहूल लागली की, मी-मी म्हणणारे लोक अंतर्मुख होतात. त्या लेखात मी मृत्यूला निमंत्रण दिलंय. मला त्यानं जरूर न्यावं. पण माझी सैनिकाची प्रतिमा शेवटपर्यंत डागाळू नये; मला लोळागोळा करू नये.''

''बाबूराव, मृत्यूची कसली भाषा बोलता? अजून तुम्हाला खूप आयुष्य जगायचंय. राजसत्तेला भय वाटेल, अशी पत्रकारिता आज देशाला हवीय.''

''कुणाला माहीत, हवी आहे का नको आहे? कितीही घणाघाती प्रहार केले, तरी भ्रष्ट शासनाविरुद्ध लोक बंड करीत नाहीत. पत्रकारांना शासन बदलविता येतं, या गोष्टीवरचा माझा विश्वास डळमळायला लागला आहे. माझ्यासारखा मीच–अशी गर्विष्ठ भावना माझ्या मनात उरलेली नाही– उरणारही नाही. माझ्यापेक्षाही निर्भय, तेजस्वी आणि चारित्र्यवानसुद्धा नवे पत्रकार जन्माला येतील. तुमच्यासारख्या पत्रकाराला म्हणून मी मुद्दाम सांगतो की, व्यक्तिगत चारित्र्य आणि सार्वजनिक चारित्र्य असं वेगळं करून वावरण्याची आज प्रथा सुरू झाली आहे; पण ती खोटी आहे. आम्ही फक्त सोय पाहतो आहोत, इतकंच. जाऊ दे. तुम्हाला मुलाखतीसाठी भरपूर मजकूर मिळाला आहे, असं

मला वाटतं. मला दाखविल्याशिवाय छापू नका, असा दुराग्रहही मी धरीत नाही. पण दाखविलंत तर बरं होईल, म्हणजे गैरसमजाला वाव नको.''

*

बापूसाहेब माटे आपल्या घरातून तीन तरुण मित्रांबरोबर संध्याकाळी हिंडण्यासाठी म्हणून निघाले. टिळक रोड संपला गाव संपलं आणि मग सारसबागेकडून पर्वतीच्या दिशेनं अन् पुढे विठ्ठलवाडीच्या दिशेनं राजकारणाबद्दलच्या किरकोळ गप्पा मारीत ते सर्व जण चालले होते. विठ्ठलवाडीच्या रस्त्याला लागल्यानंतर गणेशाचं एक मंदिर आहे. रस्त्याच्या ते थोडं आत असल्यामुळे तिथं वर्दळ अजिबात नसते. संध्याकाळचं हिंडणं आणि गप्पाष्टके मारीत बसणं ह्यासाठी गणपतीचं देऊळ ही त्यांची नित्याची जागा होती. बापूसाहेबांबरोबर आलेल्या एका तरुणानं रुमालानं जरा जागा साफसूफ करून घेतली आणि ते तिघे स्थानापन्न झाले. आदल्या दिवशीच बाबूराव आणि बापूसाहेब यांचे अण्णासाहेब भोपटकर यांच्या अध्यक्षतेखाली एक भाषण झालं होतं. त्या भाषणाचा उल्लेख संभाषणात येणं अपरिहार्य होतं. बापूसाहेबांबरोबर आलेले तिघेही जण बापूसाहेबांचे विद्यार्थीच होते. त्यांच्या हिंदुत्वकोशाच्या कार्यात त्यांना मदत करणारा त्यातला तरतरीत डोळ्यांचा आणि थोडा हटवादानं बोलणारा, बापूसाहेबांच्या प्रीतीतला, एक तरुण बापूसाहेबांना म्हणाला,

''कालचं बाबूरावांचं भाषण ऐकून मी थक्क झालो. काय उलट्या कोलांट्या मारतात बाबूराव!''

त्याचीच री ओढत बापूसाहेबांचे दुसरे तरुण मित्र खरे म्हणाले,

''सावरकर सुटले, तेव्हा बाबूराव कडवे सावरकरभक्त होते. मग ते काँग्रेसमध्ये शिरले. एवढंच नव्हे, तर म्युनिसिपालिटीतल्या काँग्रेस पक्षाचे प्रमुख झाले. अण्णासाहेबांची त्यांनी इतकी निंदा केली की, मान खाली घालावी लागायची. हिंदू महासभेच्या उमेदवाराला त्यांनी पाडलंच, शिवाय कुत्सितपणाचा कहर केला. मग त्यांचा एकदम काँग्रेसवर रोष झाला आणि ते एकदम समाजवादी झाले. आता परत उलटी उडी मारून ते हिंदूमहासभावादी झालेले दिसतात. ते पक्ष तरी किती बदलतात– हे खरोखरीच कळत नाही!''

बापूसाहेब आपल्या तरुण मित्रांचं ते बोलणं शांतपणे ऐकत होते. उत्तरासाठी आपले मित्र खोळंबून राहिलेले आहेत, हे लक्षात आल्यामुळे घसा

खाकरून ते शांतपणे म्हणाले,

"बाबूराव तुम्हाला समजलेलेच नाहीत. राजकारण हा काही त्यांचा पिंड नाही; त्यामुळे कुठल्याही राजकीय पक्षाशी बांधून राहणं, हे त्यांना जमण्यासारखं नाही. खरं तर, कोमल हृदयाचे ते एक साहित्यिक आहेत. वाटलं तर आपण त्यांना मर्मभेदक पत्रकारही म्हणू शकतो आणि पत्रकाराला राजकारणावर लिहिल्यावाचून गत्यंतर नसतं. खरं म्हणजे, ते भावनाप्रधान कवी आहेत आणि भावनेचा लंबक ज्या दिशेनं हलेल, त्यानुसार त्यांची मतं पालटतात. नाही म्हटलं तरी त्यांच्या लहानपणी त्यांच्यावर टिळकांचे आणि सावरकरांच्या हौतात्म्याचे संस्कार झाले आहेत. गडकऱ्यांसारख्या अत्यंत भावनाप्रधान, तरल बुद्धीच्या साहित्यिकाशी त्यांची काही काळ संगत होती. त्याचा परिणाम इतका झाला आहे की, जे भव्य, दिव्य, उदात्त असं दिसतं; त्यावर ते क्षणाचाही विचार न करता जीवापाड प्रेम करतात. पुढचे परिणाम पाहून किंवा दूरवरचा विचार करून काही ठाम भूमिका घ्यावी, हे काही त्यांच्यात दडून असणाऱ्या भावनाप्रधान साहित्यिकाला जमत नाही. तुम्हाला त्यांच्यात जी विसंगती वाटते, तीच त्यांच्या आयुष्यातली खरी सुसंगती आहे. ज्यांनी लोकमान्यांना पाहिलं आहे, त्यांची भाषणं ऐकलेली आहेत आणि प्रत्यक्ष इंग्रजांशी त्यांनी दिलेली टक्कर ज्यांच्या डोळ्यांसमोर घडली; ते केव्हाही गांधीजींचे अनुयायी होणं शक्य नाही. त्यातच सावरकरांचं सारं आयुष्यच चमत्कारांनी भरलेलं आहे. चौदा वर्षांच्या छोट्या उमरीपासून ते आताच्या प्रौढ तात्यांबद्दल ज्याच्या मनात आदर नाही, असा मराठी माणूस असूच शकणार नाही. सावरकर स्थानबद्धतेतून सुटले, तेव्हा बाबूराव हे वेड्यासारखे रत्नागिरीला धावले. त्यांच्या अंगरक्षकाप्रमाणे ते बरेच दिवस त्यांच्यासमवेत वावरत असत. तात्या स्वभावानं थोडे तुसडे. या गजाननलाच मी सांगितलं की, तुला तात्यांबद्दल आदर आहे ना? मग तू तात्यांच्या जवळपाससुद्धा जाण्याचा विचार करू नकोस. तात्या कुणाला एक तर जवळ येऊ देत नाहीत; आणि जर जवळ येऊ दिलंच, तर शंभर टक्के समर्पणाची भावना असणाऱ्यांनाच जवळ येऊ देतात. शंभर टक्के समर्पण म्हणजे गुलामगिरी. बुद्धिमान माणूस सर्वार्थानं कुणाचा गुलाम होऊ शकत नाही. तात्यांच्या तेजस्वी विचारांनी, अतुलनीय देशभक्तीने या देशातली खूप मोठी माणसं त्यांच्याजवळ प्रेमानं गेली; पण त्यांच्याजवळ फार काळ राहू शकली नाहीत. तात्या अनेक गोष्टींत तज्ज्ञ आहेत. इतिहासकार आहेत. समाजशास्त्रज्ञ आहेत. एके काळी ते कुशल संघटकही होते आणि स्वार्थत्यागाचा तर तो एक मानबिंदू आहे. खरं आहे ते

कुणीच नाकारीत नाही. पण प्रत्येक माणसाला असतात तशाच त्यांच्याही बुद्धिवादाला मर्यादा आहेत. गाय हा उपयुक्त प्राणी आहे, हे म्हणण्याचं त्यांना काय कारण होतं? अहमदाबादच्या अधिवेशनात त्यांनी हिंदू आणि मुसलमान ही दोन वेगळी राष्ट्रं आहेत, हे विधान करावंच का? म्हणून त्यांच्याशी सगळ्याच गोष्टींत जमवून घेता येत नाही. एक-एक करता-करता सगळी प्रतिभासंपन्न आणि बुद्धिमान माणसं तात्यांपासून दूर गेली; उरले ते केवळ गणंग. याउलट गांधींचं पाहा. गांधींनी किती माणसं सांभाळून ठेवली आहेत. बाबूराव तसे स्वतंत्र बुद्धीचे. ते सावरकरांच्या परिवारात फार काळ टिकणं शक्यच नव्हतं. काही मिळवायचं म्हणून नव्हे, पण गांधींच्या नेतृत्वाखाली काँग्रेस हळूहळू विस्तारत होती. महाराष्ट्रातल्या बहुजन समाजाला काँग्रेसने जिंकून घेतलं आणि काँग्रेसला विरोध करणारे सगळे ब्राह्मण विरोधी पक्षात गेले. महाराष्ट्रात तरी काँग्रेसविरुद्ध ब्राह्मण, असं स्वरूप आलंय, हे काही चांगलं लक्षण नाही. बाबूरावांना काँग्रेसचं हे वाढतं सामर्थ्य आकर्षक वाटलं. विनोद, कोटीबाजपणा याचा गर्दीसाठी फार मोठा उपयोग होतो आणि गर्दी तर फक्त काँग्रेसपाशी होती. तेव्हा बाबूरावांना बौद्धिक चमत्कार दाखवायला काँग्रेसचं छत्र सोईचं होतं. काँग्रेसच्या राजकारणाचा हळूहळू उबग यावा, अशी काँग्रेसची वाटचाल सुरू झाली. फाळणी झाली. हिंदू-मुस्लिम संबंध चिघळले आणि त्या कालखंडात काँग्रेस पुढाऱ्यांनी लाचारीचं व दुबळेपणाचं एवढं अचाट प्रदर्शन केलं की, कोणत्याही स्वाभिमानी माणसाला काँग्रेसमध्ये राहणं अशक्य झालं. त्या वेळेस उच्चभ्रू समाजातून जे नवं नेतृत्व निर्माण झालं, त्याला समाजवाद हा एक विलक्षण आकर्षणाचा विषय वाटला. शिवाय, ही मंडळी बोलण्यात मोठी चतुर होती. त्यांची भुरळ कुणालाही पडणं शक्य होतं. या मंडळींना बेचाळीसच्या काँग्रेसच्या लढ्याचं पाठबळ होतं. त्यामुळे बाबूरावासारख्या माणसाला या समाजवादी मंडळींचं आकर्षण वाटलं. समाजवाद हे तत्त्वज्ञान म्हणून कधी या भूमीत रुजणार नाही, हे समजण्याइतकं भान बाबूरावांना येणं शक्यच नव्हतं. जसं राजकारण बाबूरावांना गंभीरपणे समजलेलं नाही तसं अर्थकारणही समजलेलं नाही. विनोद, उपहास, कुचेष्टा ही साधनं वापरून पाहण्यासाठी त्यांना नवी शब्दसंपत्ती सापडली होती, एवढाच त्यांचा समाजवाद खोलवर गेलेला होता. समाजवाद्यांनी आणि कम्युनिस्टांनी इतक्या उलट-सुलट कोलांट उड्या मारल्या, की, बाबूरावांना तो मूर्खपणा असह्य झाला. एके दिवशी एखादं युद्ध, लोकयुद्ध असतं आणि दुसऱ्या दिवशी तो साम्राज्यशाहीशी लढा असतो, हे रशियाच्या

तालावर नाचणाऱ्या कम्युनिस्टांनी बोलायला सुरुवात केल्यामुळे पुष्कळ जण चकित झाले. बाबूराव या टोपीबदलानं हबकून गेले. फाळणीला अनुकूलता दर्शविली, तर जातीयवादाचा आरोप येतो आणि विरोध केला, तर साम्राज्यवादाचा आरोप येतो– या चमत्कारिक भूमिकेमुळे फाळणीबद्दल प्रतिक्रिया नोंदवायलासुद्धा समाजवादी तयार नव्हते. फाळणी ही काही लहान-सहान गोष्ट नव्हती. कुणी तरी तीव्र शब्दांत आकांतानं फाळणीविरुद्ध ओरडावं, असं बाबूरावांना वाटणं स्वाभाविक होतं. कारण फाळणीमुळं स्त्रियांवर अत्याचार झाले, मालमत्तेची लूट झाली आणि निर्वासितांचे प्रचंड लोंढे भारतावर येऊन आदळले. बाबूराव तसे हळव्या हृदयाचे. फाळणीमुळे या देशाला सहन कराव्या लागलेल्या आपत्तीमुळे त्यांना अनिवार दु:ख झालं. त्या क्षणी त्यांनी विचार केला की, याबाबत स्पष्ट भूमिका घेणारं या देशात कोण आहे? तेव्हा त्यांना हिंदू महासभेची आठवण होणं स्वाभाविक आहे. खरं सांगायचं तर मूळच्या या हिंदुत्वनिष्ठ माणसाला हिंदुमहासभेनं दूर जाऊ द्यायलाच नको होतं. बाबूरावांचे अन्य काही दुर्गुण कर्मठ हिंदुत्ववाद्यांना सोसले नसते, ही गोष्ट खरी, पण बाबूरावांची उपयुक्तता या लोकांना समजू नये ही दुर्दैवाची गोष्ट आहे. बाबूराव अखेरीस आपल्या वळणार परत आले आणि कसलाही आडपडदा न ठेवता त्यांनी काल भोपटकरांच्या अध्यक्षतेखाली भाषण केलं यात मला स्वत:ला काही विसंगत वाटत नाही. याचं कारण, भावनाप्रधान आणि प्रामाणिक माणसांची नेहमीच अशी फसगत होते. आता माझंच पाहा ना. संघाचा मी कडवा प्रचारक. गुरुजींबाबत मी मतभेद व्यक्त केले, तेव्हा संघवाल्यांनीच मला ठोकून काढलं. बाबूरावांच्याही नशिबी हा वनवास आहेच. पक्षापेक्षा देश मोठा म्हणून देशहिताचं काही बोलायला गेले की, पक्षद्रोहाची कोल्हेकुई सुरू होते. कालचं बाबूरावांचं भाषण हा खरा त्यांचा पिंड. काल त्यांच्या भाषणात नेहमीपेक्षा जास्त तळमळ आणि काँग्रेसबद्दलची चीड जाणवली; याचं कारण मध्यंतरीच्या काळात दूरदृष्टी असलेल्या सावरकरांची बाबूरावांनी जी कुचेष्टा केली त्याची त्यांना उपरती झाली. काल रात्री सभेनंतर ते माझ्याकडेच जेवायला होते. एखाद्या लहान मुलाचा भाबडेपणा त्यांच्या ठिकाणी पाहून मीसुद्धा गलबलून गेलो.''

''काल रात्री ते तुमच्याकडे जेवायला होते? मग त्यांचं बाकीचं आन्हिक त्यांना उरकता आलं नसेल!''

''बाबूराव दारू पीत होते, ही गोष्ट मला माहीत आहे. खरं तर पुष्कळ गोष्टी मला माहीत आहेत. त्यांना कुठं, कसं वागायचं–हे बरोबर कळतं. माझ्याकडे

बाबूराव नेहमी येतात, हे तुम्हाला माहीतच आहे. पण माझ्या घरी तरी ते कधी दारू पिऊन आले नाहीत किंवा त्यांच्याबरोबर कुणी बाईमाणूसही नव्हतं. बाबूरावांना मी किती वर्षं ओळखतोय–दोघंही तरुण मास्तर होतो, त्या काळापासून. माझ्यासमोर तरी त्यांनी कधीही गैरवर्तन केलेलं नाही किंवा माझ्या सोवळेपणाची टवाळीही केली नाही. बाबूरावच्या हातून जे काही थोडंफार आपल्या संस्कृतीला न शोभेल असं घडलं असेल, त्याचा लोकांनी अतिरिक्त प्रचार केला आहे. खरं सांगू गजानन? आपण मराठी माणसं थोडी विचित्र असतो. पुष्कळशी माणसं संधीच न मिळाल्यामुळे चारित्र्यवान राहतात आणि मग अजाणता राहिलेल्या चारित्र्याच्या बळावर मोठ्या माणसातल्या एखाद्या लहानशा व्रणावरसुद्धा टोचा मारीत असतात. बाबूराव सत्यपुरुष नाहीत पण सत्प्रवृत्त आहेत, नाही तर त्याची–माझी मैत्री टिकलीच नसती. बाबूरावांसारखी प्रतिभा, हजारो लोकांना ताब्यात ठेवणारं वक्तृत्व, त्याची साहित्यातली रसिकता हे परमेश्वरी वरदान आहे. अशा माणसाकडे आपण क्षमाशील दृष्टीनं पाहावं. त्याच्याबद्दल ज्या अनेक दंतकथा प्रचलित आहेत, त्या सगळ्याच खऱ्या धरून चालू नये. मत्सरी लोकांनी केलेली ती काव-काव आहे. माझ्या शंभर भाषणांनी जे काम होणार नाही, ते बाबूरावांच्या एका सभेनं होतं, हा कबुलीजबाब मी अगदी स्वच्छ मनानं देतोय. मी मघाशीच म्हणालो की, त्याला अनेक गोष्टींचं मूलभूत ज्ञान नाही; पण त्याचं लिहिणं आणि बोलणं अभ्यासजड झालं, तर त्याची उपयुक्तताच संपून जाईल. इतका निर्भय साहित्यिक आज कोण आहे, मला सांगा.','

"बापूसाहेब, तुम्ही त्यांची मित्र म्हणून कितीही बाजू घेतलीत तरी इतकी धरसोड असलेल्या माणसाला आम्ही विचारवंत कसं म्हणावं?"

"मुळीच म्हणू नका आणि आपल्याला विचारवंत म्हणावं, अशी त्याचीही अपेक्षा नाही. अखेरीस त्याची जात ही कवीची, शिक्षकाची, साहित्यिकाची. त्यामुळे त्याच्या लेखी त्या-त्या वेळी जे योग्य वाटेल ते-ते लिहिणं, बोलणं त्याला आवश्यक होऊन बसलं आहे. एके काळी एका माणसाचा आपण गौरव केला; मग त्याच्यावर टीकास्त्र आज कसं सोडू, हा मुळी त्याच्यापुढं प्रश्नच पडत नाही. तो भविष्यवेत्ता नाही, तसाच तो इतिहासकारही नाही. त्याचं वर्तमानकाळावर निरतिशय प्रेम आहे. समोर पाहिलेलं सुख आणि दुःख त्याला बोलतं आणि लिहितं करतं. जेव्हा आजचा इतिहास होतो, तेव्हा हा माणूस इतिहासाची नाळ तोडून टाकतो. नव्यानं उगवलेल्या फुलावर एखादा भ्रमर जसा वेडावून झपाटून जातो, तसंच त्यांचं होतं. मला एवढंच सांगा, कालचं

त्यांच भाषण तुम्हाला कसं वाटलं?''

तिघांनीही एकाच वेळेला 'फारच उत्तम' असा शब्द काढला, तेव्हा बापूसाहेब खदखदून हसले आणि म्हणाले, ''त्याचं हे असंच आहे. प्रशंसा करण्यासाठीसुद्धा तो उद्यापर्यंत तुम्हाला थांबू देत नाही. ही गोष्ट फार दुर्मिळ आहे. मी अनेक वक्ते पाहिलेत, पण असलं हे अचाट वक्तृत्व मी कधी पाहिलेलं नाही. चिपळूणकरांपासून ते गडकऱ्यापर्यंत साऱ्यांचं भाषावैभव मला माहीत आहे; पण बाबूराव तो बाबूरावच. झाड जरा काटेरी आहे, पण गुलाब हवा तर काटे टोचणारच!''

*

पाक-टोळ्यांनी काश्मीरवर केलेल्या आक्रमणाचा निषेध करण्यासाठी पुण्याच्या 'शिवाजी मंदिरा'त दे. भ. अण्णासाहेब भोपटकर ह्यांच्या अध्यक्षतेखाली १ नोव्हेंबर १९४७ रोजी एक जाहीर सभा झाली. अशा तऱ्हेची भारतातील ही पहिलीच सभा होय. प्रारंभी प्रा. श्री. म. माटे ह्यांचे भाषण झाल्यानंतर मग कात्रे यांचे दीड तासापर्यंत भाषण झाले. ते असे :

''महाराष्ट्राच्या परमपवित्र भगव्या ध्वजाला अभिवादन करून अध्यक्ष-महाराज, मी माझ्या भाषणाला सुरुवात करतो (टाळ्या). फार दिवसांनी अशा रीतीने या ठिकाणी बोलण्याचा हा योग आला आहे (हशा). फार चांगला योग आहे हा. काहींना हा योग अशुभ वाटण्याचा संभव आहे (हशा). पण दुसऱ्यांना काय वाटते, ह्याची पर्वा करणारा मी माणूस नाही (टाळ्या). मनाला जे वाटते, त्याप्रमाणे वागणारा मी एक माणूस आहे. आमच्या काँग्रेसमध्ये प्रामाणिक माणसे फारच थोडी आहेत. त्यांतला निदान एक प्रामाणिक माणूस तरी मला माहीत आहे, आणि तो सध्या तुमच्यापुढे उभा आहे (प्रचंड टाळ्या आणि हशा). काँग्रेसच्या पुढाऱ्यांनी काय वाटेल त्या चुका केल्या, तरी त्याकडे डोळेझाक करून त्यांची खुशामत मी कधीही करणार नाही. त्यांच्या राजकीय धोरणाबद्दल मला काय वाटते, हे छातीठोकपणे व्यक्त करताना मी कोणाच्याही बापाला भिणार नाही (टाळ्या).

''आजच्या सभेचे अध्यक्ष अण्णासाहेब भोपटकर, प्रा. माटे आणि मी अशी तीन मंडळी ह्या व्यासपीठावर एकत्र जमलेली पाहून कोणाला कदाचित असे वाटेल की, तीन निरनिराळ्या नाटक मंडळ्यांतील तीन नटांचा हा संयुक्त

नाट्यप्रयोग आहे किंवा काय? (हशा). पण आपण तसे मानण्याचे कारण नाही. आपली करमणूक करण्यासाठी आम्ही तिघे एकत्र आलेलो नाहीत. किंवा, काही तरी अघटित करून दाखविण्यासाठी आम्ही आपल्यापुढे उभे राहिलेलो नाहीत. एका तीव्र तळमळीने आणि भावनेच्या समान जळजळीने आम्हाला एकत्र आणलेले आहे.

''गेल्या रविवारी मी प्रा. माटे ह्यांच्याकडे गेले होतो. त्याच्या आदल्या दिवशीच पाकिस्तानी गुंडांनी काश्मीरवर स्वारी केलेली होती. त्यामुळे साहजिकच आम्हा उभयतांच्या बोलण्यात काश्मीरचा विषय निघाला. काश्मीर संस्थानावरचे संकट हे हिंदुस्थानावरचे संकट ह्या जाणिवेने आमच्या पोटात धस्स झाले. काय होते आहे आणि काय होणार आहे, हे आम्हाला कळेना. आम्ही तसेच उठलो आणि सरळ अण्णासाहेबांकडे गेलो. अन् त्यांना म्हणालो, 'अण्णासाहेब, पाकिस्तानी गुंडांनी काश्मीरवर आक्रमण केले. आता काय करायचे?' अण्णासाहेब म्हणाले, 'मरा!' (हशा). मी म्हणालो, 'पण अण्णासाहेब, उघड्या डोळ्यांनी प्राण जात नाही हो!' तेव्हा ते म्हणाले, 'मग जगा!' (हशा). तेव्हा आम्ही तिघांनी जगायचे ठरविले आणि त्याचाच विचार करण्यासाठी आम्ही आज ही सभा घेतलेली आहे (टाळ्या). आज जगायचे कसे हाच तुम्हाआम्हापुढे प्रश्न आहे.

ह्या सभेत मी बोलणार आहे हे ऐकून माझे काही काँग्रेसवादी मित्र म्हणाले की, तुम्ही आता हिंदुमहासभावादी झालात! मी म्हणालो, मुसलमान होण्यापेक्षा महासभावादी झालेले काय वाईट? (टाळ्या). मी महासभावादी झालो, म्हणजे काय महारोगी झालो की काय? (हशा). मित्रहो, मी मुळीच बदललो नाही. मातृभूमीचे तुकडे करण्याला पूर्वी माझा जसा विरोध होता, तसाच तो आजही आहे. आधी मुस्लिम लीगवाल्यांना शिव्या देऊन पुढे त्यांना जे शरण गेले आणि आजही त्यांना डोक्यावर घेऊन जे नाचताहेत, ते बदलले (टाळ्या). इकडे येत असताना मघाशी एक जण मला म्हणाला की, तुम्ही भोपटकरांच्या नादाला लागू नका. मी त्याला सांगितले की, ज्यांनी पाकिस्तानला संमती देऊन देशाचे वाटोळे केले, त्यांच्याबरोबर स्वर्गात यावयास मी तयार नाही; पण अखंड हिंदुस्थानवादी भोपटकरांबरोबर मी नरकातदेखील जायला तयार आहे! (प्रचंड टाळ्या).

''ज्या दिवशी या देशाची फाळणी झाली, त्या दिवसापासून फाळणीवाल्या काँग्रेसवाल्यांची आणि माझी मी फाळणी करून घेतली! (हशा). त्यांचा नि माझा आता काहीएक सबंध उरला नाही. कोणत्या वेळी कसे वागावे, हे त्या-

त्या वेळच्या परिस्थितीचा विचार करून ठरवावे लागते. ज्या वेळी आपला ब्रिटिश साम्राज्यशाहीबरोबर लढा चालू होता, तेव्हा ह्या देशातील सर्व धर्मांच्या आणि सर्व जातींच्या लोकांची संघटना तिरंगी झेंड्याखाली करणे योग्य होते. पण जेव्हा ब्रिटिश सरकार ह्या देशातून चालते झाले आणि देशात हिंदू व मुसलमान असे दोनच पक्ष उरले; तेव्हा मुसलमानांचे हिंदूवरील आक्रमण थांबविण्यासाठी यच्चयावत् हिंदू 'भगव्या झेंड्याखाली एकत्र आले तर त्यात काय चूक आहे? गेल्या पंचवीस वर्षांत काँग्रेस नेत्यांनी ह्या देशावर उपकारांचे डोंगर रचून ठेवले असतील, म्हणून आजही आम्ही त्यांना डोक्यावर घेऊन नाचले पाहिजे–हा न्याय कुठला?

"माझे हे म्हणणे गांधीजींच्या युक्तिवादाला धरून आहे. ज्याने गेल्या वर्षी कलकत्त्याला माणसांचा खाटिकखाना उघडला होता, तो सुऱ्हावर्दी हल्ली गांधीजींचा कल्याणशिष्य झालेला आहे. काही लोकांनी गांधीजींना बजावून सांगितले की, 'तुम्ही ह्या माणसाला जवळ करू नका.' तेव्हा गांधीजीं म्हणाले, 'माणसाने पूर्वी काय केले, ते पाहू नये; आज तो काय करतो आहे, एवढेच आपण लक्षात घ्यावे!' हाच न्याय मी काँग्रेस नेत्यांना लावतो. पूर्वी त्यांनी खूप काही केले असेल; ते आपण आता विचारात घेण्याचे कारण नाही. आज ते काय करीत आहेत, ह्याचा आपण विचार केला पाहिजे. आणि आज जर त्यांच्या हातून चुका होत असतील, तर त्या त्यांच्या चुका आपण न घाबरता आणि न भिता वेशीवर टांगल्या पाहिजेत! (प्रचंड टाळ्या).

"मित्रहो, माझ्या व्याख्यानाने स्वत:ची करमणूक करून घेण्यासाठी जर तुम्ही येथे आला असाल, तर तुमची निराशा होईल. माझे मन आज चिंतेने करपून गेलेले आहे. फार मोठे संकट देशावर आज आलेले आहे. देशाची फाळणी झाली आणि त्यानंतर लक्षावधी लोक गारद झाले, कोट्यवधी रुपयांची मालमत्ता बरबाद झाली. तथापि, ही संकटे तर काहीच नव्हेत. त्यांच्यापेक्षाही भीषण संकट आज आपणावर आलेले आहे. हे महान संकट म्हणजे काश्मीरवर स्वारी करून पाकिस्तानने हिंदुस्थानशी युद्ध पुकारलेले आहे. इतके दिवस नेहरू म्हणत होते की, देशात युद्धपरिस्थिती निर्माण झालेली आहे. पण आता नुसती युद्धपरिस्थितीच राहिली नसून, प्रत्यक्ष युद्धच सुरू झालेले आहे. ह्या युद्धाला कसे तोंड द्यायचे, ह्याचा विचार करण्याकरिता आज आपली ही सभा भरलेली आहे. ह्या दृष्टीने पाहता, आजची ही सभा पहिलीच युद्धसभा होय! (टाळ्यांचा प्रचंड कडकडाट).

"हिटलरने दोस्त राष्ट्रांविरुद्ध युद्ध पुकारल्यानंतर त्या राष्ट्रांतल्या लोकांच्या वीरश्रीला जसे प्रचंड उधाण आले आणि आपल्या देशाच्या रक्षणार्थ हातात शस्त्रे घेऊन ते जसे सज्ज झाले, तसे आज आपण व्हावयाला पाहिजे. पण तसे झाल्याचे दृश्य मला तर आजूबाजूला कोठेही दिसत नाही. अद्यापि सर्व जण निर्धास्त चेहऱ्यांनी आपापले नेहमीचे व्यवहार करीत असताना मला दिसत आहेत (हशा). तुम्हाला वाटत असेल की, अजून संकट फार दूर आहे, काश्मीर जिंकून शत्रू आपल्यापर्यंत यावयाला अजून पुष्कळ अवकाश आहे. पण अशा पोकळ भ्रमात तुम्ही राहू नका. काश्मीरचे युद्ध सुरू झाल्यापासून रोज रात्री मला झोपसुद्धा येत नाही (हशा). अर्थात झोप न आल्यामुळे आगामी संकटाचा प्रतिकार करण्यात विशेष काही मदत होते, असे नाही (हशा).

"माझ्या माहितीचा पुण्याचा एक टांगेवाला होता. त्याची एकदा अशीच माझ्यासारखी झोप उडाली होती (हशा). मी त्याला विचारले, 'का रे बाबा, तुझी झोप का उडाली?' तेव्हा तो म्हणाला, 'मुळशीचे धरण फुटून सारे पुणे त्या महापुरात बुडून जाईल, असे मला एकसारखे भय वाटते.' (हशा). मुळशीचे धरण फुटले, तर पुणे खरोखरीच बुडून जाईल, यात शंकाच नाही. पण मुळशीचे धरण फुटू शकेल, ह्याबद्दल त्या टांगेवाल्याला वाटणाऱ्या निष्कारण भयाचे मला त्या वेळी हसू आले. परंतु, आज मला त्याच्या घाबरटपणाचे मुळीच हसू येत नाही. पाकिस्तानमुळे हिंदुस्थानवर असे संकट गुदरेल, असे भय देशाची फाळणी करताना कुणाला वाटले होते? त्या वेळी हे काँग्रेस नेते आम्हाला अगदी जीव तोडून सांगत होते की, देशाची फाळणी केली, म्हणजे देशातील सारी भांडणे नाहीशी होतील आणि चोहीकडे आबादी-आबाद होईल. देशाचे दोन तुकडे केले म्हणजे हिंदू-मुसलमानांचे ऐक्य साधेल!

"एवढेच म्हणून ते थांबले नाहीत, तर देशाची फाळणी अगदी तात्पुरती आहे, चार-दोन महिन्यांसाठी आहे (हशा)... पुढे हिंदुस्थान आणि पाकिस्तान एक झाल्यावाचून कधीही राहणार नाहीत (हशा), असेही ते तुम्हा-आम्हाला बजावून सांगत होते. मित्रहो, तुम्हीच सांगा की, नवरा-बायकोने काडीमोड घेतल्यानंतर पुन्हा ते लवकरच एकत्र येतील आणि पुन्हा त्यांचा विवाह होईल असे जर कोणी सांगू लागला, तर तुमचा त्यावर विश्वास बसेल काय? (प्रचंड हशा).

"गेली अडीच वर्षे पाकिस्तानविरुद्ध मी माझ्या पत्रामधून एकसारखा आक्रोश करून राहिलो आहे. काँग्रेसमताच्या पत्रकारांमध्ये फाळणीविरुद्ध आवाज उठवणारा मीच एकटा ह्या महाराष्ट्रातला पत्रकार आहे. हजारो वर्षांच्या इतिहासात

जेवढी घोडचूक कुणी केली नसेल, अशी भयंकर चूक देशाची फाळणी करून काँग्रेसने केली आहे, असे माझे मत आहे (प्रचंड टाळ्या). फाळणीने देशातील संकटे नष्ट होण्याऐवजी ती एकसारखी वाढतच चाललेली आहेत. असे असता नेहरू सरकार म्हणते, 'तुम्ही गप्पा बसा. आम्ही पाहून घेऊ!' (हशा). तुम्ही काय पाहणार, ते दिसतेच आहे (आणखी हशा). मी विचारतो, 'तुम्ही काय पाहणार? आमचे मुडदे?' (प्रचंड हशा).

"देशाची फाळणी करायची म्हणजे काय काकडी किंवा कलिंगड चिरायचे आहे? हिंदुस्थान आणि पाकिस्तान एक होईल, या भ्रमात जे बावळट काँग्रेसवाले मनातल्या मनात गाजरे खात बसलेले असतील; त्यांना गेल्या गुरुवारी लाहोर येथे केलेल्या भाषणात जनाब जीनांनी चांगलीच थप्पड लगावलेली आहे. ते आपल्या भाषणात म्हणाले, 'Pakistan has come to stay. No power on earth can uproot Pakistan!' पाकिस्तान हे अढळ आहे. यावच्चंद्र-दिवाकरौ ते राहणार आहे. ते नष्ट करण्याचे सामर्थ्य कोणत्याही पार्थिव शक्तीमध्ये नाही. मुसलमानांना पाकिस्तान देऊन टाकून आपण ह्या देशाच्या सुरक्षिततेला फार मोठा धोका निर्माण केलेला आहे.

"काश्मीरवर ज्या रानटी आफ्रिदी टोळीवाल्यांनी आक्रमण केलेले आहे, त्या टोळ्या काही निव्वळ लुटालूट आणि चोऱ्यामाऱ्या करण्यासाठी काश्मीरमध्ये घुसलेल्या नाहीत; त्यांच्याजवळ अद्ययावत् यंत्रसामग्री आणि शस्त्रास्त्रे आहेत. ही यंत्रे आणि शस्त्रे त्यांना कोण पुरवते? त्यांच्या मोटारीमध्ये पेट्रोल कोण ओतते? हा काही काश्मीरमधल्या जनतेचा उठाव नाही. या आक्रमणामागे पाकिस्तानी महत्त्वाकांक्षेचे एक जबरदस्त पाताळयंत्र आहे. काश्मीरवर स्वारी करण्याचा हा बेत पाकिस्तानमध्ये अनेक वर्षांपासून आधी शिजत असला पाहिजे, हे अगदी स्पष्ट आहे. आक्रमकांचे सैन्य राजधानीपासून अठरा मैलांवर येऊन ठेपलेले आहे. काश्मीर हिंदी संघराज्यात सामील होण्यास एक दिवस उशीर लागला असता, तर पाकिस्तानचा 'हिरवा चांद' श्रीनगरच्या राजवाड्यावर फडकताना आज दिसला असता.

"असे असूनही पाकिस्तानचे जबाबदार अधिकारी खोट्यानाट्या गोष्टींनी भरलेली आणि मुसलमान जनतेला चिथावणी देणारी बेजबाबदार पत्रके एकामागून एक काढीतच आहेत. एक वेळचे काँग्रेस कार्यकर्ते आणि सध्याचे पाकिस्तानचे पंतप्रधान खान अब्दुल कयूम खान म्हणतात की, हिंदी संघराज्यात काश्मीरला सामील करून घेऊन हिंदी साम्राज्यशाहीने इस्लाम जगताला आव्हान दिलेले

आहे, म्हणून सर्व इस्लामी राष्ट्रांनी आता तयार व्हावे. 'चोराच्या उलट्या बोंबा' म्हणतात, त्या ह्या! (हशा). मराठीत एक म्हण आहे–आपण शेण खायचे आणि दुसऱ्याच्या तोंडाचा वास घ्यायचा–त्यातला हा प्रकार आहे (प्रचंड हशा). इंग्लंडमधले पाकिस्तानी वकील म्हणतात की, हिंदी संघराज्यात काश्मीर गेले, हा लोकशाहीचा खून आहे. ब्याऐंशी टक्के हिंदू प्रजा असलेले जुनागड संस्थान जेव्हा नबाबाशी कारस्थान करून जबरदस्तीने पाकिस्तानने आपल्या घशात घातले, तेव्हा ह्यांच्या लोकशाहीचा खून झाला नव्हता काय? (हशा).

"केवळ नून आणि कयूम ह्यांच्याच तोंडी शोभणारी आणि हिंसात्मक भाषा आता जनाब जीनांच्या तोंडून निघू लागलेली आहे. लाहोरच्या भाषणात ते म्हणाले की, पाकिस्तान हा इस्लाम धर्माचा भुईकोट किल्ला (Bulwark of Islam) असून त्याच्या संरक्षणासाठी केवळ पाकिस्तानातीलच नव्हे, तर पाकिस्तानबाहेरील मुसलमानांनीही सज्ज राहावे. दुसऱ्या राष्ट्रातील प्रजेला चिथावणी देणारे हे असले भाषण कोणत्याही जबाबदार राष्ट्रनेत्याच्या तोंडी शोभत नाही. पाकिस्तानवर फार मोठे संकट आहे, इस्लामवर फार मोठे गंडांतर आले आहे–अशी आरडाओरड करून जगातील अनेक राष्ट्रांचे साह्य मिळविण्याचा पाकिस्तानी नेत्यांनी आजकाल जबरदस्त प्रयत्न चालविला आहे.

"त्याचा प्रतिकार करण्यासाठी हिंदुस्थान संघराज्य सरकार आज काय करीत आहे? पाकिस्तान सरकारच्या आक्षेपांना उत्तर देण्यासाठी हिंदुस्थान सरकारने जे पत्रक काढलेले आहे, ते जणू काही आंघोळ करून, धाबळी नेसून आणि कपाळाला गंध लावून लिहिल्यासारखं सोवळं आणि निरुपद्रवी वाटतं. (हशा). या पत्रकात पाकिस्तान सरकारला हिंदुस्थान सरकार उद्देशून म्हणते की, 'तुम्ही-आम्ही भाऊ-भाऊ आहोत! (हशा). आमचे भांडण फक्त टोळीवाल्यांशी आहे, तुमच्याशी नाही!' (हशा). ही असली नेभळी आणि गुळमुळीत पत्रके वाचून लाजेने मान खाली घालावीशी वाटते. आपण नैतिक दृष्ट्या मोठे श्रेष्ठ आणि स्थितप्रज्ञ आहोत, असे वरकरणी जगाला भासविण्याचा हा जो काँग्रेसवाल्यांनी प्रयत्न चालविलेला आहे; तो अत्यंत तिरस्करणीय आहे. प्रत्येक वेळेला तुम्ही मार खाता आहात आणि शत्रूला शरण जाता आहात. तुमच्या नैतिक श्रेष्ठतेची पोकळ घमेंड काम कामाची?

"ही पडखाऊपणाची आणि कचखाऊपणाची मनोवृत्ती काँग्रेस नेत्यांमधून अद्यापही नाहीशी होत नाही, म्हणून मला भय वाटते. पाकिस्तानला शरण जाणारी ही राष्ट्रघातकी मनोवृत्ती समूळ उखडून टाकल्यावाचून आता देशाचे रक्षण होणार

नाही! (टाळ्या). पुढाऱ्यांच्या मोठमोठ्या नावांना आता आपण भिण्याचे किंवा दचकण्याचे मुळीच कारण नाही. कारण आपला देश काँग्रेसश्रेष्ठींपेक्षा शतपटीने श्रेष्ठ आहे. (टाळ्यांचा प्रचंड कडकडाट). आपण सहा मैल मागे हटलो, आपल्यापैकी दोन सेनानी मेले; तरी अजून आपण कसल्या भ्रमात आहोत? पंडित नेहरू, सरदार वल्लभभाई, बाबू राजेंद्रप्रसाद हे एवढे मोठमोठे आंतरराष्ट्रीय कीर्तीचे नेते; पण जनाब जीनांपुढे ते गेले म्हणजे त्यांच्या अंगाला थरकाप सुटतो (हशा). जीनांपुढे त्यांच्या मुत्सद्देगिरीचा मुळीच निभाव लागत नाही.

''मी 'भावे स्कूल'चा विद्यार्थी! (हशा). शाळेत असताना आमच्या क्रिकेटच्या टीममध्ये फार मोठे-मोठे खेळाडू आहेत, असे आम्हाला त्या वेळी वाटावयाचे. दोन बॅट्समन तर आमच्या टीममध्ये असे होते की, जगात ते कोणालाही 'आऊट' जायचे नाहीत, असे आम्ही समजत असू! (हशा). पण 'न्यू इंग्लिश स्कूल'शी गाठ पडली की, आमच्या साऱ्या खेळाडूंचा अगदी खुर्दा उडावयाचा! (हशा). दर वेळेला मोठ्या इर्षेने मॅच जिंकायला म्हणून आम्ही जायचो आणि पराभव खाऊन परत यायचो. क्रिकेटमध्ये पराभव झाला म्हणजे मुलांना किती वाईट वाटते, ह्याची तुम्हाला कल्पना असेलच. आमचा पराभव झाला की, पी. वाय. सी. च्या ग्राऊंडवरील झाडाखाली मी दोन-दोन तास रडत बसायचा! (हशा).

''तशी ह्या काँग्रेस पुढाऱ्यांमुळे दर वेळेला आपली निराशा होते (हशा). प्रत्येक वेळेला आम्ही ह्यांच्याकडून मोठमोठ्या अपेक्षा करीत असतो. आम्हाला वाटते की, पंडित नेहरू असा पराक्रम करतील आणि सरदार पटेल तशी तलवार गाजवतील; पण दर वेळेला हे जीनांच्या समोर गेले की, मार खाऊन परत येतात, काँग्रेस पुढारी जनाब जीनांच्याकडे तडजोडीला गेले, म्हणजे माझ्या अंगाला नेहमी कापरे सुटते (हशा). कारण त्या तडजोडीतून कोणते घोंगडे आपल्या गळ्यात घालून ते परत येतील, याचा काही नेम नसतो.

''इसापनीतीत एक गोष्ट आहे. सिंहाच्या गुहेत जे-जे कोल्हे जात-त्यांची जाण्याच्या वेळची पावले गुहेबाहेर उमटलेली दिसत; पण गुहेतून परत आलेल्या कोल्ह्यांची पावले मात्र कधीच दिसत नसत. तसे जनाब जीनांच्या गुहेत जाणाऱ्या माणसांचे होते. आत गेलेली माणसे पुन्हा बाहेर परत आलेली काही दिसत नाहीत (हशा). हिंदुस्थान सरकारवर कपटाचा, लुच्चेगिरीचा आणि हिंसेचा आरोप करणाऱ्या पाकिस्तानच्या गव्हर्नर जनरलला लाहोर येथे भेटायला जायचे नेहरू सरकारला काय बरे कारण आहे? हिटलर आणि मुसोलिनीसारख्या

मोठमोठ्या हुकूमशहांना भेटावयाला नकार देणाऱ्या नेहरूंचे आम्ही पोवाडे गातो. हेच नेहरू जीनाशहांचे आमंत्रण आल्याबरोबर त्यांच्या राजधानीला भेट द्यायला कसे तुरूतुरू धावत जातात बरे? (हशा). स्वत: नेहरू आजारीपणामुळे लाहोरला जात नसतील; पण त्यांचे प्रतिनिधी तर जाताहेत ना?

''लाहोरच्या तडजोडीमधून काय बाहेर येईल ह्याची खात्री देता येत नाही. लाहोरला गेलेली आमची मंडळी काश्मीरच्या गुलाबाचा गुलकंद पाकिस्तानच्या बरणीमध्ये भरून आणि त्यावर खडीसाखर पेरून परत येतील! (प्रचंड हशा नि टाळ्या)... आणि काश्मीरमधले हे युद्ध तरी आमच्या हिंदुस्थान सरकारने का चालवले आहे, हे मला कळत नाही. कारण युद्ध संपताच प्रजेचे सार्वमत घेऊन हे संस्थान पाकिस्तानात जावे का हिंदुस्थानात राहावे हे आम्ही ठरवणार आहोत, असे हिंदुस्थान सरकारने आपल्या पत्रकात म्हटलेले आहे. ज्या संस्थानची प्रजा ऐंशी टक्के मुसलमान आहे, तिच्या सार्वमताचा निर्णय काय लागणार आहे, हे ज्योतिष सांगावयाला कोठल्याही म्हापणकराची जरुरी नाही. सार्वमताने काश्मीर पाकिस्तानात जाणार, ही अगदी स्पष्ट गोष्ट आहे. मग पाकिस्तानी आक्रमकांशी लढून हिंदू आणि शीख सैनिकांच्या प्राणांचे निष्कारण बळी देण्यात काय अर्थ आहे?

''कोणी म्हणेल की, काश्मीरचे नवे पंतप्रधान शेख अब्दुल्ला काश्मीरला पाकिस्तानमध्ये सामील होऊ देणार नाहीत. सीमाप्रांतात खान बंधू असूनही सीमाप्रांतासारखा कट्टर काँग्रेसी प्रांत पाकिस्तानवाल्यांनी बोलता-बोलता खाऊन टाकला. तीच दशा काश्मीरची होणार. वाघ म्हणतो तरी खातो आणि वाघोबा म्हटले तरी खातोच. तसे जीना म्हटले काय किंवा शेख अब्दुल्ला म्हटले काय, पाकिस्तान काश्मीरला खाऊन टाकणारच. मला या ठिकाणी प्रश्न विचारायचा आहे हा की, सार्वमत घेण्याची पद्धती ही लोकशाहीला धरून असेल; पण लोकशाहीपेक्षाही जास्त महत्त्वाची अशी काही राष्ट्रशाहीची विचारसरणी असू शकते की नाही? काय वाटेल ते झाले तरी काश्मीर हे हिंदी संघराज्यातच राहिले पाहिजे. त्या एकाच गोष्टीवर संघराज्यातील कोट्यवधी प्रजेचे प्राण अवलंबून आहेत.

''काश्मीर गेले की, पूर्व पंजाब गेलाच म्हणून समजा. पूर्व पंजाब गेला की दिल्ली गेली. दिल्ली गेली की भोपाळ उठलेच. आणि मग सारा उत्तर हिंदुस्थान धोक्यात आलाच म्हणून समजा. म्हणून सार्वमताची आणि लोकशाहीची ठोकळेबाज भाषा न उच्चारता, काश्मीर हे हिंदी संघराज्यातच राहिले पाहिजे. खरोखर, ह्या फाळणीपासून देशातल्या राजकारणाचे सगळेच तिरपागडे होऊन बसले आहे. पंधरा ऑगस्ट रोजी देशाला मिळालेले स्वातंत्र्य कसे राखता

येईल, हा एकच प्रश्न आज तुमच्या-आमच्यापुढे उभा आहे. काँग्रेसने अहिंसेचा त्याग केल्यावाचून आता देशाचे रक्षण होणार नाही! (टाळ्या).

"परवा ब्रिगेडियर करिअप्पा लंडनमध्ये म्हणाले, 'अहिंसा या शब्दाचा यापुढे तोंडाने कोणी उच्चारदेखील करू नये. हिंदुस्थान आणि पाकिस्तान ह्यांचे ऐक्य घडवून आणण्याचे काम केवळ आम्ही हिंदी सैनिकच करू शकू!' (टाळ्या). सेनापती करिअप्पांच्या म्हणण्यातले अक्षर अन् अक्षर सत्य आहे. असे वक्तव्य केल्याबद्दल कदाचित अहिंसावादी काँग्रेस नेते एखादे वेळी करिअप्पांची उचलबांगडीदेखील करतील. पण मित्रहो, मी आपणाला सांगतो की, करिअप्पांच्या विचारांची माणसे आपल्या सैन्यातून गेली, तर आमचे स्वातंत्र्य गिरसप्पाच्या धबधब्याप्रमाणे खाली कोसळल्याखेरीज राहणार नाही! (हशा).

"कडव्या आणि लढाऊ वृत्तीच्या सैनिकांनी राष्ट्रीय सैन्यांमध्ये राहू नये, असा एकंदरीत आमच्या काँग्रेस नेत्यांचा रोख दिसतो आहे. सुभाषबाबूंच्या 'आझाद फौजे'चे काही सैनिक गांधींकडे जाऊन म्हणाले, 'आम्हाला कोणत्याही लष्करात घेत नाहीत. आम्ही काय करावे?' तेव्हा गांधीजी त्यांना म्हणाले, 'तुम्ही हातातील शस्त्रे फेकून द्या आणि हातात नांगर धरा!' (धि:काराच्या आरोळ्या). त्यांनी आपल्या हातातली शस्त्रे फेकून देऊन काय नांगर घ्यायचा? हे गांधीवादी नेते असे काही चमत्कारिक आहेत की, देशाच्या स्वातंत्र्यावर नांगर फिरला तरी हरकत नाहा; पण तुमचा-आमचा प्राण गेला तरी ते आपली अहिंसा सोडावयाला तयार होणार नाहीत! (हंशा नि अहिंसेच्या धि:काराच्या आरोळ्या).

"पाकिस्तान सरकार आपल्या राष्ट्रातल्या प्रजेच्या हाती तिकडे शस्त्रे देत आहे. पाकिस्तानातील प्रत्येक तरुणाला लष्करी शिक्षण मिळावयाला पाहिजे, अशा घोषणा पाकिस्तानचे पुढारी तिकडे करीत आहेत. बंदुकांचे आणि शस्त्रास्त्रांचे कारखाने पाकिस्तानमध्ये सुरू करण्याच्या योजना तिकडे तयार होत आहेत. असे असता, आमच्या इकडे मात्र जनतेजवळ शिल्लक असलेली जुनीपानी मोडकीतोडकी शस्त्रे गोळा करून ती गांधीजींच्या पायांवर वाहण्याचा सपाटा सुरू झालेला आहे! (प्रचंड हशा). आज ह्या देशाला कशाला जरूरी असेल, तर ती शस्त्रांची. तरुणांच्या हातात शस्त्रे देण्यात आली पाहिजेत, शस्त्रे कशी वापरावीत ह्याचे शिक्षण त्यांना मिळाले पाहिजे. पण इकडे पाहावे तो कोणाच्या घरात शस्त्रे लपवून ठेवली आहेत किंवा काय, हे हुडकून काढण्यासाठी काँग्रेस सरकारने लोकांच्या झडत्या घेण्याचे सत्र सुरू केले आहे (धि:काराच्या आरोळ्या).

"परवा मुंबईत हजार ठिकाणी अशा झडत्या घेण्यात आल्या. आजही

पुण्यात पन्नास ठिकाणी अशा झडत्या घेतल्याचे आताच माझ्या कानावर आले आहे. मला हा काँग्रेस सरकारचा सारा उद्योग हास्यास्पद वाटतो (हशा). इतक्या ठिकाणी ह्यांनी झडत्या घेतल्या, पण एका ठिकाणी तरी ह्यांना एखादे शस्त्र सापडले आहे का? (हशा). मग का बरे हे असे करतात? (हशा). नाही म्हणायला, ह्यांना एका काँग्रेसनेत्याच्या शौचकूपात एक वस्तरा सापडला, असे म्हणतात (काळी काळ श्रोत्यांना हशा अनावर होतो). अहो, लोकांच्या हातात शस्त्रे द्यावयाची, का लोकांच्या जवळची शस्त्रे गोळा करायची? (हशा). कोणत्या वेळी कोणती गोष्ट करावी, ह्याचे साधे ज्ञान आमच्या काँग्रेस सरकारला असू नये ह्याचे मला राहून-राहून नवल वाटते. (हशा).

"मी असे विचारतो की, पाकिस्तानचे आक्रमण तिकडे देशावर झाले असताना इकडे आमच्या ह्या काँग्रेसवाल्यांना झोपा येतात तरी कशा? (हशा). मला वाटते, आमचे बाळासाहेब खेर हे पंतप्रधान नसून संतप्रधान आहेत (प्रचंड हशा). देशाच्या राज्यकारभाराची सूत्रे जोपर्यंत ह्या गांधीवादी पुढाऱ्यांच्या हातात आहेत, तोपर्यंत आपले जीवित खचित सुरक्षित नाही. मित्रहो, मी हे अतिशयोक्तीने सांगतो आहे, असे कदाचित तुम्हाला वाटेल; पण माझ्या म्हणण्यात एक अंशदेखील असत्याचा नाही.

"आपल्या हिंदुस्थानातले एक महान पुढारी आणि या महाराष्ट्राचे महात्मे शंकरराव देव (प्रचंड हशा) ह्यांनी परवा मुंबईला कांदेवाडीत एक भाषण केले. ह्या भाषणात लष्करीकरण आणि शस्त्रग्रहण ह्या दोन विषयांवर त्यांनी जे आपले अगाध ज्ञान प्रकट केले, ते ऐकल्यापासून मी अक्षरशः तोंडात बोट घालून बसलो आहे (हशा). खरेच सांगतो, शंकरराव देव हे नुसते आडनावाचे देव नाहीत; ते खरेच देव आहेत (हशा). ते माणूस नाहीत, (हशा) देवमाणूसही नाहीत (अधिक हशा); तर साक्षात देव आहेत (प्रचंड हशा). वास्तविक, त्यांची जागा (हात वर करून) वर आहे (हशा); इथे नाही! स्वर्गात नंदनवनामध्ये हिंडता-हिंडता आणि सत्य, अहिंसा या विषयावर अप्सरांशी चर्चा करता चुकून त्यांच्या हातून कोणा अप्सरेच्या अंगाला हात लागण्याचे काही तरी पातक घडले, म्हणून परमेश्वराने त्यांची रवानगी मृत्युलोकात केली आणि त्यांना आम्हा पुणेकरांच्या बोडक्यावर आणून बसविले! (प्रचंड हशा).

"हा महात्मा ह्या पुणे शहराच्या वाट्याला आला, म्हणून तुम्हा-आम्हा पुणेकरांना अभिमान वाटायला हवा. (एक श्रोता : अहो, ते सासवडचे आहेत ना?) खोटी गोष्ट आहे ती. ते सासवडच्या मांडीवर आपण होऊन जबरदस्तीने

बसलेले आहेत. सासवडचा औरस पुत्र मी आहे! (प्रचंड हशा नि टाळ्या). शंकरराव देव हे सासवडचे दत्तक पुत्र आहेत (प्रचंड हशा).

"हे शंकरोबा देव मुंबईच्या आपल्या भाषणात असे म्हणाले की, 'आजकाल देशामध्ये लष्करीकरणाची आणि शस्त्रे वापरण्याची जी चळवळ सुरू झालेली आहे, ती बघून मला अतिशय दु:ख होते (हशा). माणसाने आपल्या हातांमध्ये शस्त्रे घेणे, हा केवळ पशूपणा आहे (हशा). चार हजार वर्षांनंतर लोकांना जर असे कळले की, मुंबईचे लोक ह्या शतकात आपल्या हातामध्ये बंदुका नि तलवारी घेऊन हिंडत होते, तर ते आपल्या माना लाजेने खाली घालतील! (प्रचंड हशा). खरोखर, शस्त्रे हातात धरण्याची तुम्हा-आम्हाला लाज वाटली पाहिजे! (हशा). काय, भावाने बहिणीला भेटावयाला जायचे ते काय हातात बंदूक घेऊन जायचे? (हशा). काय बहिणीने भावाला भेटायला जायचे, ते काय तलवार घेऊन भेटायला यायचे? (हशा). नवऱ्याने आणि बायकोने काय आपल्या मधोमध तलवार घेऊन झोपायला जायचे? (प्रचंड हशा). आम्हाला शस्त्रे आणि लष्कर पाहिजे आहे कशाला? (हशा). आम्ही आत्मबळाने सारे जग जिंकणार!' (प्रचंड हशा).

"शंकरराव देवांनी आपल्या अकलेचे तोडलेले हे सारे तारे बघून, मित्रहो, तुम्हाला वाटत नाही की, हा इसम माणूस नसून देव आहे? (हशा). (त्यानंतर कठोर आवाजात) हातात शस्त्र घेतो, तो पशू काय? शिवाजीमहाराजांनी हातात 'भवानी तलवार' धारण केली, ते पशू होते काय? (धि:काराच्या विराट आरोळ्या). काय तोंडाला येईल ते वाटेल ते बोलताहेत लेकाचे! (प्रचंड हशा). छत्रपती शिवाजीमहाराजांनी आणि त्यांच्या मावळे सैनिकांनी तीनशे वर्षांपूर्वी जर आपल्या तलवारी उपसल्या नसत्या, तर आज ह्या महाराष्ट्रात शंकरराव देव जन्माला तरी आले असते काय? (हशा).

"हिंदुस्थानच्या मुलखावर अद्ययावत् शस्त्रे घेऊन पाकिस्तानी गुंडांच्या झुंडी हल्ला करीत असताना, हातात शस्त्रे धारण करणे म्हणजे पशुपणा आहे, असे ज्या अर्थी हे जबाबदार कॉंग्रेसचे कार्यकर्ते बोलत आहेत; त्या अर्थी देशाच्या स्वातंत्र्याचे रक्षण ह्या लोकांच्या हातून कधीही होणार नाही, हे अगदी स्पष्ट आहे! (टाळ्या).

"देशाची फाळणी करताना जसे ह्यांना त्या वेळी दु:ख झाले नाही; त्याप्रमाणे उद्या पाकिस्तानी गुंडांनी जर हा देश जिंकला, तर ह्या मंडळींना मुळीच दु:ख होणार नाही. उलट, देशामधला अधिक रक्तपात आणि हत्या

वाचली, म्हणून हेच काँग्रेसवाले हा देश पाकिस्तानी गुंडाच्या हातात आपण होऊन देऊन टाकतील (हशा नि धिक्कार). म्हणून हे नेभळे नेतृत्व उखडून टाका, असे पुनः पुन्हा मी तुम्हाला जीव तोडून सांगतो आहे! (टाळ्या).

"महाभारतामध्ये अगदी अशाच एका प्रसंगाचे वर्णन आलेले मला आठवते. मी पुष्कळदा महाभारत वाचतो. तुम्हाला ठाऊक आहे की, धर्मराजासारखा अत्यंत पवित्र आणि सद्‌गुणी माणूस द्यूतासारख्या व्यसनाच्या आहारी गेला. त्याला वाटले की, द्यूत खेळून आपले सारे राज्य बसल्या-बसल्या, रक्ताचा थेंब न सांडता, (हशा) परत मिळविता येईल. पण द्यूताच्या मोहाला बळी पडल्यानंतर आपले राज्य परत मिळविण्याची गोष्ट तर बाजूलाच राहिली; पण त्याने आपले स्वातंत्र्य, आपली बायको नि आपले सर्वस्वच जवळजवळ गमावले. शेवटी हे पाचही पांडव द्रौपदीला घेऊन वनवासाला गेले.

"एकदा रानामध्ये हे पाचही दुर्दैवी बंधू डोक्याला हात लावून बसले असताना, दुःखित स्वरात द्रौपदी धर्मराजाला म्हणाली की, 'एवढी मी द्रुपद राजाची कन्या, पंडूची सून, धृष्टद्युम्नाची बहीण आणि तुमच्यासारख्या वीराची पत्नी! द्यूताच्या मोहाने तुम्ही काय ही माझी दशा करून टाकली आहेत! ही माझी स्थिती पाहून तुम्हाला राग कसा येत नाही हो?' पण द्रौपदीचे हे उद्‌गार ऐकून तिच्यासमोर पाच पांडवांची जी 'वर्किंग कमिटी' बसली होती (हशा), तिला मुळीच राग आला नाही. उलट धर्म म्हणाला, 'माझे राज्य गेले, माझे चारही भाऊ नष्ट झाले, माझी बायको गेली, माझ्या देशाचे तुकडे-तुकडे झाले, तरी मी सत्यधर्म सोडणार नाही!' (प्रचंड हशा).

"तेव्हा द्रौपदी चिडून म्हणाली, 'क्रोधावाचून पराक्रम नाही अन् पराक्रामावाचून पौरुष नाही. पुरुषाने नेहमीच क्षमाशील होऊन चालत नाही. त्यांनी केव्हा रागवावे नि केव्हा क्षमा करावी, हे तो-तो प्रसंग पाहून विवेकाने ठरवावयाचे असते. एवढा आपला सत्यानाश झाला, तरी तुम्हाला क्रोध कसा येत नाही? (ओरडून) नाथ, ही शत्रूला क्षमा करण्याची वेळ नाही बरे! (अधिक ओरडून) ही शत्रूवर रागवण्याची वेळ आहे!' (प्रचंड हशा). देशाची फाळणी करणे हे द्यूत खेळण्यासारखे होते. द्यूतात गेलेले राज्य परत मिळेल, हे जसे धर्मराजाला वाटले तसे फाळणीमुळे मुसलमानांची कटकट मिटेल नि हिंदुस्थान स्वतंत्र होईल, असे गांधीजींना आणि काँग्रेसनेत्यांना वाटले; व म्हणून फाळणीचा जुगार खेळावयाला ते प्रवृत्त झाले.

"पण फाळणी केल्याने देशावरची संकटे नाहीशी होण्याऐवजी ती

शतपटीने अधिक वाढली. लक्षावधी लोकांच्या कत्तली झाल्या. पाकिस्तानी गुंडांनी देशावर आक्रमण केले, तरी आजचे धर्मराज आणि त्यांची वर्किंग कमिटी क्रुद्ध होण्याची चिन्हे दिसेनात; म्हणून द्रौपदी धर्मराजाला गदागदा हलवून म्हणाली की, 'नाथ, ही रागावण्याची वेळ आहे.' तसे काँग्रेसनेत्यांना गदागदा हलवून हिंदी जनतेने त्यांना ओरडून सांगायला पाहिजे की, 'नेत्यांनो, ही आता रागावण्याची वेळ आहे!'

''ज्या शरणागतीच्या मनोवृत्तीमुळे देशाची फाळणी झाली, त्या वृत्तीने देशाचा ह्यापुढे निभाव लागणार नाही. पाकिस्तानला जरब बसविणारे एकही कृत्य ह्या आपल्या काँग्रेसनेत्यांच्या हातून अद्याप घडले नाही, हे नवल नाही काय? उरलेले राष्ट्र जर आपल्याला शिल्लक ठेवायचे असेल, तर पराभूत मनोवृत्तीचे उच्चाटन आपणाला आधी केले पाहिजे. आपापसामधले सर्व पक्षभेद विसरून एक सामर्थ्यवान आघाडी आपण निर्माण केली पाहिजे.

''आज आपल्या देशाला चेम्बर्लेनची जरुरी नाही, चर्चिलची जरुरी आहे. चर्चिलच्या लढाऊ वृत्तीचे पुढारी आज आपणास हवे आहेत. हे लढाऊ नेतृत्व केवळ महाराष्ट्रातच निर्माण होऊ शकेल! (टाळ्या). शिवाजीमहाराज आमच्यामागे डोंगरासारखे उभे आहेत. आमच्या डोक्यावर मराठ्यांचा झेंडा फडकतो आहे. महाराष्ट्राला कुणाचे आणि कशाचेही भय नाही. आमच्या छातीचा दगडी कोट करून आम्ही आमच्या मातृभूमीचे रक्षण करू! (प्रचंड टाळ्या). जय महाराष्ट्र! जय हिंद!''

*

अलीकडे साऱ्या गोष्टी अनुकूल असूनही बाबूराव थोडे उदास असत. कारण जगाला वाकविण्याचं सामर्थ्य त्यांच्याजवळ असलं, तरी त्यांच्या आडदांड जावयाला वठणीवर आणून ते आपल्या लाडक्या मुलीचा संसार काही मार्गावर आणू शकत नव्हते. वास्तविक, त्यांना ते लग्न मुळात मान्यच नव्हतं. जावई परप्रांतीय होता, याबद्दल त्यांची काही तक्रार नव्हती; परंतु त्याची प्रवृत्ती आणि आपल्या मुलीची प्रवृत्ती यात जमीन-अस्मानाचं अंतर आहे, हे त्यांना उमगलेलं होतं. खरं तर त्यांच्या दोन्ही मुलींना बापाइतकी नाही तरी साहित्याची समज चांगली होती. थोरलीनं तर कॉलेजमध्ये असल्यापासूनच एक बऱ्यापैकी कवयित्री म्हणून मान्यताही मिळविली. शिवाय अधून-मधून तेव्हापासून आणि आजपर्यंतच्या

दीर्घ काळात तिचं पुस्तक-परीक्षणं, चित्रपट-परीक्षणं असं बरंचसं साहित्य 'महाराष्ट्र'च्या रविवार पुरवणीतून प्रसिद्ध झालं होतं. आपल्याला मुलगा नाही, दोन्ही मुलीच आहेत याची खंत बाबूरावांना अधून-मधून होई. मुलगा असता, तर बाबूरावांनी त्याला आपल्यामागे महाराष्ट्र दैनिकाचा कारभार चालविण्यासाठी योग्य ते शिक्षण दिलं असतं. पण मुलींना ते शिक्षण देऊन आपलं नाव मागं राहणार नाही आणि आपल्या समाजात तरी आपण जी पत्रकारिता करतो, त्या तऱ्हेची पत्रकारिता स्त्रियांना करताही येणार नाही, हे त्यांना पक्कं माहीत होतं. त्यांनी आपल्या जावयाला नाखुशीनं का होईना, आपल्या दैनिकाचा व्यवस्थापक करून टाकलं. पण जसजसं व्यवस्थापनाचं त्याचं ज्ञान वाढत गेलं तसतसं त्याचं वागणंही अधिक बेताल होत गेलं. आपल्या मुलीला संसारसुख तरी कितपत मिळतं याबद्दल त्यांच्या मनात शंका होती. अधून-मधून त्यांच्या कानावर ज्या गोष्टी येत त्यांवरून आपला जावई आपल्या वळणावर जात चालला आहे, हे त्यांना उमगलं. आपल्याहीपेक्षा तो मद्याच्या आहारी गेला आहे. त्या नशेत तो बायकोला मारहाणही करतो, खोदून-खोदून विचारलं तरी आपली मुलगी मात्र त्याच्याविरुद्ध कसलीही तक्रार करीत नाही; उलट नवऱ्याचीच बाजू घेते, त्याचं त्यांना आश्चर्य वाटे. नाही म्हणायला एकच सुखद गोष्ट होती. ती म्हणजे, लग्न झाल्यानंतर लगेच बाबूरावांना नातू झाला. एक नव्हे, तर दोन नातू झाले. जावई देखणा होताच; तेव्हा आपले नातू देखणे झाले याचे त्यांना आश्चर्य वाटत नव्हतं. देखणेपणावर आणि त्याच्या पुरुषीपणावर आपला जावई आपल्या मुलीला कह्यात ठेवतो, हे कळायला त्यांना फार वेळ लागला नाही. जगाच्या दृष्टीने त्यांचा संसार सुखाचा चालला होता; पण आपली मुलगी कितपत सुखी आहे, याबद्दल त्यांच्या मनात दाट शंका होत्या. खूप खोदून खोदून-विचारून, वेळी-अवेळी तिच्याकडे जाऊन त्यांनी तिच्या दुःखाचा शोध घेण्याचा प्रयत्न केला; पण त्यांना म्हणावं तसं यश आलं नाही. ती हसायची, मुलांचं कौतुक करायची, नानाविध सांसारिक वैभवाचं वर्णन करायची; पण बाबूरावांना मनोमन माहीत होतं की, हे सर्व नाटक आहे. बापाच्या मर्जीविरुद्ध निवडलेल्या आपल्या नवऱ्याविरुद्ध तक्रार करायची कशी, हा तिच्यापुढं प्रश्न असेल. पण एवढा धुरंधर बाप असताना तिला खरं सांगायचं भय का वाटावं, याचा मात्र त्यांना उलगडा होत नव्हता. नातवंडांशी खेळताना ते रंगून गेल्याचं नाटक करीत, पण त्यांचंही ते नाटक होतं.

बाबूरावांचा जावई नाना तऱ्हेचे उपद्व्याप करायचा. सासऱ्याचा एवढा

दबदबा होता की, त्याच्याविरुद्ध वागायची कुणाची हिंमत नव्हती. एकदा अतिरिक्त मद्यपान करून तो कुलाब्याच्या एका आँटीकडे एका बाचाबाचीत आणि नंतर झालेल्या मारामारीत अडकला. सकाळी त्याला पोलिसांनी घरी आणून सोडलं, पण पोलीस कमिशनरनी बाबूरावांना त्या वेळी सज्जड दम दिला आणि सांगितलं की, तुमचा जावई म्हणून आम्ही त्याला आज सोडलंय; पण पुन्हा असले प्रसंग आमच्यावर आणू नका, नाही तर ते महाग पडेल. पोलिसांकडे त्याच्याबद्दल बऱ्याच तक्रारी जमा झालेल्या होत्या. ज्यांना बाबूरावांनी दुखावलं होतं असे एक मंत्री गृह खात्याचे राज्यमंत्री असल्यामुळे दर खेपेला अशा तऱ्हेचं संरक्षण देणं शक्य होणार नव्हतं. बाबूरावांना तो अपमान गिळावा लागला. कारण त्याच्या विश्वासातला वार्ताहार चंद्रकात जोशी यानं या साऱ्या गोष्टींना दुजोरा दिला होता.

जावयाला आवरायचं कसं आणि आपल्या डोक्यावर असणाऱ्या या टांगत्या तलवारीपासून स्वत:चा बचाव कसा करायचा, याचा बाबूरावांना काही उमजच पडेना. त्यांनी मुलीला बोलावून घेतलं आणि रात्री घडलेली घटना खरी आहे किंवा काय, याची शहानिशा करायला सुरुवात केली. बाबूरावांपासून आपण कितीही लपविलं, तरी आपलं हे सांसारिक सुख-दु:ख त्यांना पूर्णपणे कळलेलं आहे, हे तिच्या लक्षात आलं. अनेक दिवस कोंडून ठेवलेल्या तिच्या दु:खाला त्या दिवशी प्रथमच वाचा फुटली. बापाच्या कुशीत शिरून ती मनसोक्त रडली आणि आपल्या संसाराची सारी चित्तरकथा तिने बापाला सांगितली. आधीच बाबूराव अतिशय हळवे आणि त्यात आपल्या लाडक्या मुलीची झालेली दैना; त्यामुळे बाबूराव प्रथम जरी मुलीच्या दु:खानं खचले, तरी आपल्या जावयाला आपण धडा शिकविला पाहिजे, असा त्यांनी निश्चय केला. बाबूरावांनी त्याला व्यवस्थापकपदावरून काढून टाकलं. त्यांना वाटलं की, आपण त्याचं सामर्थ्य खच्ची केलं आहे. पण त्याचा उलटाच परिणाम झाला. तो सरळ मुंबई सोडून पुण्याला आला आणि त्यानं स्वत:चं सायंदैनिक सुरू केलं. बरीच वर्षे वृत्तपत्र व्यवसायात घालवल्यामुळे त्याला त्या धंद्याची थोडीफार माहिती झाली होती. शिवाय बाबूरावांचा जावई म्हणूनच त्याला लोक ओळखत होते, त्याचाही त्याला फायदा झाला. परिणाम असा झाला की, जावयाचं सामर्थ्य आपण लुळं केलं आहे, असा जो बाबूरावांना भ्रम होता, तो खोटा ठरला. अधिक खोलात चौकशी केल्यानंतर त्यांच्या आणखी एक गोष्ट लक्षात आली, ती म्हणजे त्याच्या व्यवस्थापकीय कारकिर्दीत कायद्यात सापडणार नाही अशा

तऱ्हेनं त्यानं महाराष्ट्र दैनिकांच्या हिशेबातून बरीच माया गोळा केली आहे. आपण त्याला वठणीवर आणायच्याऐवजी तोच आपल्याला वठणीवर आणेल. कारण त्याच्या हातात ते नाजुक अस्त्र होतं– ते म्हणजे त्यांची मुलगी. तिच्या बळावर तो आपल्याला पुरेपूर चीतपट करू शकतो, कारण नवऱ्याचं खरं स्वरूप कळूनही त्याच्याबद्दलची आपल्या मुलीची ओढ मुळीच कमी झाली नाही, हे त्यांच्या लक्षात यायला मुळीच वेळ लागला नाही.

मुलगी सारखा त्याला पुण्याला फोन करी. एवढंच नव्हे, तर मुलांना घेऊन त्याला भेटायला पुण्याला जाई, हे कळल्यामुळे ते अधिकच हतबल झाले. शेवटी एवढा खटाटोप आणि अप्रियता स्वीकारून आपण जावयाला धडा शिकवायला गेलो; पण त्याला धडा शिकवायच्याऐवजी आपल्यालाच धडा मिळाला. त्याच्या कचाट्यातून आपल्या मुलीची सुटका करणे आपल्याला शक्य नाही, हा शोध त्यांना लागला. मुलांसाठी असेल किंवा कदाचित आपल्या जावयाचं व्यक्तिमत्त्व असेल; पण आपली मुलगी संधी मिळूनही त्याला सोडून द्यायला तयार नाही, उलट ती मुंबईत एकटी असताना मुलांत रमल्यासारखी दाखवीत असेल, 'महाराष्ट्र'च्या कचेरीत नियमित येत असेल आणि आनंदाचं नाटक करीत असेल... पण त्यामागं एक अपार दुःख दडलेलं आहे, हे ध्यानात येताच त्यांनी चुकीची दुरुस्ती करण्याचं ठरविलं. आपल्यामागे हा एवढा पसारा कोण सांभाळणार, ही चिंता त्यांना ग्रासत होतीच. आयुष्यातल्या लहान-मोठ्या लढाईत त्यांनी यश आणि अपयश खूप भोगलं होतं. अनेक अपयशांचं रूपांतरही यशात करून दाखविलं होतं. त्यांचे पुष्कळसे पराभव लोकांना ज्ञातच नव्हते. पण त्यांच्या अंतःकरणात ते पराभव त्यांना शल्यासारखे टोचत. इतकं सारं होऊनसुद्धा मुलीला नवरा हवाच आहे आणि नाक मुठीत धरून त्याच्याकडे जाऊन त्याला परत आणणं हे आपल्याला भागच आहे, या जाणिवेनं ते अधिक खचल्यासारखे झाले. पण त्यांच्यापुढे काही पर्यायच नव्हता.

नवऱ्यापासून घटस्फोट घेण्याची कल्पना तर राहू देच; पण नवऱ्यापासून दूर राहण्याची कल्पनासुद्धा आपल्या मुलीला असह्य झाली आहे, हे लक्षात आल्यावर मोठ्या नाइलाजानं ते मुलीला घेऊन पुण्याला आले आणि त्यांनी जावयाला बोलावणं पाठविलं. जणू मध्ये काही घडलेलंच नाही अशा ऐटीत जावई आला. त्याच्या डोळ्यांतली मगरूरी पाहून बाबूरावांचा संताप अनावर झाला. पण मुलीकडे पाहताच त्यांच्या लक्षात आलं की, या मगरूरीला मगरूरीनेच उत्तर देण्याच्या कामात आपल्याला यश येणार नाही; आपण इथं हतबल

आहोत. त्यांनी राग आवरला आणि आपल्या आर्जवी शक्तीला साद घातली. जणू काही आपण सासऱ्यावर उपकार करीत आहोत, अशा थाटात जावई परतायला कबूल झाला. पण आपलं यात आर्थिक नुकसान होत आहे, कारण आपल्या सायंदैनिकाचा जम चांगला बसायला लागला आहे असे जेव्हा तो म्हणायला लागला; तेव्हा मात्र बाबूरावांना हसल्याशिवाय राहवेना. कारण त्यांनी जावयाच्या व्यवहाराबद्दल पुरेपूर चौकशी केली होती आणि हे सायंदैनिक पुण्यासारख्या गावात यशस्वी होईल, हे लहान पोरानेदेखील कबूल केलं नसतं. परंतु आपल्याला सासऱ्यानं 'महाराष्ट्र' मधून हाकलून दिलं आहे, हा अपमान लपविण्यासाठी या सायंदैनिकाचा ढालीसारखा त्याला उपयोग होत होता.

सगळा राग गिळून टाकून जावयाला गाडीत घालून, बाबूराव मुंबईला आले. येताना जावयाचा सारा पसारा आवरण्याची त्यांनी व्यवस्था केली. त्या वेळी त्यांच्या एक गोष्ट लक्षात आली, ती म्हणजे, पुण्यातील आपल्या जीवश्चकंठश्च मित्रांनी जावयाला तशी खूप मदत केली होती. पण त्यांची तरी काय चूक होती? बाबूरावांचा जावई म्हणून त्यांनी ही मदत केली होती. इतर काही जणांनी तर साळसूदपणाचा आव आणला होता. भली परस्पर बाबूरावाची जिरते आहे तर गंमत पाहायला काय हरकत आहे, असाही पवित्रा त्यांनी घेतला असल्याची शक्यता होती. झाकून ठेवलं तरी कोंबडं किती वेळ झाकून ठेवणार? शिवाय, ज्यांना-ज्यांना आपण वेळोवेळी दुखवलं ती सगळी मंडळी या निमित्तानं आपण काय करतो इकडे लक्ष लावून बसलेली असणार. आपला हात दगडाखाली सापडलेला आहे. शिवाय आपलं वर्म आपल्या जावयाला माहीत आहे. यामुळे मोठ्या अगतिकतेनं बाबूरावांनी ही माघार घेतली. बाबूरावांच्या मुलीचा संसार परत सुरळीतपणे सुरू झाला. मुलीच्या चेहऱ्यावरचं हरविलेलं हास्य परत तिला मिळालं. जावई परत महाराष्ट्र दैनिकाचा व्यवहार पाहू लागला. आता तर त्याचे हात स्वर्गाला पोचले होते. पूर्वीपेक्षा बाबूराव अधिक लक्ष ठेवू लागले. पण मुळातच बाबूरावांच्या स्वभावात हा व्यवहारीपणा नव्हता. काय व्हायचं असेल ते होऊ द्या, असा शेवटी त्यांनी मनाशी निर्णय केला आणि ते इतर व्यापात बुडून गेले.

पण त्यांचं मन मात्र त्यांना सतत खात होतं. झालेला अपमान त्यांना विसरता येत नव्हता. नाना तऱ्हेच्या स्वप्नरंजनात रंगून जाण्याची त्यांची वृत्ती आता मावळली होती. म्हातारपणाची चाहूल त्यांना लागली होती.

त्यांनी विचार केला की, आपल्या मालमत्तेची नीट व्यवस्था केली नाही, तर आपल्यामागे आपल्या मुलीचे हाल कुत्रासुद्धा खाणार नाही. मृत्युपत्र करण्याची

कल्पनासुद्धा त्यांच्या डोक्यात या वेळेपर्यंत आली नव्हती. पण प्रथमच ही कल्पना त्यांच्या डोक्यात आता यायला लागली होती. तरी बरं, त्यांच्या ग्रंथाचे, नाटकांचे आणि त्यांच्या नाट्यसंस्थेचे सर्व अधिकार त्यांनी आपल्या धाकट्या मुलीला पूर्वीच देऊन टाकले होते. त्यामुळे त्या मिळकतीची व्यवस्था करण्याचा प्रश्नच नव्हता. बायको कशीही असली तरी ती आपली बायको आहे आणि आपल्या मागे ती जगली तर तिला कुणाच्याही तोंडाकडे पाहायला लागू नये यासाठी तिची पुरेशी सोय तिला न सांगता त्यांनी स्वतंत्रपणे करून टाकली होती. राहता राहिला होता प्रश्न तो 'महाराष्ट्र' दैनिकाचा आणि 'महाराष्ट्रशक्ती' या प्रचंड वास्तूचा. आपल्या बायकोच्या मृत्यूनंतर तिच्या नावावर ठेवलेल्या ठेवी धाकट्या मुलीला मिळतील अशी जरी त्यांनी व्यवस्था केली असली तरी अन्य काहीच व्यवस्था, आज तरी त्यांनी थोरल्या मुलीसाठी केलेली नव्हती. म्हणून त्यांनी आपले विश्वासू मित्र ॲडव्होकेट मेहेंदळे यांच्या सल्ल्याने महाराष्ट्रशक्ती या वास्तूचा ट्रस्ट करण्याचं ठरविलं. त्या ट्रस्टवर त्यांच्या रोजच्या बैठकीतील हरिभाऊ माटे, अनंतराव काणे, नानासाहेब देशपांडे, ॲडव्होकेट मेहेंदळे आणि आपली थोरली कन्या शरदिनी यांना ट्रस्टी म्हणून नेमायचं, असंही त्यांनी ठरविलं.

आपल्यामागे महाराष्ट्र दैनिक फार काळ चालणार नाही, हे जरी त्यांना उमजत असलं, तरी हत्तीसुद्धा मरायला वेळ लागतो, तसं महाराष्ट्र दैनिक निष्प्रभ व्हायला दहा-पंधरा वर्षे सहज लागतील, असा त्यांचा अंदाज होता. तोपर्यंत आपल्या नातवांपैकी कुणी तयार झाला तर उत्तमच, नाही तर ट्रस्टींनी हवा तसा निर्णय घ्यावा, असा त्यांना अधिकार दिला म्हणजे संपलं. त्यासाठी आपल्या मालमत्तेच्या कायद्यानुसार आवश्यक असणाऱ्या याद्या तयार करण्याचं काम त्यांनी चालू केलं. ट्रस्ट-डीडचा मसुदा निश्चित झाला होता. मृत्युपत्रही तयार झालं होतं. आपण अजून दहा-पंधरा वर्षं सहज जगू अशी त्यांना खात्री होती; कारण त्यांना व्याधी अशी कोणतीच नव्हती. अनियमितपणातही खर्शीकर-शास्त्र्यांनी सांगितलेल्या व्रताचं आचरण ते नियमितपणे करीत होते. त्यांची जगण्याची इच्छा मुळीच मेलेली नव्हती. त्यांच्या लेखणीतली दहशत कुठंही उणावलेली नव्हती. अजूनही सुखं भोगताना इंद्रियं तक्रार करीत नव्हती. साहित्यातले नऊही रस त्यांच्या जीवनसरितेत मुक्तपणाने वाहत होते, पण मृत्युपत्राच्या कल्पनेनं मात्र त्यांना एकदम म्हातारं झाल्यासारखं वाटलं. निरर्थक वाटायला लागलं. त्यांच्या मनातला तत्त्वचिंतक खडबडून जागा झाला. मधेच त्यांनी त्यांचा गाजलेला 'ये, मृत्यू ये!' हा लेख लिहिला. हा लेख लिहिण्याचं प्रयोजन

कुणाला समजण्यासारखं नव्हतं. पण आपण आता त्या वाटेवरचे प्रवासी आहोत, या जाणिवेतूनच त्यांच्या हातून तो लेख लिहिला गेला होता.

उदासपणा विसरावा म्हणून ते लोणावळ्याच्या 'निवांत' या बंगल्यात विश्रांतीसाठी निघून आले. त्यांचं या वास्तूवर विलक्षण प्रेम होतं. एका निसर्गसंपन्न अशा वातावरणात त्यांनी ही वास्तू पाहिली होती आणि त्याच इसाळ्यात त्यांनी ती विकतही घेऊन टाकली होती. अधून-मधून ते तिथं एकटे येत. आपला मूळचा चिंतकाचा पिंड जागृत ठेवायला त्यांना या वास्तूचा उपयोग होई. अनेक साहित्यिक एकेकटे किंवा समूहानं तिथं राहून गेले होते. त्यांच्या अनेक सुखद आठवणी त्यांच्या मनात गर्दी करीत होत्या. त्यांच्या गाजलेल्या अनेक नाटकांचं लेखन याच वास्तूत झालं होतं. या बंगल्यात त्यांच्या अनेक आठवणी गुंतलेल्या होत्या. तारिणी तर या बंगल्यातील काही काळ स्वामिनीच होती; परंतु आपल्या व्यक्तिमत्त्वावर लुब्ध झालेल्या आणि आपणहून आपल्या पायांनी चालत आलेल्या अनेक स्त्रियांचे चीत्कार या बंगल्यानं सामावून घेतले होते. या बंगल्याचं आवार तसं खूप मोठं होतं आणि या बंगल्यात लागलेलं प्रत्येक झाड हे एकेका व्यक्तीच्या आठवणीचं प्रतीक होतं.

आज ते येताना एकटे आलेले असले, तरी त्यांनी गजाननाला आदल्या दिवशीच बंगल्यावर पुढं जायला फोन केला होता. गजानन पुराणिक हा त्यांचा विश्वासू प्रकाशक आणि त्यांच्या मनात येणारे प्रत्येक विचार अगोदरच ओळखून त्याची कार्यवाही करणारा तत्पर असा दास. त्याला माहीत नाही, अशी कोणतीही महत्त्वाची घटना बाबूरावांच्या आयुष्यात नव्हती. बरं, तो असला तरी त्याचा उपसर्ग काही नव्हता, कारण त्यांना विचारल्याशिवाय त्याच्या तोंडून एक शब्दसुद्धा निघत नसे. बाबूरावांचा बराचसा आर्थिक व्यवहार त्याच्या हाती होता–विशेषत: नाटकांचा आणि पुस्तकांचा. त्याचा प्रामाणिकपणा अनेकदा बाबूरावांच्या लक्षात आलेला होता. गजानन आसपास असला की बाबूराव निश्चिंत असत. त्यांचं आता बाप-लेकासारखं नातं निर्माण झालं होतं. ते केवळ चेष्टेतच म्हणत असत, असं नाही. पण खरोखरच, त्यांनी आपले अंत्यसंस्कार गजाननाच्या हातून व्हावेत ही गोष्ट अनेकांजवळ बोलून दाखविली होती. आपल्या मुलींनाही तसं सांगितलं होतं आणि आपल्या मृत्युपत्रातही ही नोंद करून ठेवली होती.

गजानन हा जसा बाबूरावांचा प्रकाशक होता, तसाच तो अप्पासाहेब फडके आणि सावरकर यांच्याही विश्वासातला प्रकाशक होता. अधून-मधून

'काय म्हणतात तुमचे अप्पासाहेब?' असा प्रश्न विचारून बाबूराव गजाननला अडचणीत आणीत. या तिन्ही व्यक्ती गजनानची दैवते होती. तो नुसता हसे. मग बाबूराव दोघांचाही उल्लेख करून त्याची पुष्कळ मस्करी करीत. अप्पासाहेबांचं आणि बाबूरावांचं भांडण पराकोटीला गेलं होतं, तेव्हा त्यांचं भांडण मिटविण्याचा एक प्रयत्न त्यानं केला होता. अप्पासाहेबांच्या एका वाढदिवशी बाबूरावांचं मन वळवून त्यानं बाबूरावांच्या वतीनं अप्पासाहेबांच्या गळ्यात घालण्यासाठी सन्मानाचा हारही पाठविला. पण अप्पासाहेबांनी 'बाबूराव कात्र्यांची हार झाली,' अशी पांचट कोटी करून बाबूरावांच्या त्या भावनेचा अनादर केला. तेव्हा बाबूराव गजाननला म्हणाले, "बघ, तुझा अप्पासाहेब कसा क्षुद्र आहे. मला हे माहीतच होतं. पण तुझा आग्रह पडला म्हणून मी संमती दिली. अरे, हा क्षुद्र माणूस आहे. मनातली सारी क्षुद्रता तो अशा प्रसंगाच्या वेळी उघड करतो. खरं पाहायला गेलं, तर त्याच्या-माझ्या भांडणाचा विषय संपून आता दहा-पंधरा वर्षं होऊन गेली आहेत. त्यांत त्याची संपूर्ण जिरली, हा राग काही त्याच्या मनातून गेलेला नाही आणि तू तर म्हणतो की, मी त्याच्याशी दोस्ती करावी. त्याच्याशी दोस्ती करणं कसं शक्य आहे, सांग?"

गजानन नुसताच हसला. त्याची प्रतिक्रिया त्याच्या हसण्यातून व्यक्त होत असे. खरं पाहायला गेलं तर त्यानं शब्दांत सांगायला पाहिजे होतं, पण तशी त्याला गरजच पडली नव्हती. त्याला म्हणायचं होतं की, या वेळेला जरी अप्पासाहेब अडाणीपणानं वागले असले, तरी आज ना उद्या केव्हा तरी मी तुमचा समेट घडवून आणीनच. बाबूरावांना त्याच्या या आशावादाचं आश्चर्य वाटायचं. या तीन तलवारी हा घाऱ्या डोळ्यांचा प्रकाशक एकाच म्यानात कशा काय सांभाळू शकतो, याचं त्यांना नेहमी आश्चर्य वाटे. ते एकदा म्हणाले, "तात्याराव बघ कसा उमदा माणूस आहे. त्यांच्यावर पूर्वी मी वेडंवाकडं लिहिलं नव्हतं काय? पण त्या माणसानं हे सर्व विसरून मी त्यांच्या घरी गेलो तेव्हा कसं मन भरून स्वागत केलं. बरं, त्यांची माझी काय बरोबरी आहे? सूर्यासारखा तेजस्वी माणूस. कसलं माझं वक्तृत्व आणि लेखन! ज्ञानेश्वर, एकनाथ, रामदास आणि लोकमान्य यांच्या कुळात जन्मलेला हा माणूस. मीही वाहवत जाऊन एके काळी या माणसाची निंदा-नालस्ती केली होती, पण माझं मन मला खात होतं. एके दिवशी सणक आली आणि त्यांच्यासमोर जाऊन उभा राहिलो. अलीकडे जवळपास ते सगळ्याच गोष्टींपासून अलिप्त होत चालले आहेत. पण त्याही स्थितीत त्यांनी माझ्या लेखनाचं कौतुक केलं, म्हणजे वर्तमानात काय चाललं

आहे, याकडे त्यांचं काळजीपूर्वक लक्ष आहे. नाही तर तुझा अप्पासाहेब बघ. मतभेद असणारच. पण मतभेद म्हणजे वैर नव्हे, हे काही या माणसाला कळत नाही. यावर तुझं काय म्हणणं आहे?"

पुन्हा एकदा गजानन हसला.

"अरे, नुसता हसतोस काय? तुला मी तुझं मत विचारतोय."

"चंद्र-सूर्यांच्या भांडणात माझ्यासारख्या काजव्यानं कशाला पडायचं, साहेब?"

"अरे, तूही साहित्यिक व्हायला लागलेला दिसतोयस."

"मी कसला साहित्यिक होणार साहेब? तुमच्यासारख्यांनी लिहिलेलं साहित्य छापखान्यात नेऊन पोहोचविण्यापलीकडे मी दुसरं काय करतो? तुमची कृपा आहे, खरं म्हणजे प्रेम आहे– हे माझं खरं भांडवल."

बाबूरावांच्या डोळ्यांत एकदम पाणी आलं आणि ते म्हणाले, "गजानन, तुझ्यासारखा एखादा मुलगा हवा होता बघ मला."

"पण तुमची मुलाची जागा शरदिनीताईंनी भरून नाही का काढली?"

"अरे, हट्! मुलाची जागा मुलगी कशी भरून काढणार? नवऱ्याच्या– मंगेशच्या सावलीसारखी ती आहे. सावल्यांना स्वत:चं अस्तित्व असतंच कुठं? खरं म्हणजे मनात आणलं असतं आणि ती थोडी खंबीर असती, तर मला तिची काही चिंता नव्हती. पण तीचं प्रवृत्तीनं दुबळी आहे, त्याला तू आणि मी काय करणार? मला तिची चिंता वाटते."

"तुम्ही कशाकरता चिंता करता साहेब? मी तिची सगळी काळजी घेईन."

"ते माहीत आहे रे मला. म्हणून तर तुला माझा मुलगा मानलंय. माझे अंत्यसंस्कार तूच करणार आहेस."

"मरणाचं अभद्र कशाला बोलता? अजून खूप आयुष्य जगायचंय तुम्हाला."

"लोकांच्या दृष्टीनं आणि तुझ्याही दृष्टीनं मी एक यशस्वी माणूस आहे. पण माझी दु:खं तुम्हाला कशी समजतील? पैसा आहे, यश आहे, लोकांचं अफाट प्रेम आहे. पुष्कळांना माझी भीती वाटते. तसं म्हणशील, तर मला आयुष्यात काही कमी नाही. तरीपण पुष्कळ गोष्टी आयुष्यात चुकल्या. अगदी आरंभापासून चुकल्या. माझा कसला संसार? कुठं तरी मनाला टोचणी लागते आणि वाटतं की, सारं करण्या ऐवजी खऱ्याखुऱ्या अर्थानं संन्यास घ्यावा आणि हिमालयात जावं अन् आपलाच आपण शोध घ्यावा. परवा हरिद्वारला गेलो होतो, तेव्हा खरोखरच अशी कल्पना चमकून गेली. आयुष्यात स्वत:च निर्माण

केलेल्या तुरुंगात आपल्याला राहायला लागतं; हा तुरुंग फोडावा आणि मुक्त हवा चाखावी. हिमालयातल्या दऱ्याखोऱ्यांतून हिंडावं. हा जो निरर्थक पसारा उभा केला आहे, त्याचा मोह सोडावा आणि बैरागी बनावं.''

''साहेब, मी तुम्हाला सांगावं असं काही नाही. पण तुम्ही प्रमाणाबाहेर जबाबदाऱ्या घेता आणि सर्वार्थानं त्या जबाबदाऱ्यांत आपल्याला पूर्णपणे लोटून देता. अजूनही कुठं लहान-मोठा अन्याय पाहिला की तुम्ही दंड ठोकून त्याच्याविरुद्ध उभे राहता. आता 'महाराष्ट्र' चालवायचा म्हणजे हे सारं अपरिहार्यच आहे, हे काय मला कळत नाही का? पण काही काही वेळेला एखाद्या लहानशा लढाईत इतक्या आवेशानं उतरता की, माझे डोळे फिरूनच जातात.''

''गजानन, पुण्यातल्या ज्या साप्ताहिकात शरदिनीच्या नाटकावर माधवराव वैद्यांनी जे परीक्षण लिहिलंय, त्याचा संपादक तुझ्या ओळखीचा आहे काय?''

गजानन काहीच बोलला नाही आणि नेहमीसारखा हसलाही नाही. त्यामुळे त्याला नेमकं काय म्हणायचं, हे बाबूरावांना समजू शकलं नाही. एरवी त्याचे डोळे आणि हसणं पुष्कळच गोष्टी सांगत असत.

''अरे, बोलत का नाहीस? तू त्याच्याकडे जातोस आणि तुझी त्याची चांगली ओळख आहे, असं रघू म्हणत होता?''

''मी त्यांच्याकडे जातो, तेही माझ्याकडे येतात.''

''मग सांग, कसा काय आहे मनुष्य?''

यावर गजानन स्तब्ध राहिला. मात्र या वेळेस काही सांगायचं असून तो स्तब्ध राहिला आहे, हे बाबूरावांना जाणवलं. बाबूरावच म्हणाले, ''अरे, जसं असेल तसं सांग. तुला अवघडण्याचं काहीच कारण नाही.''

''साहेब, मला साहित्यांतील काही कळत नाही. पण प्रामाणिक कोण आणि ढोंगी कोण, एवढं कळतं. मी एवढंच सांगतो की, तो मनुष्य प्रामाणिक आहे. खुल्लंखुल्ला वागणारा आहे. हातचं राखून त्याला काही लिहिता येत नाही. खरं सांगू साहेब, तुमच्यात आणि त्याच्यात एक साम्य आहे. म्हणून मी त्याची गोरा कात्रे अशी कधी कधी चेष्टा ही करतो.''

''त्यावर तो काय म्हणतो?''

''जेव्हा पहिल्यांदा मी त्याला गोरा कात्रे म्हणालो, तेव्हा त्याने मला एकदम थांबविलं आणि तो म्हणाला, 'एकदा बोललात ते बोललात. पुन्हा असा मूर्खपणा करू नका.''

''म्हणजे?''

"ते म्हणाले, शारीरिक साम्य असलं म्हणून अशी तुलना करणं बरोबर नाही. कुठे कात्रे आणि कुठं मी! बाबूरावांसारखं वक्तृत्व मला जन्मात येणार नाही. त्यांच्या लेखनाचा वेग, आवेश आणि हुकमीपणा ही शंभर वर्षं तपश्चर्या केली तरी मला मिळाणार नाही. शिवाय, जीवनातली किती तरी क्षेत्रं त्यांनी पादाक्रांत केली आहेत. मी त्यांच्या पासंगालासुद्धा पुरणार नाही."

"खरंच म्हणाला तो असं?"

"तुम्हाला मी खोटं कसं सांगेन? पण साहेब, ते शेवटी म्हणाले की, बाबूराव लहान-लहान गोष्टींना फार महत्त्व देतात. माधवराव वैद्य हे खरे त्यांच्या बैठकीतले. त्यांचे मित्र, सल्लागार. बाबूरावांची मुलगी शरदिनी ही त्यांनासुद्धा मुलीसारखी आहे. तिच्या नाटकावर माधवरावांनी जे परीक्षण लिहिलं, ते केवळ त्यांना प्रामाणिकपणे वाटलं, त्यामुळे लिहिलं. परीक्षणात त्यांनी जे मुद्दे उपस्थित केले, त्यांना बाबूरावांनी साहित्यिक उत्तर द्यायला पाहिजे होतं. त्याच्याऐवजी बाबूरावांनी त्यांना नकट्या म्हणावं, भाषांतऱ्या म्हणावं, अपेशी नाटककार म्हणावं आणि वैयक्तिक उखाळ्या-पाखाळ्या काढाव्यात–हे काही बरोबर नाही. बरं, माधवराव हे असे खालच्या पातळीवर जाऊन टीका करणारे गृहस्थ नाहीत, ही गोष्ट बाबूरावांना माहीत आहे. बाबूरावांनी असं करायला नको होतं."

"अरे वा! मला नीतिमत्ता शिकवतो. हा स्वत:ला समजतो कोण? उद्याच्या अंकात त्याच्यावर लिहिलंच पाहिजे."

"साहेब, काय करावं आणि काय करू नये, हे मी तुम्हाला सांगावं– असं नाही. तुम्ही काहीही करा. पण तुम्ही त्यांच्यावर लिहिणार ही गोष्ट त्यांना माहीत आहे. 'संत सखू' या आपल्या नाटकाच्या जाहिरातीत त्यांना समजेल अशी सूचना तुम्ही दिली आहे. त्यांना ती समजलीय आणि म्हणून त्यांनी तुम्हाला पत्र पाठविलंय."

"मला अजून तसं काही पत्र मिळालेलं नाही."

"आज हातपोचीनं हे आपल्या कार्यालयात जाऊन पोचलेलं असेल."

"तुमच्याजवळ प्रत असणार, ती बघू दे मला–"

जणू काही हे संभाषण पूर्वनियोजित आहे आणि आपल्याला या पत्राची पत्र द्यावी लागेल याची जाणीव असल्यासारखंच गजाननं झब्ब्यातून एक लखोटा काढून दिला. लखोटा उघडाच होता. बाबूरावांनी पत्र बाहेर काढलं आणि ते चष्मा शोधू लागले. पण त्यांनी इकडे-तिकडे बघण्याच्या आतच गजाननं चष्मा पुढे केलेला पाहून त्यांच्या चेहऱ्यावर स्मित उमटलं. गजाननच्या या

तत्परतेवर ते नेहमीच खूश असत. चष्मा लावून त्यांनी ते पत्र वाचायला सुरुवात केली.

"नहरहर विष्णू कात्रे उपाख्य बाबूराव कात्रे यांना आदरपूर्वक साष्टांग नमस्कार, विनंती विशेष.

दिनांक १४ च्या 'महाराष्ट्र' च्या अंकातील 'संत सखू' या नाटकाची जाहिरात मी पाहिली. त्यात धमकीवजा जी सूचना आहे, ती माझ्या लक्षात आली. तुमचा आणि माधवराव वैद्य यांचा तुमची कन्या सौ. शरदिनी यांच्या नाटकांसंबंधी चाललेला वाद मी वाचला आहे. या वादाशी माझा अर्थाअर्थी काहीच संबंध नाही. केवळ माझ्या साप्ताहिकात सदरहू नाटकाचे परीक्षण छापले गेले आहे, एवढाच काय तो माझा संबंध. वास्तविक, माधवराव वैद्य हे एक जाणकार नाट्यसमीक्षक आहेत. तुमच्या मित्रपरिवारातील आहेत आणि कोणत्याही वैयक्तिक आकसापोटी सूड घेणारं लिखाण त्यांच्या हातून कधीही झालेलं नाही. त्यांच्याशी मतभेद होऊ शकतो; परंतु त्यांच्या प्रामाणिकपणाबद्दल शंका घ्यावी, असं उदाहरण तुम्हाला सापडणार नाही. पण त्याबद्दल तुम्ही जे लिहिलं आहेत, त्यापेक्षा अधिक वैयक्तिक बदनामीकारक लिहिण्यासारखं काहीच नाही. ते निर्व्यसनी आहेत. त्यांच्या कसल्याही लफडी वा भानगडी नाहीत. त्यामुळे तुमच्या लेखणीला कितीही कंड सुटली, तरी तुम्हाला त्यांच्याबद्दल काही लिहिता येण्यासारखं नाही. म्हणून हा विषय तसाच सोडून देण्याऐवजी तुम्ही माझ्याकडे मोहरा वळविलेला दिसतो. तसं माझ्या आयुष्यात रंजक आणि रोचक असं पुष्कळ काही घडलं आहे. तुमच्याइतका मी प्रसिद्धीच्या झोतात नसल्यामुळे माझ्या त्या रंगतदार हकिगती तुमच्या कानांपर्यंत पोचल्या नसतील. मुद्रक, प्रकाशक, संपादक म्हणून छापलेल्या प्रत्येक लेखाची जबाबदारी संपादक या नात्याने माझ्यावर येते; तेव्हा माझ्यावर कोणत्याही स्वरूपाची टीका करायला तुम्हाला अधिकार आहे, हे मी तत्त्वतः मान्य करतो.

"तुमची टीका कोणत्या प्रकारची असेल, याची दिशा त्या जाहिरातीतील मजकुरावरून मला कळली आहे. कोणत्याही टीकेचं–अगदी वैयक्तिक टीकेचंसुद्धा–मी मन:पूर्वक स्वागत करतो. कारण मला प्रकाशात आणण्यासाठी या तुमच्या टीकेचा खूप उपयोग होणार आहे.

एरवी मला एवढी प्रसिद्धी कोण देणार? आणि माझ्या खासगी आयुष्यातील रंगतदार गोष्टी लोकांना कशा कळणार? जे लोक आपले खासगी जीवन लपवू पाहतात, त्यांना असल्या टीकेचे भय असते. माझ्या बाबतीत हा प्रश्न उद्भवतच नाही. कारण जे काही आयुष्य मी जगलो, त्यातले मी आजपर्यंत काहीही लपवून ठेवलेले नाही. तुमचाच आदर्श माझ्यापुढे होता. त्यामुळे बिनदिक्कतपणे मला हवं तसं आयुष्य मी जगत आलो आहे. भेकड समाज आपलं काहीही वाकडे करू शकत नाही; उलट रंगतदार आयुष्य जगणाऱ्या माणसाबद्दल अनेक दंतकथा जन्म पावतात आणि त्या व्यक्तीबद्दल एक विलक्षण कुतूहल समाजात निर्माण होतं. तेव्हा माझी विनंती अशी आहे की, जे काही माझ्यावर लिहायचं असं ठरवलं असेल; ते आपलं सर्वस्व पणाला लावून आपण अवश्य लिहावं. मी त्याची वाट पाहतो आहे.

"पण त्याचबरोबर एक गोष्ट ध्यानात घ्यावी की, वृत्तपत्रविद्येची मुळाक्षरं जरी मी अनेक जुन्या-जुन्या पत्रकारांच्याकडून गिरविली असली तरी माझ्या पत्रकारितेवर तुमचा प्रभाव जास्त आहे. त्यामुळे तुमच्याच भाषेत तुम्हाला उत्तर दिल्यावाचून पत्रकार म्हणून माझं कर्तव्य संपत नाही, ही गोष्ट अगदी स्पष्ट आहे. मी माझ्या कुवतीनुसार जास्तीत जास्त प्रखरपणे तुमच्याशी मुकाबला करीन. साधनशुचितेवर माझा मुळीच विश्वास नाही. ज्या शस्त्रानं तुम्ही लढाल, त्याच शस्त्रानं मी तुमच्याशी लढेन. पुरुषोत्तम भास्कर सावे यांनी तुमच्यासंबंधात जमा केलेली सर्व कागदपत्रं मला दिलेली आहेत. त्यामुळे माझं काम पुष्कळ सोपं झालं आहे. बरं, या लढाईत मी कमी पडलो, तरी त्याबद्दल मला कमीपणा वाटण्याचं काही कारणच काय? माझी अब्रू ही माझ्या वैयक्तिक चारित्र्यात नाही; ती आहे माझ्या लेखणीत. तेव्हा अपयशाची चिंता करण्याचं मला कारण नाही. तुमच्याशी मी बऱ्याप्रकारे झुंज देऊ शकेन, असा आत्मविश्वास माझ्या ठिकाणी आहे. माझं लेखन-कर्तृत्व अजमावून पाहण्याची जी संधी आपण मला देणार आहात, याबद्दल मी तुमचा आयुष्यभर ऋणी राहीन. तुमच्यासारखंच मन:पूत वागणारा आणि स्वच्छंद आयुष्य जगणारा हा तुमचा शिष्य तुम्हाला युद्ध सुरू होण्यापूर्वी अभिवादन करून, तुमचा आशीर्वाद मागतो आहे.

कळावे,

लो. अ. ही. वि.

आपला,

पत्राची घडी करून बाबूरावांनी ते लखोट्यात परत ठेवलं आणि तो लखोटा गजाननच्या हाती दिला.

बाबूराव तीन-चार मिनिटं काहीच बोलले नाहीत. जेव्हा एखादी वस्तुस्थिती स्वीकारायची असेल आणि ती स्वीकारणे त्यांना मनातून आवडलेलं नसेल, तेव्हा ते अशीच स्तब्धता पाळीत. अशी स्तब्धता म्हणजे दडपून ठेवलेला ज्वालामुखीच असायचा. लढाई केव्हा सुरू करायची, कुठं थांबवावयाची, कुठं जिंकल्याच्या यशाचा गवगवा करायचा आणि कुठं अपयश मिळालं तरीही आपण जिंकलो, हे सिद्ध करायचं–यासंबंधीही बाबूरावांचे हिशेब असत. जनमानसात बाबूरावांची जी प्रतिमा होती, ती एक झुंजार, निर्भय पत्रकार म्हणून. पण त्या प्रतिमेलाही मर्यादा होती. न झेपणारी लढाई ते सहसा आपल्यावर ओढवून घेत नसत. सारा समाज भेकड असतो; त्यातही बौद्धिक जगातले लोक जास्त भेकड असतात. त्यामुळे त्यांना पुरेशी सावजं मिळत असत. राजकारणात तर भ्रष्टाचार, दिरंगाई, आडदांडपणा ही एवढ्याप्रकारे निर्माण होऊ लागली आहेत की, त्या विषयांचाही त्यांना तुटवडा नव्हता. पण या छोट्याशा लढाईत आपण माघार घेत आहोत, याची खंत या वेळेस त्यांच्या चेहऱ्यावर स्वच्छ दिसत होती. आपल्याच जातीच्या नंग्या माणसाशी ते सहसा युद्ध करीतच नसत. आजचाही प्रसंग त्यातलाच होता. अब्रू गेल्याचंच ज्याला दु:ख नाही, तो आपण केलेल्या बेअब्रूला काय भिणार?

तेवढ्यात गजानन म्हणाला, "साहेब, तुम्ही फार वर्षांपूर्वी टिळक पुलाखाली त्यांच्या घरी गेला होतात, असं ते मला म्हणाले. तुम्ही एल्फिन्स्टनमध्ये जेवून चालत घरी निघाला होतात. भर दुपारची वेळ होती. तेव्हा तुम्हाला पाहताच त्यांनी आणि ते ज्यांच्याबरोबर राहत होते, त्या बाईंनी त्यांच्या घरी येता का, असं विचारलं आणि तुम्ही गेलात; चांगले दोन-तीन तास तुम्ही बसलात आणि चहा घेऊन घरी गेलात, असं मला त्यांनी सांगितलं."

आठवणींच्या विहिरीत बाबूरावांनी डोकावून पाहिले. त्यांना तो क्षण तरंगताना दिसला. ते म्हणाले, "आलं लक्षात; आता सगळं लक्षात आलं., 'आपण कोणत्या परिस्थितीत त्या माणसाच्या घरी गेलो होतो, हे आठवल्यानं त्यांना थोडी लाज वाटली. टॅक्सीने घरी जाण्याइतके पैसेही खिशात नव्हते,

म्हणून तर आपण चालत शिवाजी पार्ककडे निघालो होतो. बरं, तिथं गेलो ते गेलो आणि आपण बरेचसे वाहवत जाऊन वैयक्तिक आयुष्याबद्दलही बोललो. बाईंची पूर्वी थोडीफार ओळख होती. पण समोरचा तो उंचापुरा, घाऱ्या डोळ्यांचा माणूस मात्र नवा होता. ती दोघे उघड-उघडपणे एकत्र राहत होती आणि ही गोष्ट लपविण्याचा कोणताही प्रयत्न त्या दोघांच्या हातून झालेला नव्हता. उलट, गप्पाष्टकांत काही वैयक्तिक संदर्भ आला, तर हा माणूस बिनदिक्कतपणे आपल्या संबंधांची कबुली देई. का कुणास ठाऊक; परंतु त्या साऱ्याच गोष्टी आता बाबूरावांच्यासमोर आल्या. बापूसाहेब माट्यांचा तो लाडका विद्यार्थी आहे, असं सांगताना बापूसाहेबांच्या ज्या काही एक-दोन आठवणी त्यानं सांगितल्या; त्या त्याच्या म्हणण्याची सत्यता पटवायला पुरेशा होत्या. बापूसाहेबांचं प्रेम संपादन केलेला जर हा माणूस असेल, तर याच्यात काही ना काही फ्लॅश असलाच पाहिजे. पण एका बाईला उघडपणे घेऊन नवरा-बायकोसारखं राहताना बापूसाहेबांनी त्याला काहीच कसे झापले नाही, याबद्दल पुण्याला गेल्यावर बापूसाहेबांना विचारायचं, असं बाबूरावांच्या मनात आलं होतं. पण बापूसाहेब त्या दोघांच्या घरी गेले होते असे जेव्हा त्या समोरच्या तरुणानं सांगितलं, तेव्हा तर बाबूराव अधिकच आश्चर्यचकित झाले होते. आपण इतके अघळपघळ तिथे बोलायला नको होतं हे त्यांच्या लक्षात आलं. पण त्याला आता उशीर झाला होता; कारण बोलण्याच्या भरात आयुष्याचा आपल्याला कसा वैताग आलेला आहे, हे सांगण्याचं खरं तर काही कारण नव्हतं. पण आपल्याकडून जे सांगितले गेले, ते कदाचित समोर बसलेल्या बाईच्या व्यक्तिमत्त्वामुळे असेल, पण ती चूक झाली. ती सारी आठवण त्यांच्या डोळ्यांपुढून तरळून गेली. आपण या माणसावर काही लिहायचं नाही हे ठरविलं ते बरं झालं, या निर्णयाप्रत ते आले. माणूस किती लहान आहे का मोठा आहे, तोडीस तोड आहे का आपल्याहून उणा आहे; या गोष्टीपेक्षा त्याच्यावर झडप टाकायला आवश्यक असणारं शस्त्र आपल्याजवळ नाही, हे त्यांच्या लक्षात आले. शिवाय, गजानन या माणसाबद्दल ज्याअर्थी आदरानं बोलतो, त्याअर्थी त्याच्याजवळ काही ना काही अशी गोष्ट असली पाहिजे की, त्यामुळे त्याला हे मस्तवाल पत्र लिहिण्याची शक्ती प्राप्त झाली असली पाहिजे. बाबूरावांनी तो विषय तिथेच संपविला.

*

गांधीवधातील एक आरोपी बऱ्याच दीर्घ प्रयत्नांनंतर, जन्मठेपेची मुदत संपल्यानंतरही डांबून ठेवलेल्या अवस्थेतून सुटला होता. आपल्या कारागृहाच्या काळातील आणि सुटकेच्या प्रयत्नातील धडपडीचा इतिहास लिहिणारा, त्या पुस्तकाचा लेखक, पुस्तकाचा प्रकाशक, हे माधवराव वैद्य यांच्याबरोबर बाबूरावांच्या 'महाराष्ट्रशक्ती'त त्या पुस्तकाला प्रस्तावना लिहिण्याबद्दल विनंती करायला आले होते. माधवराव बाबूरावांचे एके काळचे जिवाभावाचे मित्र. पण मध्यंतरी झालेल्या शरदिनीच्या नाटकाच्या निमित्तातून उद्‌भवलेला कटू टीकेचा भाग घडून गेल्यानंतर माधवरावांनी 'महाराष्ट्रशक्ती'त यायचं थांबविलं होतं. यानिमित्ताने ते परत आलेले पाहून बाबूरावांना जरा बरं वाटलं. कारण माधवरावांच्या साहित्यिक समाजामुळे आणि ग्रंथप्रेमामुळे त्यांना माधवरावांविषयी फार प्रेम होतं. केवळ कन्याप्रेमातून आपण माधवरावांच्यावर केलेला हल्ला हा नाही तरी अवाजवीच होता; तेव्हा तो वाद संपविणं भागच होतं. ते तिघे जण येऊन बसल्यावर बाबूराव म्हणाले,

"कोणत्या का कारणानं होईना माधवराव, तुम्ही आलात; हे बरं केलंत. आता पूर्वीसारखं जाणं-येणं ठेवायला पाहिजे. जे काही झालं, ते विसरून जा. हवं तर मी तुमची त्याबद्दल माफी मागतो."

"छे–छे! माफी कसली मागता बाबूराव! मी काही मनाला लावून घेतलेलं नाही. पण विचार केला–मनं साफ नाहीत, तर संबंध ठेवण्यात काय अर्थ आहे? तुमच्यासारखी अफाट प्रशस्ती आणि अवाजवी निंदा माझ्या कोष्टकात बसत नाही. कलाकृतीवर बरं-वाईट लिहिताना ते पुस्तक तेवढं समोर असतं. त्या पुस्तकाची लेखिका आपल्या मित्राची मुलगी आहे, बायको आहे का बहीण आहे, या गोष्टी माझ्या लक्षातच येत नाहीत. बाबूराव, तुम्हाला माहीत नसेल तर एक गमतीची गोष्ट सांगतो. बहुतांशी तुम्हाला ती माहीत नसणार. तुम्ही मला नकट्या-भाषांतऱ्या म्हणून जेव्हा जाहीरपणे हिणवीत होतात, त्या वेळेस तुमची कन्या माझ्याकडे येऊन एखाद्या विद्यार्थिनीप्रमाणे माझ्याशी चर्चा करीत होती. तीही मला मुलीसारखीच आहे. त्यामुळे तुम्ही माझ्यावर टीका करीत होतात आणि त्या वेळेस तुमची मुलगी मी केलेली टीका समजून घेण्यासाठी नाटकातील चुका समजून घेत होती. एवढीच नुसती बातमी मी प्रसिद्ध केली असती, तर तुमची काय शोभा राहिली असती? पण ते मी केलं नाही. कारण असल्या हार-जीतीत मला काही रस नाही. ते असो. विसरून जाऊ असं तुम्ही म्हणता; मी तर विसरूनच गेलोच आहे. नाही तर या माझ्या मित्रांना घेऊन

तुमच्याकडे कशाला आलो असतो?''

"बोला, काय काम काढलंत?"

एक सावळा, भेदक डोळ्यांचा माणूस किंचित पुढे झाला आणि म्हणाला, "गांधीहत्या कटातील मी एक आरोपी. मी हे त्या कालखंडातील आठवणींचं पुस्तक लिहिलं आहे. तुमची या पुस्तकाला प्रस्तावना असावी, असं मन:पूर्वक वाटलं म्हणून आम्ही आलो आहोत. गांधीहत्येचं समर्थन करणारा कुणीही लेखक आम्हाला मिळाला असता, पण तो आम्हाला नको आहे. नि:पक्षपातीपणानं, निर्भयतेनं या पुस्तकाकडे पाहणारा तुमच्यासारखा सव्यसाची पत्रकार आम्हाला हवाय. शिवाय हे केवळ गांधीहत्या संबंधांतले पुस्तक नाही; तर सरकारनं सूडबुद्धीने केलेल्या माझ्या छळाच्या प्रतिकाराची ही कहाणी आहे. मला वाटतं, हे पुस्तक वाचल्यानंतर तुम्हीसुद्धा खवळून उठाल आणि आम्हाला आवडेल अशी प्रस्तावना निश्चित लिहाल. अर्थात तुम्ही काहीही लिहिलंत तरी आम्हाला चालेल.''

बाबूरावांनी समोरच्या माणसाला नीट निरखून पाहिलं. खुनासारख्या– आणि तेही गांधीजींच्या खुनासारख्या–जन्मठेपेची शिक्षा झालेल्या माणसाच्या अंत:करणाचा ते वेध घेत होते. इतिहास घडवणारा हा माणूस आहे. चांगल्या किंवा वाईट अशी त्याच्या कृत्याची विभागणी करण्यापेक्षा, यानं धक्कादायक अशा एका घटनेत भाग घेतला व त्यासाठी शिक्षा भोगली, ही गोष्ट महत्त्वाची. लोकांच्या तिरस्काराचा हा विषय बनला, तरी हा कुठं खचल्यासारखा वाटत नाही. गांधीहत्या झाली आणि त्यापूर्वी आपण आपल्या साप्ताहिकातून गांधीविरोधी लेखन केलं होतं. त्यामुळे खवळलेल्या समाजापासून आपला छापखाना वाचविण्यासाठी आपण गांधीजींचा मोठो फोटो प्रेसच्या बाहेर ठेवला, त्याला हार घातले आणि गांधीजींच्या जयजयकाराची एक मोठी कापडी पाटी दारावर लावली–ही सारी घटना आपण खुलेपणानंच आपल्या आत्मचरित्रात लिहून बसलो आहोत. मग या गांधी-खुन्याच्या आत्मचरित्राला आता प्रस्तावना देऊन आपण हे झेंगट कशाला गळ्यात अडकवून घ्यायचं? सरकार हे पुस्तक काही सुखासुखी प्रसिद्ध करू देणार नाही. याच्यावर जप्ती येणारच आणि त्यात आपली प्रस्तावना ही चर्चेचा विषय होणार. सरळ-सरळ नकार द्यावा, असं त्यांच्या मनात येऊन गेलं. समोरचा माणूस हा तसा अलौकिक व्यक्तिमत्त्वाचा माणूस नव्हता किंवा खुनी माणसाचा वेडसरपणाही त्याच्या डोळ्यांत नव्हता. एरवी हा मनुष्य लक्षातही आला नसता; पण हा आपणहून सांगतोय की, गांधीहत्या कटातील मी एक आरोपी आहे म्हणून याच्यावर विश्वास ठेवायचा.

वर्षानुवर्षे एखाद्या व्यवसायात वावरल्यानंतर फारसा विचार न करता माणसाच्या तोंडून आवश्यक ती व्यावहारिक उत्तरं निघून जातात, तसंच बाबूरावांच्या तोंडून उत्तर निघून गेलं.

"तुम्ही पुस्तकाचे फॉर्म्स ठेवून जा. मी आठ दिवसांत पुस्तक वाचून पाहतो आणि मग ठरवीन की, प्रस्तावना लिहायची किंवा नाही."

किरकोळ गप्पा झाल्या. चहापान झालं आणि ते तिघे उठून गेले. बाबूरावांनी ते पुस्तक हाती घेतलं आणि मधलंच एक प्रकरण वाचायला आरंभ केला. वाचता-वाचता ते इतके रंगून गेले की, ते प्रकरण केव्हा वाचून संपलं, हेही त्यांच्या लक्षात आलं नाही. पण त्याच्या एकदम लक्षात आलं की आपले डोळे पाण्यानं डबडबले आहेत. उपेक्षेचं जीवन जगणारी बायको बाहेर आणि दंडित नवरा तुरुंगात. या पतीपत्नी-संबंधांतील व्याकुळता दर्शविणारं ते अत्यंत हृदयद्रावक वर्णन वाचून बाबूरावांच्या डोळ्यांत पाणी येणं स्वाभाविकच होतं. त्यांनी ते पुस्तक मिटवून टेबलावर ठेवलं. डोळे पुसले. लेखकाच्या त्या क्षुब्ध आठवणींतून बाहेर पडायला त्यांना बराच वेळ लागला. सगळं पुस्तक सलगपणे वाचायचं त्यांनी ठरविलं, पण त्याचबरोबर त्याला प्रस्तावनाही लिहायची नाही, हेही त्यांनी पक्कं ठरवून टाकलं. हा निर्णय घेताना आपण अंगचोरपणा करतो आहोत, याची त्यांना जाणीव होती. नाही म्हटलं तरी या पुस्तकात गांधीहत्येचं समर्थन असणारच; शिवाय सरकारवरही सडकून टीकाही असेल. सरकारवरच्या टीकेचं काही विशेष नाही; पण गांधीहत्येचं समर्थन करणाऱ्या पुस्तकाला प्रस्तावना देण्यात धोका निश्चितच होता.


\*


प्रस्तावनेबाबत विचारण्यासाठी माधवराव जेव्हा आठ दिवसांनी त्यांच्याकडे आले, तेव्हा बाबूरावांनी त्यांचं मनःपूर्वक स्वागत केलं. जुजबी प्रश्नोत्तरं झाल्यानंतर प्रस्तावनेचं काय झालं, असा माधवरावांनी प्रश्न केला. तेव्हा भोळसटपणाचा व अगतिकतेचा भाव चेहऱ्यावर आणून बाबूराव म्हणाले,

"अजून तर वाचायला वेळ मिळालेला नाही. पुस्तकप्रसिद्धीची घाई असेल तर मला वाटतं, प्रकाशकांना सांगा की, अन्य कोणाकडून प्रस्तावना लिहून घ्या. कारण नाही म्हटलं तरी अजून महिना-पंधरा दिवस लागतील."

माधवराव हसले आणि म्हणाले,

“बाबूराव, तुम्हाला वेळ झाला नाही ही गोष्ट खरी नाही. तुम्ही याच आठवड्यात दोन प्रस्तावना लिहिल्यात. ती दोन्ही पुस्तकं अगदी सामान्य आहेत. शिवाय तुम्हाला दिलेलं पुस्तक तुम्ही वाचलं नाहीत, ही गोष्ट खोटी आहे. तुमच्या वाचण्याचा हव्यास मला माहीत आहे. महात्मा गांधींच्या खुनाच्या कटातील आरोपीनं लिहिलेलं पुस्तक तुम्हाला मिळून तुम्ही सात दिवस ते वाचणार नाही, यावर मी तरी विश्वास ठेवणार नाही. तुम्ही ते पुस्तक नक्कीच वाचलेलं आहे. एवढंच नव्हे, तर तुम्हाला ते आवडलेलंही आहे. तुमची वाचनातली रुची मला माहीत आहे. हे पुस्तक खरोखरीच चांगलं आहे; ते मी वाचलंय आणि मलाही आवडलंय. पुस्तकातील मतांबद्दल मतभेद असू शकतील; पण साहित्यिक दर्जाविषयक म्हणाल, तर पुस्तकात साहित्यगुण आहेत. पण, ते असो. तुम्हाला प्रस्तावना लिहायची नाही, हे माझ्या लक्षात आलं आहे. तुम्ही या पुस्तकाला प्रस्तावना लिहिणार नाही, हे मी त्यांना त्या दिवशीच सांगितलं होतं. पण विचार केला, एखादवेळेस ते पुस्तक फार आवडलं, म्हणून तुम्ही प्रस्तावना लिहालसुद्धा. तुमची अडचण मी समजू शकतो. तुमची प्रकृती चांगली नाही– वाचायला वेळ मिळाला नाही– असं काही तरी सांगून मी प्रकाशकांची समजूत काढतो. तुम्ही या पुस्तकाला प्रस्तावना का लिहीत नाहीत, याच्या खोलात ते जाणार नाहीत. पण त्याचं रहस्य तुम्हाला माहीत आणि मला माहीत.”

बाबूराव खो-खो हसले आणि जणू काही घडलंच नाही, अशा थाटात त्यांनी सफाईनं विषय बदलला.

*

बाबूरावांच्या व्याख्यानाचा पूर्वीचा बाज बदलून अलीकडे त्यांच्या स्मरणात असलेल्या विनोदी किश्श्यांचा वापर ते अधिक प्रमाणात करीत. संयुक्त महाराष्ट्राच्या चळवळीत त्यांच्या वक्तृत्वाचा बाज पार बदलून गेला होता. पूर्वीचे कवित्व आता हरविलं होतं. सुभाषितवजा वाक्यांनी आपलं भाषण रंगविण्याचा अलीकडे त्यांना विसर पडला होता. लोकांना खूश करण्यापलीकडे त्यांच्या हातून अलीकडे काही होत नसे. बाबूराव बोलायला उभे राहिले की, लोक केवळ खदखदून हसण्याची अपेक्षा करीत असल्यानं, मुळातच लोकानुसारी वागणाऱ्या बाबूरावांना हा सोपा मार्ग सापडला होता. अशा वेळेस बोलण्याच्या भरात शिष्टसंमत पातळीच्याही ते खाली उतरत असत. आपण हळूहळू विदूषक बनत चाललो आहोत, हे

त्यांच्या लक्षात येत होतं. पण त्यांचा नाइलाज होता. या विषयात ते अगतिक होते. साहित्य संमेलनात मागं एकदा त्यांचा आविर्भाव आणि केलेला विनोद लोकांनी नापसंतीच्या टाळ्या वाजवून झिडकारला होता. एका प्रौढ खानदानी स्त्रीनं तर निषेधाचं भाषणही केलं. पण यावरून बाबूराव काहीच शिकले नाहीत.

बाबूरावांची आणि अप्पासाहेबांची दिलजमाई झाली आणि दोघांचे एकाच व्यासपीठावर संयुक्त भाषण झालं. ज्या पुण्यात बाबूरावांनी आयुष्याची कारकीर्द सुरू केली आणि एक पट्टीचा नाटककार व दुसऱ्याचा बौद्धिक पराभव करून त्याला चेष्टेचा विषय करणारा वक्ता म्हणून नावलौकिक मिळविला होता; त्याच पुण्यात हा दिलजमाई सोहळा झाला होता. अप्पासाहेब काय किंवा बाबूराव काय, या दोघांनाही फार मोठा चाहता वर्ग होता. मागे एकदा अप्पासाहेब आणि बाबूराव यांचा जो वृत्तपत्रीय वाद झाला, त्यात अप्पासाहेबांचा पराभव करून बाबूरावांनी बाजी मारली होती. आजच्या समारंभाला पुण्यातली सारी विद्वत्ता आणि रसिकता जमा होणार होती. एक बौद्धिक झटापट आपल्याला पाहायला मिळेल, या अपेक्षेनं लोकांनी प्रचंड गर्दी केली होती. सभा सुरू झाली, तेव्हा लोकांच्या अपेक्षा खूप उंचावल्या होत्या.

अप्पासाहेब हे काही आक्रमक व्यक्तिमत्त्वासाठी प्रसिद्ध नव्हते. पण या प्रसंगाचं महत्त्व मात्र त्यांना माहीत होतं. त्यामुळे त्यांनी आजच्या व्याख्यानाची विशेष तयारी केली होती. तशी ते नेहमीच करीत असत. टाळ्या-हशांसकट महत्त्वाची सर्व व्याख्यानं ते लिहून काढीत आणि स्मरणशक्तीच्या जोरावर ठरल्याबरहुकूम ते आपलं बांधेसूद भाषण करीत. त्यांच्या भाषणात आवेश नसला तरी उत्स्फूर्ततेचं नाटक असे. प्रसंगाचं भान असे. लोकांना जिंकण्याची विद्या तर दोघांनाही माहीत होती. पण समोर प्रेक्षक कोणता असेल, हे लक्षात घेऊन बोलण्याची कला अप्पासाहेबांनी जास्त अवगत केली होती. विनोदाचा शिडकावा असलेली त्यांची भाषणं लोकांनी तिकिटे काढून ऐकली होती. लेखकाचा गर्विष्ठ उद्दामपणा त्यांच्याही भाषणातून व्यक्त होत असे. पण त्याला साहित्यिक झिलई होती. एखाद्या गाण्यासारखं त्यांचं भाषण रंगे. याउलट बाबूरावांचं भाषण म्हणजे एक उन्मत्त प्रपात, एखाद्या धबधब्यासारखा तो अंगावर कोसळे. त्यात प्रासंगिक कोट्या तर भरपूर असत; पण सर्वसामान्य श्रोत्याला आपलंसं करण्याची किमयाही असे. तेव्हा हा जरी दिलजमाईचा कार्यक्रम असला तरी त्याचं स्वरूप एखाद्या युद्धासारखंच होतं; फक्त ही लुटुपुटीची लढाई होती.

आपल्या नेहमीच्या टापटिपीनं अप्पासाहेब कालोचित पण नेटके कपडे घालून आले होते. बोलण्याची त्यांना सूचना केल्याबरोबर त्यांनी सौम्य स्वरात भाषणाला आरंभ केला. ते बसूनच बोलत होते. कारण अलीकडे वयामुळे त्यांचे पाय लटपटत असत. प्रथम पुणेकरांचं कौतुक, पुण्याचा पूर्वेइतिहास, खेळावे लागलेले अनेक साहित्यिक वाद–हे त्यांनी रिळातून फिल्म उलगडत जावी इतक्या सफाईनं श्रोत्यांसमोर सादर केले. लोकमान्य टिळक, सावरकर या पुणेकरांच्या दैवतांची त्यांनी आरतीही गायिली. आपल्या साहित्यामागची भूमिका त्यांनी नाजूकपणे उलगडून दाखविली आणि ते म्हणाले,

"बाबूरावांनी महाराष्ट्राला हसायला शिकविलं. आणि ज्यांचे शिष्यत्व ते गौरवानं सांगतात, त्या गडकरी-कोल्हटकरांच्यावरही त्यांनी मात केली. माझ्या पूर्वीच्या श्रेष्ठ साहित्यिकांचं ऋण मी मान्य करीत असलो, तरी मी कुणाचंही शिष्यत्व सांगत नाही, याचं कारण मी नवीनच मार्ग चोखाळला आहे. मराठी भाषा मी अधिक ललित केली. अलंकार मिरविण्याचा तिचा सोस मी आटोक्यात आणला. कशासाठी नाही, तरी मराठी भाषेला ललित वळण देणारा एक लेखक म्हणून माझी नोंद साहित्यात व्हायला हरकत नाही. कलेसाठी कला या माझ्या वादाबद्दल पुष्कळांचे गैरसमज आहेत; माझे मित्र बाबूराव यांचेही आहेत. कलेला आणि कलावंतांना कोणतेही विषय वर्ज्य नाहीत. उघड-उघड आणि बटबटीत अशा प्रचारी वाङ्मयाबद्दल माझा आक्षेप आहे. जेव्हा साहित्यलेखनात एखादा विचार मांडायचा असतो, तेव्हा शारदेच्या पवित्र मंदिरात प्रचाराची पादत्राणं काढून त्यांनी प्रवेश करायला पाहिजे. साहित्याचं मूल्यमापन हे साहित्यात कोणता विचार आलेला आहे यावरून न करता, त्यांचं मूल्यमापन कला-तत्त्वावरच झालं पाहिजे, एवढाच माझा आग्रह आहे. साहित्यात माणूस येतो, तो आपले हट्ट, आग्रह, सुख-दुःख, हव्यास, क्षुद्रता किंवा उदात्तता घेऊन येतो. तेव्हा काही ना काही प्रचार, नकळत माणसाकरवी होणार असतो. माझ्याही साहित्यात तो झालेला आहे, पण मी त्याचा वरचष्मा होऊ दिलेला नाही. माझ्याही साहित्यात राजकीय विचारसरणीचा प्रचार झालेला नाही, असं कसं म्हणता येईल? झालेला आहेच. परंतु तुम्हाला तो कलेचं मखमली वस्त्र घेऊन आलेला दिसेल. माणूस हा समाजप्रिय प्राणी असल्यामुळे माणसाचं व्यक्तिगत दुःख जसं साहित्यात येणार, तसंच समाजाचंही दुःख साहित्यात येत जाणारच. वाचकाला न टोचणारा प्रचार माझ्या कलेकरिता कला या सिद्धान्तात व्यत्यय आणू शकत नाही. पण केवळ नायकाच्या सदाचाराचं वर्णन साहित्यात आहे

किंवा सामाजिक जाणिवा असणाऱ्या नायक-नायिकांची गोष्ट आहे, एवढ्यासाठी ते साहित्य मी श्रेष्ठ मानायला तयार नाही. आता तो वाद इतिहासजमा झालेला आहे. कुणीही तो वाद हरलेलं नाही किंवा तो वाद जिंकलेलं नाही. दोन्ही पक्षांना आता कलेचं तत्त्व मान्य झालेलं आहे. त्याचप्रमाणे सामाजिक जाणिवाचंही दोन्ही पक्षांना भान आलेलं आहे. कारण तसं ते आलं नसतं; तर साहित्यावरची भाषणं ही समाजशास्त्रावरची भाषणं झाली असती. जीवनदर्शन हे साहित्याचं कार्य असलं, तरी कलातत्त्व हे त्याचं साधन आहे. हा वाद हमरीतुमरीनं खेळला गेला आणि त्यातून साहित्याच्या मूलभूत मर्यादांची जाणीव वाढत गेली, हे साहित्यावर एक प्रकारे उपकारच आहेत.

"पण एक गोष्ट मला या ठिकाणी निश्चितपणे अभिमानपूर्वक सांगावीशी वाटते. ती म्हणजे, साहित्याचा धोपटमार्ग हा रसिकतेवाचून आणि रसनिर्मितीच्या आनंदावाचून कधीच सुखदायी होणार नाही. वास्तवातील दुःख आणि साहित्यांतील दुःखं ही भिन्न असतात, हे सांगण्याचा मी आटोकाट प्रयत्न केला आहे. मला आनंद वाटतो की, माझ्या साहित्यावर लोकांनी अतोनात प्रेम केलं. प्रेमाचं अजीर्ण व्हावं, अशी माझी थोडीफार स्थिती झाली आहे. माझ्या डोक्यात हवा जाऊ नये, म्हणून माझ्या कलावादावर झालेला हल्ला मी आता या उत्तर काळात मनोमन स्वीकारतो आहे. माझ्या मनात कुठल्याही व्यक्तीबद्दल किंवा साहित्यिक भूमिकांबाबत कसलंच किल्मिष उरलेलं नाही. आधुनिकता, रसिकता, विज्ञाननिष्ठा या गोष्टींचा मी पुरस्कार केलेला आहे. बालगंधर्वांनी त्या रसिकतेचं प्रात्यक्षिक दाखविलं. किर्लोस्कर मासिकांनी माझी साहित्यिक आधुनिक भूमिका उचलून धरली. मी साहित्यिक असल्यामुळे मरेपर्यंत मी साहित्य लिहीत राहीन. त्यावाचून मला गत्यंतरच नाही. जे-जे दिव्य आणि हृदयाला भिडणारं जीवनात मला आढळेल, ते-ते माझा साहित्यविषय होईल. यश किंवा अपयश यांचे योग्य ते मोजमाप काळपुरुषाजवळ आहे. ती चिंता मी कशाला करावी? माणसाच्या या प्रदीर्घ वाटचालीत मी कोणा झाडाचा पाला! व्यास, वाल्मिकी, कालिदास, भवभूती, ज्ञानेश्वर, तुकाराम यांनी सुरू केलेल्या साहित्यपंढरीच्या यात्रेतील मी एक लहानसा वारकरी आहे. जे लहान-मोठे अहंकार आजपर्यंत मी बाळगले, ते आता हळूहळू गळू लागले आहेत आणि ते स्वाभाविकही आहे. मृत्यू कुणाला चुकत नाही. मलाही नाही आणि बाबूरावांनाही नाही. आम्ही दोघांनी प्रामाणिकपणे साहित्याच्या क्षेत्रात स्वतःला झोकून दिलं आणि साहित्यानंच आम्हाला सर्व तऱ्हेचे सन्मान दिले. त्या शारदेचं आम्हाला विस्मरण कसं

होईल? त्या शारदेला माझे शतश: प्रणाम आहेत. त्याचप्रमाणे मराठी भाषेतील रसिकतेलाही माझे प्रणाम आहेत. रसिकतेचं मूर्तिमंत प्रतीक म्हणजे हा रसिकांचा मेळावा आहे. ज्यांनी कुणी एवढ्या रसिकांना एकत्र गोळा केलं, त्यांचे आम्ही दोघे ऋणी आहोत. बाबूराव आणि मी एकाच व्यासपीठावर किती तरी वर्षांनी एकत्र येत आहोत. हा प्रसंग पुण्यासारख्या महाराष्ट्राच्या सांस्कृतिक राजधानीत आज घडतो आहे, याचा आनंद माझ्यासारख्या साहित्यिकाला किती होत असेल, हे मला शब्दांत सांगता येणार नाही. शेवटी पुन्हा एकदा मी आपल्याला सांगतो काही वर्षांनंतर आम्ही दोघेही नसू, आमचे वादही त्या वेळेस कुणाला आठवणार नाहीत; आठवेल ते फक्त आमचं साहित्य. पुन्हा एकदा पुण्यातील रसिकतेला अभिवादन करून माझं भाषण संपवितो.''

अप्पासाहेबांचे हे भाषण लोकांना मनोमन पसंत पडले आणि त्याची पावती लोकांनी लगोलग दिली. त्यांच्या भाषणात साहित्यिक ढंग, जाणविलेली नम्रता, साहित्यांतील मूलगामी प्रश्नांवरील त्यांचं भाष्य यामुळे काही काळ वातावरण भारून गेलं. अप्पासाहेबांचाही एक स्वत:चा कालखंड एक साहित्यात होऊन गेला होता. त्या कालखंडाचं स्मरण करून वार्धक्याच्या खुणा शरीरावर, वाणीवर आणि उच्चारावर जाणवत असतानाही त्यांनी आपल्या श्रोत्यांना समाधान दिलं. अपेक्षा अशी होती की, बाबूरावही अप्पासाहेबांच्यापेक्षा थोडं अधिक उच्च प्रतीचं भाषण करून रसिकांना संतुष्ट करतील.

पण दुर्दैवानं तसं घडलं नाही. वास्तविक, हा साहित्यातला एक ऐतिहासिक प्रसंग होता. बाबूरावांनी तरी या प्रसंगाची तयारी करायला हवी होती. पण वक्तृत्वात सदैव यश मिळत गेल्यामुळे आणि हशा अन् टाळ्या यांचा खुराक खाल्ल्यामुळे बाबूरावांना तयारीची गरज वाटली नाही. कोणतीही सभा, केव्हाही आपण जिंकू शकू, हा त्यांचा विश्वास त्यांना या वेळेस नडला. खरं तर असा प्रसंग, असा श्रोतृवर्ग दैवदुर्लभ होता. कुणाही पट्टीच्या वक्त्याला हे एक आव्हान होतं. दुर्दैवानं बाबूरावांना त्याचं गांभीर्य कळलं नाही. शिवाजी पार्कच्या किंवा शनिवारवाड्याच्या पुढच्या पटांगणातील श्रोत्यांसमोर बोलावं तसे ते बोलले. गर्दीची नशा त्यांच्या डोक्यात भिनलेली होती, म्हणून हजार लोकांच्या साहित्यिक सभेचं तंत्रच ते विसरले. मनात आणलंच असतं, तर अप्पासाहेबांपेक्षाही सरस आणि चार अंगुळं वर असणारं भाषण ते करू शकले असते. संयम आणि नम्रता या दोन्ही गोष्टी त्यांच्या आयुष्यातून केव्हाच अदृश्य झाल्या होत्या. त्या तशा अदृश्य झाल्या नसत्या, तर आपल्या अभिजात कवित्वानं

आणि रसिकतेनं त्यांनी सभा केव्हाही जिंकली असती. जनमनाचं मानसशास्त्र त्यांच्याइतकं कुणालाच माहीत नव्हतं. पण आजचा हा केवळ सामान्य नागरिकांचा जमाव नाही, ही गोष्टच ते विसरून गेले. या ऐतिहासिक प्रसंगात लोकांना पुण्यात वावरणारे, पूर्वीचे साहित्यिक बाबूराव हवे होते. दुर्दैवानं त्यांना ते भेटलेच नाहीत. त्यांना भेटले ते वेड्यावाकड्या कोलांट्या उड्या मारून लोकांना हसविणारे विदूषक बाबूराव. त्यांनी लोकांना हसविले. त्याच त्या जुन्या कोट्या आणि असभ्यतेकडे झुकणारे त्यांचे विनोद ऐकूनही श्रोते हसत होते. हसणाऱ्या श्रोत्यांना अधिक हसवावं म्हणून बाबूराव आणखी खालच्या पातळीवर उतरत होते. बाबूराव जवळपास तासभर बोलले. पण त्यात कुठचा, साहित्यिक विचार नव्हता. भूतकाळातील या शहराच्या त्यांच्या आठवणी नव्हत्या किंवा त्यांचं अभिजात कवित्वही नव्हतं. हसताना लोकांना काही चुकतंय, असं वाटलं नाही. याचं कारण बाबूरावांचं भारून टाकणारं व्यक्तिमत्त्व साक्षात उभं होतं. आपण बाबूरावांच्या विनोदाला हसून स्वतःही खालच्या पातळीवर यायला साह्यभूत होत आहोत याचं श्रोत्यांना भान नव्हत.

पण बाबूराव व्याख्यान आटोपून खाली बसल्यावर श्रोत्यांना दोन्ही वक्त्यांच्या भाषणांची तुलना करण्याचा मोह आवरणं शक्य नव्हतं. सर्वांनीच अप्पासाहेब समयोचित आणि सुंदर बोलले, असा निर्वाळा दिला. या दिलजमाईत तरी अप्पासाहेबांनी बाबूरावांच्यावर मात केली, हे मनोमन मान्य केलं. बाबूरावांना आपलं काही चुकलंय याचं भान नव्हतं. उलट, अप्पासाहेबांच्यापेक्षा श्रोत्यांकडून आपण अधिक दाद मिळविली याच आनंदात ते होते. त्यांचं भाषण पडलं, हे बाबूरावांना तोंडावर कुणी सांगणं शक्य नव्हतं आणि बाबूराव आत्मसंशोधनाच्या पलीकडे गेले होते. साहित्यिकांच्या लहान-मोठ्या जथ्यात दोन्ही भाषणांची तुलना होत होती. बाबूरावांचे अगदी नजीकचे मित्र मात्र मनातून दुःखी झाले. ज्यांनी हा दिलजमाईचा समारंभ घडवून आणला, त्यांनाही मनोमन दुःख झालं होतं. कारण गजाननराव जरी दोघांचे मित्र असले तरी बाबूरावांच्यावर त्यांची अधिक भक्ती होती. बाबूरावांनी अपेक्षाभंग केला, याचं सर्वांत जास्त दुःख त्यांना होणं साहजिक होतं. कारण अप्पासाहेब तसे तुसडे असल्यामुळे त्यांची कोणाशी मैत्री होणं शक्य नव्हतं. याउलट, बाबूराव हे मैत्री मानणारे होते. अप्पासाहेबांनी बाबूरावांचा या उत्तर काळात पराभव करावा, या गोष्टीची खंत बाबूरावांच्या मित्रांत झाली, तर त्यात चुकीचं काहीच नव्हतं. आप्पासाहेबांची साहित्यसेवा सर्वांना मान्य होती; परंतु त्यांचा तुसडेपणा व उद्धटपणा यामुळे

त्या सर्वांचे अप्पासाहेबांच्याबद्दल मत चांगलं नव्हतं. याउलट, बाबूरावांच्या सर्व मर्यादा लक्षात घेऊनही आणि बाई-बाटली या त्यांच्या व्यसनांचा दुर्लौकिक सदैव कानांवर पडूनही बाबूरावांच्यावर मनोमन प्रेम करणारे जे साहित्यिक होते, ते साहित्यिक मात्र आजच्या सभेनंतर दु:खी झाले. साहित्यिक बाबूराव आता संपले असा त्यांनी मनोमन निष्कर्ष काढला. बाबूराव आणि अप्पासाहेब यांची दिलजमाई झाली अन् दोन श्रेष्ठ साहित्यिकांतील प्रदीर्घ काळ चालू असलेलं वैर संपुष्टात आलं, या घटनेतला सारा आनंद बाबूरावांनी आपल्या भाषणानं नासून टाकला.

*

बाबूरावांच्या नाटकात काम करणारी वसुंधरा ही एक नटी. बाबूरावांच्या नाटकातच ती प्रथमच रंगभूमीवर काम करायला लागली आणि तीही बाबूरावांनी शिफारस केली, म्हणून. नटी म्हणून ती काही फार गुणवती नव्हती. तिचा लौकिक फारसा चांगला नव्हता. एका श्रीमंत शेठजींची खरं तर ती रखेली होती. अर्थात, रखेली हा शब्द कानाला टोचणारा म्हणून कुणी त्याचा उच्चार करीत नसे. तिचं वागणंही तेवढं थिल्लर नव्हतं. शेठजींनी तिला गिरगावात एक चांगला ब्लॉक घेऊन दिला होता आणि तिला हवं तसं वागायचं स्वातंत्र्यही दिलं होतं. ते येणार असले की, फोन करून येत. त्यामुळे तिला दुसऱ्या पुरुषासमवेत पाहण्याचा अनवस्था प्रसंग त्यांच्यावर आलेला नव्हता. त्यांची तिच्याकडची फेरी आठवड्यातून एखादे वेळा झाली न झाली. त्यामुळे तिला तसा रिकामटेकडा वेळ खूपच होता. गणिकेचं लाघव, सौष्ठव आणि संभाषणातील गोडवा तिच्याजवळ होताच. त्यामुळे फारसं सौंदर्य नसूनही तिच्याबद्दल आकर्षण वाटायचं. बाबूरावांची आणि तिची गाठ पडली, हा एक तिच्या आयुष्यातला चांगला योगायोगच म्हटला पाहिजे, कारण त्यामुळे ती नटी झाली. कोणतंही काम कामचलाऊ आणि ठीकठाक करून तिनं आपलं स्थान मजबूत ठेवलं होतं. बाबूरावांच्या अनेक पात्रांपैकी एक पात्र म्हणून वसुंधरेचा उल्लेख खासगी वर्तुळात होई.

बाबूरावांचं नवं नाटक निघालं की, त्यात तिच्यासाठी म्हणून लिहिलेलं एक पात्र त्यात असेच. बाबूरावांनाही करमणुकीच्या हुकमी जागा हव्या असल्यामुळे त्यांनी वसुंधराला सांभाळून ठेवलं होतं. बाबूरावांचा स्वभाव लक्षात घेता, ते दीर्घकाळपर्यंत कुठल्याही स्त्रीत गुंतून पडणारे नव्हते. अर्थात, तारिणी त्याला अपवाद होती. तारिणी त्यांच्या जीवनाचा एक भागच बनली होती. तिला जे

एक प्रौढ, सुसंस्कृत आणि सुशिक्षित अस्तित्व होतं; त्यामुळे बाबूराव तिच्या आकर्षणातून कधीच मुक्त झाले नव्हते. हळूहळू तारिणीच्या स्वामित्वाच्या कल्पना वाढू लागल्या, तेव्हा मात्र बाबूराव अस्वस्थ व्हायला लागले. कुणाचाही काच सहन करावा, अशी बाबूरावांची मनोधारणा नव्हती. लहान-मोठे खटके उडायला लागल्यामुळे बाबूराव हळूहळू भोवतालच्या स्त्रियांकडे विसाव्याची जागा म्हणून पाहू लागले आणि त्यांच्या लक्षात आलं की, अशा स्त्रिया मिळविण्यासाठी काही खटपट करण्याची आवश्यकताच नाही. समाजात वखवखलेल्या, असमाधानी आणि संधीची वाट पाहणाऱ्या पुष्कळ स्त्रिया असतात. त्यामुळे कुणा स्त्रीच्या मागं लागण्याचा प्रसंग त्यांच्यावर ओढवलाच नाही. नुसतं सुचवायचा अवकाश–अनेक स्त्रिया एकांतासाठी आतुर झालेल्या असायच्या. या स्त्रिया रूपसंपन्न असाव्या, असाही बाबूरावांचा आग्रह नव्हता. तेवढ्यापुरती करमणूक म्हणून त्यांना कोणतीही स्त्री चालत असे. बाबूरावांच्या दिवाणखान्यात अशा स्त्रिया नेहमी बसलेल्या असायच्या. कित्येकांना आश्चर्य वाटे की, असल्या सामान्य स्त्रिया बाबूरावांना आवडतात कशा? एकदा थोडा धीटपणा दाखवून बाबूरावांचे मित्र अनंतराव म्हणाले,

"बाबूराव तुमचं मला आश्चर्य वाटत. उत्तमोत्तम गोष्टींचा तुम्हाला किती ध्यास आहे आणि उदात्त, सेवाव्रती, प्रतिभासंपन्न अशा माणसांच्या संगतीत तुम्ही कसे वाहून जाता, हे मी पाहिलेलं आहे. मग स्त्रियांच्याच बाबतीत सामान्य कुवतीच्या स्त्रिया तुम्हाला एवढ्या आवडतात तरी कशा?"

बाबूराव नुसते हसले आणि म्हणाले,

"स्त्रियांची बुद्धी पाहून स्त्रियांना जवळ करण्यात काय अर्थ आहे? बौद्धिक झटापट करायची असेल; तर दत्तो वामन पोतदार आहेत, बापूसाहेब माटे आहेत, गाडगीळ आहेत, शिरवाडकर आहेत, गोरे आहेत. तेव्हा स्त्रियांकडून बौद्धिक चर्चेची अपेक्षा ठेवू नये. बुद्धीचा प्रश्न गैरलागू आहे. दुसरा रूपाचा. स्त्रीचं रूप ही महत्त्वाची गोष्ट आहे. पण रूपसंपन्न स्त्रिया या इतक्या आत्मप्रेमी असतात की, त्या सगळं राखून ठेवतात. त्यांचं कौतुक करावं, अशी त्यांची अपेक्षा असते. स्त्री-पुरुष संबंधांत स्त्रीकडून आपली अपेक्षा काय असते? तर स्त्रीनं आपल्या मनावर असलेली सगळी दडपणं नष्ट करावीत आणि आपल्या आनंदात सर्वथा विलीन होऊन जावं. शिवाय तिनं बऱ्या-वाईटाची चिकित्सा न करता आपलं कौतुक करून आपल्याला उत्तेजन द्यावं. अगदी शारीरिक क्रियेचा विचार केला, तर आत्मकेंद्रित नसलेली पण तुमच्या कर्तृत्वानं भारलेली आणि

अंतर्बाह्य फुलून येणारी स्त्री तुम्हाला मन:पूत समाधान देऊ शकते. आपण कुठल्या तरी टोकाला जाऊन सदैव लढाईच्या पावित्र्यात असतो; निदान मी तरी असतो. त्यामुळे आपल्या सर्व इंद्रियांनाही आपण तेच वळण लावतो. आपली सर्व दडपणं नष्ट व्हावीत, म्हणून तर आपण असल्या फंदात पडतो. राग-रुसवा, मनधरणी, हट्ट-कलह या गोष्टी सुरू झाल्या की, मनावर आलेली दडपणं कमी होत नाहीत; उलट आपल्यालाही सदैव सावध राहावं लागतं. आपल्याजवळ वेळ असतो थोडा. आपल्या व्यक्तिमत्त्वावर संतुष्ट असलेली स्त्री आपल्या प्राप्तीसाठी आतुर झालेली असते. हा पुरुष आपल्यावर अनुग्रह करण्यासाठी आलेला आहे, असं ज्या स्त्रीच्या मनात असतं, ती स्त्री आपल्या असलेल्या आणि नसलेल्या गुणांचं कौतुक करते, आपल्याला फुलविते. आपल्याला संतुष्ट करण्यासाठी आपली गरज ओळखून हवं ते देऊ करते.''

*

विमानात बसण्यापूर्वी कात्र्यांचं मन अस्वस्थ होतं. तशी त्याला काही कारणं होती, अशातला काही भाग नाही. पण अमेरिकेचा आपला दौरा आपण स्थगित करावा आणि इंग्लंडला जाऊनच हिंदुस्थानला परतावं, असंही त्यांच्या मनानं घेतलं होतं. एक तर अलीकडे त्यांना प्रवासाची दगदग सोसत नसे आणि त्यातही अमेरिकेत त्यांचे जरी भरगच्च कार्यक्रम आखलेले असले, तरी जीवाभावाचा असा कुणी मित्र तेथे नव्हता. मित्र जोडण्यात ज्या माणसाचा जन्म गेला, त्याला मित्रांशिवाय किंवा मैत्रिणींशिवाय जगणं अतिशय कष्टदायक वाटतं. तसे थोड्या परिचयाचे लोक भोवताली गोळा होतात, परंतु ते दोस्तीची भूक भागवू शकत नाहीत. पण ज्या वेळेस युरोपचा आणि अमेरिकेचा हा दौरा करण्याचं ठरलं, तेव्हा त्यांच्या नेहमीच्या उत्साहानं पाच-पंचवीस फोन करून आपण अमुक तारखेला अमुक ठिकाणी येत आहोत, असं अनेकांना कळवून ठेवलं होतं; त्याचंही दडपण नाही म्हटलं तरी कात्र्यांच्यावर होतंच, तेव्हा जाणं अटळ होतं. विमानतळावर त्यांचे अनेक मित्र निरोप द्यायला आले होते. पण विमानात अचानक नादुरुस्ती झाल्यामुळे विमानाची सुटण्याची वेळ लांबत गेली. त्यामुळे कंटाळून बरेच लोक परत गेले. होता-होता सगळेच लोक परत गेले. फक्त मिसेस स्मिथ तेवढ्या मागे उरल्या. जसजसशी रात्र वाढत गेली, तसतसे त्यांनीही जावं असं कात्र्यांनी सुचवून पाहिलं. पण त्या म्हणाल्या,

"उशिराची मला काही चिंता नाही आणि माझा नवरा जवळच कामाला आहे. शिवाय आमचं घर येथून किती जवळ आहे, हे तुम्हाला माहीतच आहे. यदाकदाचित फ्लाईटच रद्द झाली, तर तुम्ही एकटे काय करणार? मी थांबले तर निदान माझ्याबरोबर तुम्ही घरी येऊ शकाल."

कात्र्यांनी मिसेस स्मिथ- पूर्वीची ज्युलिया- हिच्याकडे नीट निरखून पाहिलं. तशी आता तिची साठी जवळ आली होती. त्या दोघांचा पहिला परिचय झाला, तो इंग्लंडमध्ये कात्रे शिक्षणासाठी गेले, तेव्हा. तीस-पस्तीस वर्षांहून अधिक काळापूर्वी. ज्युलिया तेव्हासुद्धा सुंदर नव्हती, पण अतिशय खेळकर होती. तिची जी बोलण्याची लकब होती, ती विलोभनीय होती. तिला भारताबद्दल विलक्षण कुतूहल होतं आणि आज जरी ती लग्न केल्यामुळे पॅरिसमध्ये राहत असली, तरी मूळची ती अस्सल इंग्लिश होती. तिचा जन्मही हिंदुस्थानात झाला होता. तिची बालपणची आठ-दहा वर्षे हिंदुस्थानातच गेली होती आणि तिचा अभ्यासाचा विषय तत्त्वज्ञान असल्यामुळे भारतीय तत्त्वज्ञानाबद्दल तिला आस्था होती. इंग्लंडमध्ये कात्र्यांची आणि तिची ओळख झाल्यानंतर तिनं कात्र्यांकडून अनेक संकल्पना समजून घेण्याचा प्रयत्न केला. पाप-पुण्य, नीती-अनीती, सोवळं-ओवळं, वर्णव्यवस्था, कर्मविपाकाचा सिद्धान्त, पुनर्जन्म आणि मानवी आत्म्यांचं वेगवेगळ्या योनींतून भ्रमण-या व अशा अनेक कल्पना परकीय माणसाला समजणं अवघड जातं. भारतीय वेदांताचा पाया असल्याशिवाय या साऱ्या गोष्टींचं आकलन होणं कठीण असतं, म्हणून तिनं गीतेच्या अभ्यासानं सुरुवात करावी असं कात्र्यांनी सुचविलं होतं. व्यवहारात जे काही भारतीय तत्त्वज्ञान अस्तित्वात आहे, त्याला वेदान्त असं जरी म्हटलं तरीही गीतेत भारतीय व्यवहारिक धर्माचं स्वरूप पुरेसं व्यक्त होतं, असं त्यांनी सांगितल्यानंतर तिनं गीतेच्या अभ्यासावर लक्ष केंद्रित केलं. चातुर्वर्णव्यवस्था आणि पुनर्जन्माचा सिद्धान्त यामुळे भारतीय तत्त्वज्ञानाबद्दल तिला ओढ वाटू लागली.

कात्र्यांनी सांगितलं होतं-, "बुद्ध आणि महावीर यांनी प्रस्थापित केलेलं तत्त्वज्ञान हाही भारतीय तत्त्वाज्ञानाचाच एक भाग आहे. जी काही संस्कृती या अवनीतलावर निर्माण झाली असेल-मग ती उत्तर ध्रुवावर असो, व्होल्गेच्या काठावर असो, ग्रीसमध्ये असो किंवा हिमालयाच्या रांगात असो-ती एकच संस्कृती वेगवेगळ्या स्वरूपात, कधी विकृत स्वरूपात तर कधी शुद्ध स्वरूपांत जगात पसरलेली असावी. संस्कृत भाषेची आणि देवनागरी लिपीची परिपूर्णता पाहिली म्हणजे, माणसाच्या अनेक पिढ्या ही भाषा आणि लिपी घडवीत

होत्या, असा तर्क करायला जागा आहे. संस्कृत ही आर्यांची भाषा. अनार्य किंवा आदिमानव अशाही जमाती असू शकतील, पण फार थोड्या शब्दांत त्यांना व्यवहार करावे लागत असले पाहिजेत. शिवाय, लिपीची त्यांना आवश्यकताही वाटली नसेल. कदाचित चीनमध्ये असणारी चित्रलिपी ही अधिक पुरातन असू शकेल. पण हा सगळा अंदाजाचाच खेळ आहे. उत्तर ध्रुवावरून आर्य आले, हे ग्रहगणितावरून सिद्ध करता येण्यासारखे आहे आणि तेथून ते व्होल्गेच्या काठाने उतरत काही इराणमध्ये, काही ग्रीसमध्ये, काही जर्मनीत, तर काही चीन आणि हिंदुस्थानच्या दिशेने गेले असण्याची शक्यता आहे. माणसाच्या प्राथमिक गरजांचे सर्व शब्द एकसारखे आहेत आणि ते सर्व भाषांत अजूनही तशाच उच्चारांत वापरले जात आहेत, हा एकच संस्कृती सर्वत्र असावी याचा मार्गदर्शक पुरावा.''

प्राचार्य कात्रे हे काही तत्त्वज्ञानाचे किंवा भाषाशास्त्राचे प्राध्यापक नव्हते. पण त्यांचा बौद्धिक आवाका खूप मोठा होता. अनेक विषयांत त्यांना जिज्ञासा होती. इंग्लंडला जाण्यापूर्वीच त्यांनी श्रेष्ठ दार्शनिकांकडून अनेक गोष्टींचा परिचय करून घेतला होता. संस्कृत त्यांना येत होतंच आणि इंग्रजीवरही त्यांची हुकमत होती. त्यामुळे त्यांचं ज्ञानाचं क्षेत्र आपोआपच वाढत गेलं. जे ज्ञान त्यांनी आपल्या विचारांची बैठक पक्की व्हावी म्हणून इंग्लंडमध्ये जाण्यापूर्वीच घेतलं होतं, त्याचा उपयोग त्यांना ज्युलियाला भारतीय तत्त्वज्ञान शिकवताना झाला. त्यातलं त्यांचं ज्ञान फारसं खोल होतं, अशातला भाग नाही; पण त्यामुळे लायब्ररीत जाऊन उरलेला सर्व वेळ ज्ञानसाधनेत घालवण्याची त्यांना सवय जडली. ज्युलियाला शिकवता-शिकवता हळूहळू त्यांची शारीरिक लगट वाढत गेली. त्या वेळचा जमाना काही आजच्याइतका पुढारलेला नव्हता. हिंदुस्थानात येऊन जर ज्युलिया स्थायिक व्हायला तयार झाली असती, तर विधुर झालेल्या कात्र्यांनी तिला आपल्याबरोबर पत्नी म्हणून नक्कीच आणले असते. ज्युलियाच्या घरातलं वळण जुनं आणि रूढीप्रिय होतं. कात्रेच जर इंग्लंडमध्ये राहायला कबूल झाले असते, तर कदाचित जुनाट मते असणाऱ्या तिच्या आई-वडिलांनी या काळ्या माणसाशी लग्न करायला तिला परवानगीही दिली असती. पण तसं काही होऊ शकलं नाही. उभयतांत कटुता न येता, दोघांनी आपापल्या रस्त्यानं चालायचं ठरवलं आणि थोड्या भग्न अवस्थेत कात्रे हिंदुस्थानात परतले.

स्वतंत्र वृत्तीच्या, सुखाचं आदान-प्रदान करू शकणाऱ्या, बरोबरीनं वागणाऱ्या स्त्रीची संगत किती उन्मादक असते, याचा त्यांना अनुभव आला आणि तो अनुभव त्यांना आयुष्यात परत कधीही मिळाला नाही. त्यांच्या आयुष्यात स्त्रिया

काय कमी आल्या? तारिणीसारखी सुंदर, सुसंस्कृत, समर्पण करू इच्छिणारी स्त्री त्यांच्या आयुष्यात आली. तिनं त्यांना तशा अर्थानं सुखीही केलं. पण अखेरीस ती कात्र्यांची गुलाम म्हणूनच वावरली. हिंदू स्त्रीच्या मनातच दासीपणा आहे. तिच्या मनातून ते दास्य पुरं पुसलं गेलेलं नाही. ज्युलियाला ज्याप्रमाणे ज्ञान मिळवण्याची उत्सुकता होती आणि ज्ञानानंदाच्या पुढे जगातील कोणताही आनंद दुय्यम मानण्याची तिची तयारी होती, तशी त्यांना त्यांच्या आयुष्यात आलेल्या अन्य स्त्रियांत कधीच आढळली नाही. ज्युलियाशी त्यांची ओळख झाली. परिचय वाढला. ती वारंवार भेटू लागली. एवढंच नव्हे, तर ती शरीरानंही एकत्र आली. पण शारीरिक प्रेम दिल्यावर काही विशेष अधिकार प्राप्त होतो, असं तिनं कधी मानलं नाही. मालकी हक्कांचा प्रश्नच नव्हता. पहिल्यांदा जेव्हा ते एकत्र आले, त्यानंतर पडलेल्या गाठीभेटीच्या वेळेत तिच्यात म्हणण्याजोगा फारसा फरक झालेला त्यांना आढळला नाही. स्त्रीच्या आयुष्यातली सर्वांत महत्त्वाची घटना घडल्यानंतरसुद्धा तिच्यावर कसलंच दडपण नव्हतं. हिंदूंत आणि त्यातही ब्राह्मण जातीत जन्म पावलेल्या कात्र्यांना ज्युलियाची मनोवृत्ती समजावून घेणं कठीण गेलं. ज्युलियाचा सहवास उत्तेजक होता. संभाषण रुचिर होतं. जसे स्त्रियांच्या जवळ असतात तसे अनेक विभ्रमही तिच्याकडे होते आणि बौद्धिक वादविवादात ती दिसे त्यापेक्षा शारीरिक संबंधांच्या वेळी ती थोडी निराळीही भासली. पण तेवढंच. त्यानंतर थोडा काळ उलटला की, लाटेवर स्वार झालेली आणि किंचित बेभान झालेली स्त्री ती हीच काय, असा कात्र्यांना प्रश्न पडे.

एकदा चर्चेच्या ओघात तिनं सांगितलं, स्त्रीला पुरुषाची आणि पुरुषाला स्त्रीची ओढ लागते, यात गैर काही नाही. ती एक जीवशास्त्रीय गरज आहे. जशा आपण अन्न, पाणी, निद्रा, हसणं, रडणं या जीवशास्त्रीय गरजा मानतो; त्यापेक्षा स्त्री-पुरुषानं एकत्र येण्याची गरज फार वेगळी नाही. आपण तिला अवाजवी महत्त्व दिलं आहे, एवढंच. म्हणून काहीही कारण नसताना स्त्री-पुरुष गुंतागुंत निर्माण करतात. याचा अर्थ, मी लग्नसंस्थेच्या विरुद्ध आहे, असा करू नका. लग्न हे दोन व्यक्तींच्या अशा प्रबळ आसक्तीतून निर्माण व्हायला हवं, की जी आसक्ती दीर्घकाळ टिकेल असा विश्वास वाटायला हवा. एखाद्या स्त्रीशी एखाद्या पुरुषाचा संबंध आला, म्हणून त्यांना जन्माचे एकत्र बांधण्यात फारसा शहाणपणा नाही. जबरदस्तीनं एकत्र राहायला भाग पाडणारी माणसं खऱ्याखुऱ्या अर्थानं एकमेकांवर प्रेम करू शकत नाहीत. दोघांना एकत्र राहण्यासाठी पुष्कळ गोष्टींत एकमेकांचं जमावं लागतं. त्यात शरीर-व्यवहार हीही गोष्ट आली. दोन

सुदृढ, आरोग्यदायक स्त्री-पुरुष शारीरिकदृष्ट्या एकमेकांना सुखी करतातच, असं नाही. म्हणून स्त्री-पुरुष संबंधांत पावित्र्य श्रेष्ठ मानण्यापेक्षा अनुरूपता श्रेष्ठ मानली पाहिजे आणि अनुरूपता आहे किंवा नाही, हे अनुभवाशिवाय कसं ठरवणार?''

''म्हणजे स्त्री-पुरुषानं कोणतंही बंधन न स्वीकारता जर मुक्तपणानं शरीर-व्यवहार केला, तर त्याला त्याची तुझी हरकत नाही.''

''आहेही आणि नाहीही. सर्वसामान्यत: दोन स्त्री-पुरुषांची चांगली ओळख होते. त्यांचा परिचय होतो. स्वभावाचे कंगोरे कळू लागतात किंवा मतभेद असले तरी त्यांची टोके गुळगुळीत होतात आणि त्यानंतरच शरीरव्यवहार सुखाचा होण्याची शक्यता निर्माण होते. शंभरांपैकी पंच्याण्णव टक्के असे जमलेले मैत्रीचे संबंध सुखी विवाह-संबंधांत रूपांतरित होऊ शकतील. याचं कारण दोन सुसंस्कृत माणसं जेव्हा शारीरिक एकात्मता साधण्याच्या अवस्थेपर्यंत येतात, तेव्हा त्यांनी एकमेकांशी जमवून घेण्याचा विचार पक्का ठरवलेला असतो. तेव्हा तुम्ही सांगता तशी, स्वैराचाराला मी मुभा देऊ इच्छित नाही, पण शरीरव्यवहार घडलाच आणि पुढे त्याची परिणती विवाहात झालीच नाही, तर आकाश-पाताळ एक करण्याचं कारण नाही. शेवटी आयुष्य हा एक प्रयोगच असतो. सर्व गोष्टी अनुकूल असूनही पुरेसं तापमान वाढलं नाही, तर विज्ञानाचा प्रयोग यशस्वी होत नाही. एक तर शरीरव्यवहाराला अवाजवी महत्त्व दिलं जातं किंवा शरीरव्यवहाराला अगदी क:पदार्थ मानलं जातं. तुम्हा भारतीय माणसांना हे समजणं फार कठीण आहे, कारण तुम्ही भलभलत्या गोष्टींना बेहिशेबी महत्त्व दिलं आहे. मी वाचलेलं जर बरोबर असेल, तर कोणताही यज्ञ सुरू करण्यापूर्वी पती-पत्नीला आपल्या सर्व पाप-पुण्यांची उघड कबुली द्यावी लागत असे आणि यज्ञ तर प्रत्यही घडत. आपल्या हातून व्यभिचार झाला असल्याचं तेव्हा कबूल करणं आलं. काही प्रमाणात तरी पतीशिवाय अन्य पुरुषाशी स्त्रियांचा संबंध येत असला पाहिजे. नाही तर असे कबुलीजबाब देण्याची काय गरज आहे? तुमच्यापैकीच एका संशोधकाने भारतीय विवाह-संस्थेचा इतिहास लिहिलेला आहे. त्यात मांडलेली कित्येक मतं आम्हा पाश्चिमात्य लोकांनासुद्धा भयंकर वाटतील. स्वतंत्र विचारांची तुमची परंपरा तुम्ही विसरत चालल्यामुळे अनेक प्रश्न निर्माण केले आहेत. खरी गोष्ट अशी आहे की, नीतिनियमांसाठी माणूस का माणसांसाठी नीतिनियम, हे सूत्रच तुम्ही विसरल्यामुळे पाप-पुण्याच्या भ्रामक कल्पना तुम्ही बाळगल्या आहेत. मानवसमूह टोळ्या करून जगत होता, तेव्हा टोळीची प्रमुख स्त्री असे. संतती स्त्रीच्या नावानं ओळखली जात असे, कारण

कोणत्या पुरुषापासून संतती झाली, हे सांगणं फार कठीण असे–इतका मुक्त स्त्री-पुरुष संबंध त्या वेळेस टोळीत चालत असे. पुढं स्त्री-पुरुषसंबंधांवर निर्बंध आले. त्यालाही सामाजिक व अर्थशास्त्रीय कारणं आहेत. आता विवाह-संस्था जगात सर्वत्र स्वीकारली गेली आहे; आमच्याकडेही ती आहे. पण तुमच्याकडे ज्याप्रमाणे मालक आणि दास असे जे स्त्री-पुरुष संबंधांचे रूप आहे, तसे मात्र आमच्याकडे आता राहिलेले नाही. आज ना उद्या तुमच्याकडेही राहणार नाही. या गोष्टीचा मी सांगोपांग अभ्यास केलेला नाही. पण भारतीय तत्त्वज्ञानाचा मला जो अभ्यास करायचा आहे, तो त्यांतील मोक्ष कल्पनेपेक्षाही नीती-अनीती संबंधात करायचा आहे. भारतीय संस्कृती ही पुरातन आहे. त्यामुळे पावित्र्याची स्थानं आणि त्यांचे संबंध कसकसे बदलत गेले, हे शोधून काढायला प्रयास पडतील.''

कात्रे आणि ज्युलिया यांचे संबंध दूर अंतरामुळेसुद्धा दुरावले नव्हते. हिंदुस्थानात येऊन स्थायिक होण्याला ज्युलिया तयार नव्हती. पण अभ्यासासाठी ती वारंवार हिंदुस्थानात येत राहिली आणि तिची भेट अधून-मधून होतही राहिली. कात्रे थांबले असते, तर कदाचित भारतीय तत्त्वज्ञानाच्या प्रेमापोटी ज्युलिया येथे स्थायिक झालीही असती. पण कात्र्यांनी आल्या-आल्याच लग्न केलं. एवढंच नव्हे तर त्यांनी पुढे अनेक स्त्रियांशी संबंधही ठेवले. त्यामुळे गाठीभेटी होत राहिल्या, तरीही त्यांच्या संबंधांना पुष्कळसे औपचारिक स्वरूपच आलं होतं. प्रौढावस्थेत ज्युलियानंही लग्न केलं आणि मग त्या उभयतांचा संबंध हळूहळू विरत गेला. औपचारिक ग्रीटिंग्ज, शुभेच्छा किंवा परिचयपत्रे येत-जात होती. भारतातल्या आपल्या मुक्कामात एखाद-दुसऱ्या वेळेस तिची गाठही पडे. किंवा कात्रे परदेशात जात तेव्हा ज्युलिया आणि तिचा नवरा यांची आणि कात्र्यांची गाठ पडे वास्तविक, ज्युलिया आणि तिचा नवरा यांच्याइतकं विसंगत जोडपं जगात आढळलं नसतं. उंची, रूप, व्यवसाय, आवडी या साऱ्यांत भिन्नता असूनही कोणतीही कटुता न येता, त्यांचा संसार सुखाने चालला होता.

याचं रहस्य जेव्हा कात्र्यांनी ज्युलियाला विचारलं तेव्हा ती हसली आणि म्हणाली, ''ते तुला कळणार नाही. मी त्याची मालमत्ता नाही किंवा तोही माझ्या मालकीची किमती वस्तू नाही. परस्परांच्या कर्तृत्वाविषयी आम्हाला आदर आहे. माझा नवरा मनानं तर उदार अंत:करणाचा आहेच, पण त्याहीपेक्षा माणूस म्हणून तो संतपदाला पोहोचला आहे. खरोखरच, तुला सांगते की, त्यांना पाहिलं म्हणजे दिवसभराचा सारा शीणभार एकदम हरवून जातो. तुला तो थोडा बिचकतो. तुझ्याइतका आक्रमक गडगडाट त्याला करता येत नाही. तसा तो

शांत, सहृदयी, भावनांचं फारसं प्रदर्शन न करणारा माणूस आहे आणि मला वाटतं, कदाचित माझ्या तत्त्वज्ञानाच्या अध्ययनामुळे असेल– किंवा कदाचित त्याच्या सान्निध्याचा परिणाम असेल मीही तशीच होत चालली आहे. संध्याकाळी त्याचं काम संपवून तो परत येतो, कधी तो आधी येतो–कधी मी आधी येते. पण कुणाची तरी प्रतीक्षा करण्यात सुख असतं, हा नवाच शोध मला लागलेला आहे. त्या अर्थानं आय ॲम बिकमिंग इंडियन. नाही तरी हिंदू बायका नवऱ्याची प्रतीक्षा करण्यापलीकडे दुसरं काय करतात? माझी प्रतीक्षा तशी नसते. माझ्यात तुमच्या भारतीय तत्त्वज्ञानानं आमूलाग्र बदल केलेला आहे. मला ख्रिश्चॅनिटीतल्या कित्येक संकल्पना आता हास्यास्पद वाटतात. ख्रिश्चनांची 'दी डे ऑफ जजमेंट' ही कल्पना मला हास्यास्पद वाटायला लागलीय. सगळ्या मनुष्यजातीच्या पापाचा हिशेब एका दिवशी करायचा आणि निवाडा द्यायचा–या गोष्टीपेक्षा तुमची पुनर्जन्माची कल्पना मला अधिक काव्यमय वाटते. एक तर मनुष्यजातीचं सातत्य त्यात गृहीत धरलेलं आहे आणि त्यापेक्षा आजच्या दुःखाचा जोपर्यंत आपण निचरा करू शकत नाही, तोपर्यंत पुढच्या जन्माची आशा माणसाला चांगलं वागायला भाग पाडू शकते. तुमच्याही तत्त्वज्ञानात काही उणिवा आहेतच. उदाहरणार्थ–तुमची जन्मजात उच्च-नीचता, दैववादी विचारसरणी. पण तुलनात्मक दृष्ट्या तुमची संकल्पना मला जास्त सुखदायी वाटली.''

अशी गंभीर स्वरूपाची चर्चा त्यांच्यात नेहमी चालत असे. परक्या देशात भारतीय तत्त्वज्ञानावर अशी धर्मचर्चा ही तत्त्वदृष्ट्याही सुखदायी गोष्ट होती. कात्र्यांची मूळ प्रकृती तशी गंभीर होती. त्यामुळे असेल कदाचित, त्यांचे आणि ज्युलियाचे संबंध अधिक खोलवर जाऊन स्थिर झाले होते. ज्युलियाच्या म्हणण्याप्रमाणे कात्र्यांनी अमेरिकेला जाण्यापेक्षा पॅरिसमध्ये राहूनच विश्रांती घ्यावी आणि थकल्या-भागल्या देहाला उगाच शिणवू नये कात्र्यांना असा मोह झाला होताच. शारीरिक समागमाची ओढ लागण्याची दोघांचीही वयं उरली नव्हती आणि अलीकडे तसा प्रश्न कधी उद्भवलाच नाही. पण तिची संगत मात्र उत्कट आनंद देणारी होती. एक तर त्या अनुभवांना जुन्या स्मृतींची लव होती, शारीरिक उत्कटतेचा गंध होता आणि बौद्धिक साहचर्याचा स्वाद होता. आता कात्र्यांनी पॅरिसमध्ये राहावं; असा जो तिचा आग्रह होता त्याला तिनं जे कारण दिलं त्यामुळे कात्रे मनातून गहिवरले होते.

ती म्हणाली होती, ''आता आपली होणारी प्रत्येक भेट शेवटचीच, असं मी धरून चालते–किंबहुना, तशी मनाची तयारी करते. कारण प्रत्येकाला केव्हा

ना केव्हा तरी जायचंच आहे आणि आपल्याला घेऊन जाणारी गाडी स्टेशनात शिरत आहे, अशी घंटा वाजायला लागलेली आहे. प्रश्न इतकाच आहे की, त्या गाडीत चढण्यासाठी आपल्याला अजून किती अवधी मिळेल?''

कात्रे एकदम गंभीर झाले आणि म्हणाले, ''हे असले विचार भारतीयांच्या मनात आले तर शोभून दिसतील; पण तुझ्यासारख्या पाश्चिमात्य विचारवंत स्त्रीच्या मनात हे विचार शोभत नाहीत. आयुष्य कसं जगावं... त्यातून आनंदाचा बिंदून् बिंदू शोषून कसा घ्यावा... मुक्त हास्यविनोदात, आपल्या आवडी-निवडीत कसं रमून जावं–हे तुम्ही जाणता. साठाव्या वर्षीसुद्धा नव्यानं संसार मांडण्याची तुम्हाला उमेद असते. मृत्यू अटळ असला, तरी मृत्यूबद्दल बोलणं तुम्हाला आवडत नाही. आमच्या तत्त्वज्ञानात पुनर्जन्माची संकल्पना असल्यामुळे तशा अर्थानं आमचा आत्मा मृत्यू पावतच नाही. रोज ज्याप्रमाणे जुने कपडे आम्ही काढून टाकतो व नवे पेहरतो, तसे प्रत्येक मरणाच्या वेळेस आम्ही देहाचे जुने कपडे टाकून देतो. फक्त नवे कपडे कोणते, हे आम्हाला माहीत नाही, एवढंच.''

''मला वाटतं की, अज्ञात असणारे हे कपडे शोधण्यासाठी तू या प्रवासाला जाऊ नयेस.''

कात्र्यांच्या काळजावर एकदम एक चरा उमटला. महाराजांनी ज्याप्रमाणे आशीर्वाद दिला नाही किंवा पुढे होणाऱ्या गाठीभेटीबद्दल आश्वासन दिलं नाही, तसेच काहीसं ज्युलियाच्या हातून होत होतं. हे असं का व्हावं? कात्रे जरी सभा-संमेलनांत शुभ-अशुभ या संकल्पनाची टिंगल करीत असले तरी या सगळ्या गोष्टी ते पाळत असत. त्यांच्या आयुष्यातील प्रत्येक गोष्ट ते ज्योतिषाचार्य साळगावकरांना विचारल्याशिवाय करीत नसत. त्यांच्या प्रत्येक नाटकाचा मुहूर्त, पहिला प्रयोग, पुस्तकांची प्रकाशनं, चित्रपटांचे मुहूर्त हे सारं काही यथासांग शुभ-अशुभाचा विचार करून चालत असत. ते कधी पूजा-अर्चा करताना दिसले नाहीत; पण त्यांच्या अभ्यासिकेत एका कपाटाच्या आड त्यांचं कुलदैवत आणि इतर देवांच्या मूर्ती यांचा देव्हारा असे. कुणीही महत्त्वाची व्यक्ती आली तरीसुद्धा आंघोळीनंतर दहा-पाच मिनिटे पूजा-अर्चा, ध्यानधारणा, निदान गायत्री मंत्राचा जप केल्याशिवाय ते राहत नसत. अर्थात फारच थोड्यांना ही गोष्ट माहीत होती. अस्सल परंपरानिष्ठ हिंदुत्ववाद्यापासून ते पाखंडी कम्युनिस्टांपर्यंत सर्व राजकीय पक्षांत ते वावरून आलेले होते. पण त्यांच्या त्या बाह्य वर्तनाचा आणि अंतर्गत मनोव्यापारांचा तसा काही संबंध नव्हता. कुणी विचारलंच तर ते सांगत असत ''समाजवादी आणि कम्युनिस्ट असले म्हणजे देवाचं अस्तित्व नाकारलंच

पाहिजे, असं कुणी सांगितलं? प्रत्येक नागरिकाला सन्मानानं जगता यावं आणि काही न्याय्य तत्त्वानुसार संपत्तीची, सन्मानाची, प्रतिष्ठेची वाटणी व्हावी यासाठी वेगवेगळ्या मतप्रणाली अस्तित्वात आल्या. एका 'अगोचर' आदितत्त्वापुढे मी नतमस्तक झालो, तरी त्याचा माझ्या राजकीय व सामाजिक मतांशी काही संबंध? आमचे भाई चितळे हेसुद्धा असेच धर्मनिष्ठ व कर्मकांड करणारे नव्हते काय?''

काहीही असो–ज्युलियाच्या त्या उद्गारांमुळे कात्रे जरा चरकले. जसजसं माणसाचं वय वाढतं, तसतसा शारीरिक शक्तीसंबंधीचा त्याचा आत्मविश्वास कमी-कमी होत जातो. माणसाच्या शक्तीला मर्यादा आहेत, हे कळायला लागतं आणि एका मर्यादेनंतर मनुष्य आपोआप दुर्बल बनतो. अनेक शक्तिशाली सम्राट, सेनापती, अनेकांच्या हृदयावर कब्जा करणारे प्रतिभासंपन्न कवी, क्रीडापटू, एवढंच नव्हे, तर या विश्वाचे रहस्य उलगडण्याचा प्रयत्न करणारे शास्त्रज्ञ वा तत्त्वज्ञ यांपैकी सारे जण मृत्यूच्या अधीन झाले आहेत. ज्यांची नोंद मागे राहिली, असे सर्व क्षेत्रांतले मिळून पाच-दहा हजारसुद्धा लोक नसतील. 'माती असशी, मातीत मिळशी'' हेच सत्य खरं. 'मरावे परी कीर्तिरूपी उरावे' या शब्दालासुद्धा तसा फारसा अर्थ नाही. पाच-पंचवीस वर्षेसुद्धा ज्यांची स्मृती टिकत नाही, त्यांनी त्या तकलादू कीर्तीचा मोह बाळगावा कशाला? महाराष्ट्राचा मी लाडका नाटककार, हशा व टाळ्या वसूल करणारा आणि गर्दी जमवणारा एक असामान्य वक्ता, ज्याच्याबद्दल अनेक दंतकथा जन्म पावणार असा एक कुतूहलजनक माणूस... कोणत्याच बाबतीत, कोणत्याच सामाजिक नियमांचे बंधन न मानणारा एक बलदंड संपादक... पण मला आजतरी ही माझी विशेषणं हास्यास्पद वाटायला लागली आहेत. आणि, ती तशी आहेतही. कोण हा प्राचार्य कात्रे? इतर लोक अगदीच ठेंगू आहेत, म्हणून याची उंची लक्षात येते, इतकंच! इतर लोक अगदीच भेकड आहेत, म्हणून त्याच्या शौर्याचा गवगवा झाला! बाकीचे सारे लोक अगदीच दगड आहेत म्हणून लोकांना याच्या कवित्वाची, शैलीची आणि व्यक्तिमत्त्वाची भूल पडली. कुठे ते देशोदेशीचे विख्यात कलावंत, साहित्यिक, विचारवंत–आणि कुठे मी! अर्नेस्ट हेमिंग्वे, ऑस्कर वाईल्ड, शेक्सपिअर, ज्ञानेश्वर या सर्वांच्या संदर्भात आपण कोण्या झाडाचा पाल! या विचारामुळं ज्युलिया काय म्हणत होती, इकडे क्षणमात्र कात्र्यांचं दुर्लक्ष झालं. ती आणखीन काही तरी विचारत होती. पण काय विचारत होती, हे काही त्यांच्या डोक्यात शिरत नव्हतं. मग त्यांनी आपलं भरकटलेलं मन आणि तुटलेली विचारशृंखला जरा सावरली, आणि ते म्हणाले, ''आपण भलतेच

विचार बोलतोय, नाही?''

"भलतेच कसले? तू म्हणालास की–जुने कपडे काढून रोज आपण धुतलेले नवे वस्त्र पेहरतो, तसं आम्ही जन्म-मृत्यूला मानतो. खरंच तसं मानत असशील, तर ठीकच आहे. या वयात नाहीतरी अशी अलिप्तता यायलाच पाहिजे. पण तू तसा आहेस, असं मला वाटत नाही. तुझा जीवनावरचा लोभ इतका अनावर आहे की, अगदी शेवटचे डोळे मिटले आणि जर एखादा अनोखा सुगंध तेवढ्यातूनही जाणवला... तर तू उठून बसशील, डोळे उघडशील. आणि त्या सुगंधाच्या स्रोताकडे निरखून पाहशील. तुझ्याइतका जीवनभोगी माणूस आमच्या समाजातसुद्धा मला आढळला नाही. तुझ्याबद्दल पुष्कळ लोक पुष्कळ काही सांगतात आणि मला आश्चर्य वाटतं की, आपल्याबद्दल दंतकथा निर्माण करण्याची संधी तू त्यांना मुद्दाम देतोस. एखाद्या सभेत तू गेलास, तर तू सरळ अध्यक्षपदाच्या खुर्चीवर जाऊन बसणार. जिथलं स्थान सर्वांत मोठं, ते आपलंच– असं तू नेहमी म्हणत आलास. लग्नात नवरदेव होण्याच्या ऐवजी तू बँडवाला होशील, कारण तो सर्वांचं लक्ष वेधून घेतो! निदान पाद्री किंवा भटजी तरी होशील. प्रेतयात्रेत सामील झालास तर तू प्रेतसुद्धा व्हायला कमी करणार नाहीस, कारण लोक त्यावर फुले उधळणार. जीवनाची अनावर लालसा असणारी माणसं विकलांग होतात वा दुबळी वाटायला लागतात, तेव्हा इतरांना फार दुःख होतं. तुझ्यासारख्या पुरुषाचा मृत्यू हा रुग्णशय्येवर न होता, रणशय्येवर होण्यात अर्थ आहे. लढता-लढता मरण येणे किंवा पाहता-पाहता नाहीसं होणं असं काही तरी घडावं. मृत्यूबद्दल बोलताना मला मुळीच अवघड वाटत नाही. पण मृत्यू केवळ आपले अस्तित्व संपवत नाही, तर आपलं म्हणून जे-जे काही आहे त्यांचं आणि आपलं नातं पार तोडून टाकतो. तुला मुली तरी झाल्या; मला त्याही झाल्या नाहीत. माझं मागे काही राहणार नाही. अर्थात मला त्याची खंत नाही. तुला तुझ्या मुलींच्या डोळ्यांतून अजून जग पाहता येईल, त्यांना झालेल्या मुलांच्या डोळ्यांतून अजून जग पाहता येईल; असे किती काळपर्यंत चालेल, हे सांगता येत नाही. ही एक अनंतयात्रा आहे. आपण फक्त थांबे असतो. मागचा रस्ता सगळा आठवत नाही आणि पुढचा ओळखता येत नाही. प्रवास अटळ आहे. पुढे-पुढे जात राहिलंच पाहिजे. खरंच, मला सांग–तुझ्यासमोर मृत्यू उभा राहिला आणि म्हणाला, मी तुला न्यायला आलोय... तर तू त्याला काय उत्तर देशील?''

"खरं सांगू? माझ्यावर विश्वास ठेव. पण मी मृत्यूला सांगेन, 'मित्रा, आलास ते फार बरं झालं. तसा मी थकलो आहे. मी केव्हाही यायला तयार

आहे! मला माहीत आहे की, मृत्यूला पाहून सगळ्यांची घाबरगुंडी उडते; पण माझी नाही उडणार! मृत्यूला मी चांगला ओळखून आहे. तो आपल्याला नेतो म्हणजे नेमकं काय होतं, हेही मला ठाऊक आहे. ज्ञानेश्वर नावाचे संत आमच्याकडे होऊन गेले. त्यांनी जमिनीत स्वत:ला चिणून घेतलं–हसत हसत. दुसरे एक संत होऊन गेले. त्यांचे नाव तुकाराम. ते तर पक्ष्याप्रमाणे उडत-उडत आकाशातून निघून गेले. एका संताची धरित्री झाली; दुसऱ्या संताचं आकाश झालं! माझं काय होईल, मला माहीत नाही. मी काजवा झालो, तरी संतुष्ट असेन. जगण्याचं प्रयोजन आता संपलेलं आहे आणि ज्या वेळेस जगण्याचं प्रयोजन संपतं, तेव्हा एक तर जमिनीत गाडून घ्यावं किंवा आकाशात विरघळून जावं लागतं. आयुष्यातले सर्व भोग मी मनसोक्त भोगले. देवानं माझ्या हातात भरपूर दान टाकलं. माझी जीवनाबद्दल कसलीही तक्रार नाही. लोकांना वाटतं की, वार्धक्यामुळे, रुग्णावस्थेमुळे किंवा मृत्यूची चाहूल लागल्यामुळे मी नम्र झालो. पण विश्वास ठेव की, खरंच मृत्यू समोर आला, तर मी त्याच्याशी शेकहँड करीन आणि मागंसुद्धा वळून न पाहता त्याच्याबरोबर चालायला लागेन.''

''मी तुझ्याकडं पाहते आहे, हे मग तुला समजणार कसं?''

''त्याची काही आवश्यकता नाही. कारण त्या वेळेला पाठीलाही डोळे फुटतात आणि अदृश्य असणाऱ्या गोष्टीसुद्धा दिसायला लागतात.''

तोपर्यंत अनाऊन्समेंट झाली आणि उतारूंना ताबडतोब येण्याची सूचना मिळाली. प्राचार्य उठले, ज्युलियाही उठली. प्राचार्यांनी ज्युलियाचा हात हातात घेतला. तो कुरवाळला आणि अगदी अभावितपणे त्यांनी तिला जवळ घेतलं. तीही त्यांना बिलगली. एवढंच नव्हे, तर तिनं पाय उंच करून त्यांचा मुका घेतला. दोघे जण दूर झाली. गहिवरलेल्या आवाजात काही बोलणं शक्यही नव्हतं. प्राचार्य हळूहळू दूर होत चालले आणि आता ते तिच्या दृष्टिआड होणार एवढ्यात त्यांच्या लक्षात आलं की, हात उंचावून निरोप देणाऱ्या ज्युलियाच्या मागं तिचा नवरा उभा होता. त्याची आणि प्राचार्यांचीही नजरानजर झाली. प्राचार्यांनी हसून प्रतिसाद दिला आणि ते वळणावर वळून आत गेले. ज्युलियाच्या नवऱ्यानं आपल्या निरोपाचा प्रसंग पाहिला, याबद्दल त्यांच्या मनात शंका नव्हती. ज्युलिया म्हणाली, त्याप्रमाणे खरोखरच तो संतपदाला पोहोचलेला माणूस असला पाहिजे. आपली बायको कोणत्या कारणासाठी अपरात्री विमानतळावर आली आहे, हे त्याला माहीत असणारच. नाही म्हटलं तरी, तिचं आणि आपलं नातं त्याला माहीत असणं स्वाभाविक आहे. तशी कोरडी, भावनाशून्य, व्यवहारी अशी

वाटणारी ही माणसं प्रत्यक्षात तशी असतातच असं नाही. जसजसं वय वाढत जाते. तसा माणसा-माणसातला फरक कमी होत जातो. आपली बायको अपरात्री एका मित्राचा निरोप घेऊन परतणार आहे, हे माहीत असल्यामुळे तिला एकटं वाटू नये, एवढ्यासाठी तो आलेला होता. आणि येऊनही त्यानं आपलं अस्तित्व शेवटच्या क्षणापर्यंत जाणवू दिलं नव्हतं. आता तो बायकोला घेऊन परत जाईल तिला उल्हसित करण्याचा प्रयत्न करेल, एरवीपेक्षा अधिक खेळकरपणानं वागेल, ताटातुटीचं दुःख कमी करेल–याबद्दल प्राचार्यांच्या मनात शंका नव्हती. अशा तऱ्हेचा प्रसंग आपल्या देशात घडू शकेल काय, या प्रश्नाबरोबर ते थोडे गंभीर झाले.

अगोदरच विमान सुटायला खूप उशीर झाला होता. त्यामुळे लगबगीनं विमान सुटण्याची धावपळ चालू झाली होती. त्या धावपळीत प्राचार्य पुरते बुडून गेले आणि प्रत्यक्ष आपल्या सीटवर जाऊन बसेपर्यंत त्यांना मागं वळूनसद्धा पाहता आलं नाही आणि तसं मागं वळून पाहूनही फारसा उपयोग नव्हता, कारण इतक्या दूर अंतरावर छाया-प्रकाशांच्या पुंजक्यात जरी ज्युलिया उभी असती तरी तिला ओळखण्याचा संभवच नव्हता. त्यामुळे डोळे मिटून घेऊन प्राचार्य स्तब्ध बसून राहिले. हळूहळू विमानाच्या इंजिनाचा आवाज ऐकू येऊ लागला. विमान हलल्यासारखं वाटलं आणि ते टेक-ऑफसाठी विमानतळाच्या टोकाकडे चाललेलं प्राचार्यांना कळत होतं. मग विमान तरंगू लागले. कुणी तरी त्यांच्या खांद्याला स्पर्श करून जागं केलं आणि एक हसरा चेहरा त्यांना म्हणाला, "तुम्हाला काही हवं का? एनी ड्रिंक?" प्राचार्य हसले. खरं तर त्यांचं मद्यपान पूर्वीच झालं होतं. पण मनातला विचारांचा गोंधळ कमी करण्यासाठी ते म्हणाले, "स्कॉच ऑन रॉक्स!" समोर ते नारिंगी रंगाचं पेय आणून ठेवलं गेलं, तेव्हा प्राचार्यांनी शेजारचे उतारू कोण आहेत ते निरखून पाहिलं. त्यांच्या लक्षात आलं की, एक अगदी जख्ख म्हातारी आणि तिची नात, त्यांच्या पलीकडच्या दोन सीट्सवर बसल्या होत्या. बसल्या होत्या म्हणण्यापेक्षा झोपू लागल्या होत्या आणि पलीकडच्या अंगाला एक पाद्री आणि एक तरुण फ्रेंच मुलगी बसली होती.

एरवी विमानातून प्रवास करताना प्राचार्य शेजाऱ्यांशी ओळख करायचे आणि शेजारचा मनुष्य कंटाळेपर्यंत बोलत राहायचे. पण आज त्यांनी त्याच्याकडे दुर्लक्ष केलं. एक मद्याचा मोठा घोट त्यांनी घेतला. हातात बाळगलेल्या बॅगेतून त्यांनी त्यांचे नित्य परिचित बदामी रंगाचे कागद काढले. एक तर ते न्यूजप्रिंटच्या चिटोऱ्यावर लिहीत असत किंवा या पिवळ्या बाँड पेपरवर लिहीत असत.

अर्थात अलीकडे प्रत्यक्ष लेखनाचा त्याचा सराव कमी झाला होता. तोंडानं मजकूर सांगून त्यांचा लेखनिक तो लिहून घेई. पण अधून-मधून स्वत:च्या हाताने लेखन करण्याची त्यांना सुरसुरी येई. ज्यांचे अक्षर चांगलं आहे आणि ज्यांना मागचा-पुढचा संदर्भ पाहिल्याशिवाय केव्हाही लेखन करता येते अशी स्मरणशक्ती आहे, अशा मोजक्या लेखकांत त्यांची गणना होत असे. विमान आता तसं पुष्कळ स्थिर झालेलं होतं. याचा अर्थ त्यानं पुरेशी उंची गाठलेली होती. आधुनिक जमान्यातही ते आपलं लेखन फाऊंटन पेननंच करीत. पुन्हा एक मद्याचा घोट घेत, त्यांनी समोरच्या कागदावर लिहायला आरंभ केला. प्रथम मोठ्या अक्षरात शीर्षक लिहिले आणि आपले ते शीर्षक ते तिऱ्हाईतासारखे पाहू लागले. शीर्षक होते, 'ये मृत्यो, ये.'

एक मागोमाग एक कागदांवर ते झपाट्यानं लिहीत सुटले. पाच-सहा पाने लिहून झाल्यावर लिहायचं सोडून ते थांबले. लिहिलेले कागद त्यांनी जुळवून घेतले आणि वाचायला आरंभ केला– मृत्यूशी शेकहँड

तू केव्हा तरी येणारच, हे मला माहीतच आहे. तसा तू अनेकदा माझ्याजवळ येऊन परतला आहेस. आयुष्यात सात-आठ तरी गंभीर स्वरूपाच्या मारहाणीचे प्रसंग माझ्यावर ओढवले, तेव्हा तुझा अंधुकसा चेहरा मी पाहिलेला आठवतो. मी तुला हाक मारणार, एवढ्यात तू एकदम अदृश्य झालास आणि अचानक मला लढण्याचं बळ प्राप्त झालं. मला मारू इच्छिणारे खरोखर मेले आणि मी मात्र सह्याद्रीच्या सुळक्यासारखा उंच मानेनं जगत राहिलो. माझ्या दोन-तीन आजारांतही तू जवळपास येऊन गेलास, हे मला कळलं. पण अर्धवट बेहोशीत असल्यामुळे 'ये' असं जरी मी म्हणालो, तरी ते शब्द माझ्या तोंडून प्रत्यक्षात उमटलेच नाहीत आणि जेव्हा बेहोशीतून मी शुद्धीवर आलो, तेव्हा भोवती जीवनाचा सुगंध दरवळत होता आणि त्यातून पोहूनच मी सचेतन जगाच्या काठावर लागलो.

आज गेली ६५-७० वर्षे–निदान जाणतेपणाची पन्नास वर्षे–तू आपला चेहरा मला दाखवतोस. तुला वाटलं असेल की, अजून माझी यायची वेळ झालेली नाही. पण खरं खरं सांगू मित्रा, येण्यासाठी वेळ असते आणि ती वेळ निश्चित लक्षात ठेवावी लागते. कारण आपल्या निढळावर त्या क्षणाचे भविष्य नियती लिहून ठेवत असते. मृत्यूला मात्र ठरवून यावं लागत नाही– तू काल आला असतास किंवा उद्या आलास तरी, जगलंच पाहिजे असे वाटत होतं, ते क्षण जगून झाले आहेत. आता मरणं आणि जगणं यांना तसा काही फारसा अर्थ राहिलेला नाही. सर्व तऱ्हेच्या वासना अतृप्त असतात, तेव्हाच जगण्याला अर्थ

असतो. परंतु जगण्याचा अर्थ जेव्हा समजायला लागतो, तेव्हा त्यांची शक्ती क्षीण होत जाते आणि वासनांचं टोक गुळगुळीत होऊ लागतं. आतून वासनांचा फुलोरा असल्याशिवाय या जगातील अनेक गोष्टीवर खरंखुरं प्रेम करता येत नाही आणि जगावर प्रेम केल्याशिवाय जगण्याला अर्थ नाही. जगणं म्हणजे जगत राहणं नव्हे! म्हणून म्हणतो मित्रा, आता तू ये आणि मला घेऊन जा. ज्या एका अज्ञात प्रदेशात मला जायचं आहे, तिथे दुसऱ्या कोणाला बरोबर नेताच येत नाही; कारण ती गूढ वाट कुणालाच माहीत नसते. तूच एक असा महात्मा आहेस की, अजिबात पायवाट नसलेल्या जंगलातून तू अचूक, योग्य ठिकाणी माणसाला नेऊ शकतोस. तुझ्याबरोबर प्रवास करण्याचा हा योग माणसाच्या आयुष्यात फक्त एकदाच येतो. ओळखीच्या गोष्टीपासून दूर होणं, हे माणसाला आवडत नाही. माणसाला आयुष्याचा लोभ जडतो आणि तुझं अस्तित्व नको वाटतं; याचं मुख्य कारण तुझ्याबरोबर जिथे प्रत्येकाला जावं लागतं, त्या अज्ञात प्रदेशात काय काय वाट्याला येणार, हे कुणालाच माहीत नसतं आणि म्हणून अपरिचित परिसरात प्रवेश करताना माणसाला अस्वस्थ वाटतं.

पण माझी गोष्ट तशी नाही. मला पलीकडे अज्ञातात काय आहे, हे पुरतं ठाऊक आहे. ज्यांच्या पायापाशी बसण्याचीसुद्धा माझी लायकी नाही, असे किती तरी थोर महात्मे तुझा हात धरून ज्या वाटेनं गेले, त्या रस्त्यानं जाताना मला रे कसली भीती? जास्तीत जास्त ते जिथं असतील तेथपर्यंत मला पोचता येणार नाही; तू तेथपर्यंत मला जाऊ देणार नाहीस. नाही तर नाही! त्यांची पावलं ज्या रस्त्यावरून गेली, त्या रस्त्यावरची मृत्तिका तर मला मस्तकाला लावता येईल का नाही? तो नेवाशाचा ज्ञानवंत... आकाशात अदृश्य होणारा तो प्रापंचिक संन्यासी तुकाराम... आणि आनंदवनभुवन निर्माण करण्यासाठी नेसूच्या छाटीचं ज्यानं साम्राज्याचं निशाण केलं, तो संन्यासी संसारी रामदास– यांचं प्रत्यक्ष दर्शन झालं नाही, तरी त्यांचे निःश्वास ज्या वातावरणात विरले, तेथून तर तुला मला न्यावंच लागेल. प्रापंचिकाची वाट धरूनही ज्यांनी संन्यासधर्माचं पालन केलं आणि संन्यास घेऊनही ज्यांनी प्रापंचिकाची चिंता केली, अशा त्या थोर माणसांच्या जगात जाताना माझ्या अंगावर रोमांच उठताहेत. मृत्यू, तुझे जे काही रूप चित्रकारानं रंगविलं आहे, ते काळेकुट्ट आणि क्रूर आहे. पण ते तसं कसं असेल? वडिलधाऱ्या आजोबांनी नातवंडाचे हात हातात घ्यावेत आणि त्याला खाचखळग्यांच्या रस्त्यावरून सुखरूपपणे घेऊन जावं, तसं तू आम्हाला संसारसरितेच्या या किनाऱ्यावरून पलीकडच्या किनाऱ्यावर घेऊन जातोस.

अरे, शेवटी चित्रकाराची प्रतिभासुद्धा मर्यादित असते. ती सुरांच्याइतकी आणि शब्दांच्याइतकी तरलं नसते. कारण चित्राला निश्चित रंग आणि आकार द्यावा लागतो. मी मात्र तुला अनेकदा पाहिल्यामुळे तू कसा आहेस ते पुरतं समजून चुकलो आहे. तू आलास; फार बरं झालं. मी तुझी वाट पाहतच होतो. तू म्हणशील तेव्हा मी तुझ्याबरोबर यायला तयार आहे. प्रवासाला निघायचं तर बाडबिस्तारा, कपडे आणि काही पाथेय बरोबर घ्यावं लागतं... पण हा प्रवास अगदी निराळाच आहे ना? या प्रवासात बरोबर काहीच न्यायचं नसतं. एवढंच नव्हे, जे-जे काही आपल्याजवळ असेल ते-ते हळूहळू टाकून द्यायचं असतं. कीर्ती, वैभव, सन्मान हे तर अगदी आरंभीच टाकून द्यावे लागतात. या जगातील नाणी त्या जगात चालतच नाहीत आणि इथली करन्सी बदलूनही त्या जगात नेता येत नाही. सगळं असेल ते सोडून देता-देता, अगदी नेसतं वस्त्रसुद्धा सोडून द्यावं लागतं. नि:संग व्हावं लागतं. जे झाकून ठेवलं पाहिजे, ते सगळं उघडं करावं लागतं. कारण त्या जगात गेलं की, झाकून काही ठेवताच येत नाही. तिथली हवाच अशी आहे की, जिथे आपल्या मनात आलेले विचारसुद्धा समोरच्या माणसाला समजतात.

म्हणून म्हणतो कालपुरुषा, बाहू उंच करून मी तुझं स्वागत करतो. केव्हा तरी या मळलेल्या, विरलेल्या आणि रंग उडालेल्या वस्त्रांचा त्याग करून नवं वस्त्र स्वीकारायलाच हवं. आजचं काम उद्यावर ढकलू नये म्हणतात. उद्या तू येणार असशील, तर आजच ये आणि आजच येणार असशील, तर आताच ये! अजून मी लोकांना हवा आहे असं निदान मला तरी वाटतं, अशा वेळेलाच गुपचूप, कुणाला न सांगता-सवरता जाणं चांगलं. कारण त्यामुळे थोडा काळ तरी लोकांना चुटपूट लागेल. खरं म्हणजे, लोकांचं मी आता काही देणं लागत नाही. माझ्या परीने लोकांसाठी जे-जे करायला हवं, ते माझ्या कुवतीनुसार मी केलं. खरं पाहिलं तर कोण कुणाचं ऋण मान्य करतो? शेवटी सगळ्या गोष्टी जो-तो आपल्या आत्मानंदासाठीच करत असतो. ज्या गोष्टींचा आपल्याला आनंद वाटत होता, त्या गोष्टी आपण केल्या. लोकांनी त्याबद्दल आपलं कौतुक केलं, म्हणजे हिशेब चुकता झाला. वजाबाकी काही राहिलेली नाही. लोक काही काळ आपल्याला आठवतील अथवा न आठवतील, त्याची चिंता करण्याचं काय कारण आहे? या आठवण्याला किंवा विस्मरणाला काय अर्थ आहे? आपल्या डोळ्यांदेखत किती तरी थोर माणसांना हे जग विसरलेलं आपण पाहिलेलं आहे; मग आपणच असे कोण लागून गेलो की, ज्यासाठी जगानं आपलं स्मरण करावं? जगात कोट्यावधी कृमी-कीटक वळवळत असतात;

त्यांतलाच मीही एक. फुलांच्या जगात कृमी-कीटकांना काय स्थान असणार?

म्हणून म्हणतो करुणाकरा, ये! माझा हा थरथरता हात हातात घे आणि मला पुढचा रस्ता दाखव. खरं सांगू? या प्रवासात मला उन्हाचा त्रास होणार नाही, वाऱ्याचा त्रास होणार नाही किंवा वाटेतल्या काट्याकुट्यांचा वा खाचखळग्यांचा त्रास होणार नाही. माझ्या स्वागतासाठी पुढं गेलेले माझे चाहते माझी वाट पाहत असतीलच. तसा मी तिथेसुद्धा एकाकी असणार नाही आणि या जगात एकाकी असं काही नसतंच. कुणीच नसतं, आपणच आत्मरूपानं शेजारच्या डहाळीवर येऊन बसतो. आपण सुख-दुःख भोगत असतो आणि आपलं आत्मरूप आपल्याला पाहून हसत असतं. साऱ्याच गोष्टींना आपण फार अर्थ देऊ पाहतो. पण कशालाच काही अर्थ नसतो, हे सांगण्यासाठी आपलं आत्मरूप आपल्याकडे पाहून तुच्छतेनं हसतं. हा जीवन-मरणाचा आटापिटा आपण का केला, हा प्रश्न आपल्याला पडतो. आपण कोणावर तरी मात केली, कुणाला तरी जिंकलं, कुणाचं ढोंग उघडकीला आणलं, कुणाला नेस्तनाबूत केलं–याबद्दल आपल्याला जो काही गर्व होता, त्यात काही अर्थ नाही, हे लक्षात आलं म्हणजे संपलं. जगताना प्रत्येक गोष्टीत आपल्या वासना अडकलेल्या असतात, म्हणून प्रत्येक गोष्टीला अर्थ असतो. अहंभावाला अर्थ असतो, आसक्तीला अर्थ असतो, लालसेला अर्थ असतो आणि हौतात्म्यालाही अर्थ असतो. पण जोपर्यंत आपल्याला वासना चिकटलेली असते तोपर्यंतच हे अर्थ असतात. एकदा आपल्याला वासना सोडून गेली की, सगळे शब्द अर्थरहित होतात. या घटकेला माझ्या मनातील शब्दांचे अर्थ मी पुसून टाकले आहेत. तुझ्याबरोबर येण्यासाठी आता काही अडचण नाही. म्हणून म्हणतो, आता उगाच वेळ लावू नकोस. आता लवकरात लवकर ये. अंधारात ये आणि प्रकाशात घेऊन जा. आकाशात ये आणि भूगर्भात घेऊन जा. गतिमान अशा यानात ये आणि गतीचे भान नसलेल्या ब्रह्मांडात घेऊन जा. आजपर्यंत मी जे शिकलो की, मी आणि ब्रह्म काही वेगळं नाही, हे मला त्या वेळी खोटं वाटत होतं. मी केवढासा आणि परब्रह्म केवढं मोठं! पण नाही. तिथली मोजमापं निराळी, इथली निराळी. तेव्हा विलंब न लावता ये अन् माझा हात हातात घे आणि मला ‘अनंतयात्रे’च्या प्रवासाला ने.

-०-०-०-